தந்திர பூமி

**இந்திரா பார்த்தசாரதி நூல்கள்**

**நாவல்**

கால வெள்ளம்
ஹெலிகாப்டர்கள் கீழே இறங்கிவிட்டன
அக்னி
ஆகாசத் தாமரை
தேவர் வருக
வெந்து தணிந்த காடுகள்
திரைகளுக்கு அப்பால்
தீவுகள்
சத்திய சோதனை
மாயமான் வேட்டை
குருதிப்புனல்
உச்சி வெய்யில்
கிருஷ்ணா கிருஷ்ணா
வேதபுரத்து வியாபாரிகள்
சுதந்தர பூமி
வேஷங்கள்

**நாடகம்**

இறுதி ஆட்டம்
ஔரங்கசீப்
கொங்கைத் தீ
பசி
இராமானுஜர்

**ஆய்வு - கட்டுரை**

தமிழ் இலக்கியங்களில் வைணவம்
என்றுமுள தமிழும் இன்று உள்ள தமிழும்

# தந்திர பூமி

இந்திரா பார்த்தசாரதி

கிழக்கு

தந்திர பூமி
Thanthira Bhoomi (Novel)
*by Indira Parthasarathy ©*

Kizhakku First Edition: May 2006
Previous Editions: 1973, 1978, 1993
240 Pages

ISBN 978-81-8368-129-2
Title No. Kizhakku 130

Kizhakku Pathippagam
177/103, First Floor,
Ambal's Building, Lloyds Road,
Royapettah, Chennai 600 014.
Ph: +91-44-4200-9603

Email : support@nhm.in
Website : www.nhm.in

Author's Email: nadaadur2k@yahoo.com

Kizhakku Pathippagam is an imprint of New Horizon Media Private Limited

''இந்த நாட்டில் எது
வேண்டுமானாலும் நடக்கலாம்.
தலை மயிரிலிருந்து விக்ரகமும்
குங்குமமும் சொரிவதாகச்
சொல்லித் திரியும் சுவாமிஜிகளின்
பின்னால் அலைபவர் எத்தனை
பேர். குறுக்கு வழியிலே
சுவர்க்கத்தை நாடுவதுதான் மனித
இயல்பு. இந்த சுவர்க்கத்தைத்
தருவதாக வாக்களிக்கும்
சுவாமிஜிகளுக்கும், அதிர்ஷ்டச்
சீட்டுப் போட்டி நடத்தும்
அரசாங்கத்துக்கும் எந்தவித
வித்தியாசமுமில்லை. இதுதான்
நம் பண்பாட்டு ரகசியம்.''

# 1

ஒரு கருப்பு நிற சூட்கேஸ், கைப்பிடி இற்றுப்போன ஒரு பழுப்பு நிற ஹோல்டால், இனிய கனவுகள் - ஆகியவற்றுடன் புதுதில்லி ஸ்டேஷனில் வந்து இறங்கினான் கஸ்தூரி.

ஜனவரி மாதம். நல்ல குளிர். வெய்யில் சோகையாய்க் காய்ந்தது. வெய்யில் இருக்கும்போது, இப்படிக் குளிருவது கஸ்தூரிக்குப் புது அனுபவம்.

அவன் அணிந்திருந்த நீல நிற ஸ்வெட்டர், அவனுடைய அப்பா பத்து வருஷங்களுக்கு முன்னால் பெங்களூருக்குப் போனபோது வாங்கியது. நூலாய் இளைத்து, அதன் உயிர் ஊசலாடிக் கொண்டிருந்தது. அவனிடம் இருந்தது ஒரே ஒரு கம்பளி சூட் இரண்டு நாள் கழித்து வேலைக்கு ரிப்போர்ட் செய்யும்போது அதை அணிந்தாக வேண்டும்.

அவன் உடம்பு குளிரில் 'வெட வெட'வென்று நடுங்கியது.

சாமான்களைக் கீழே இறக்கி வைத்துவிட்டுச் சுற்றுமுற்றும் பார்த்தான். அவன் ஸ்டேஷனில் எதிர்பார்த்த நண்பரை முன்பின் பார்த்ததில்லை. கும்பகோணத்திலிருந்த ஒரு சிநேகிதர் அவருக்கு எழுதியிருந்தார், கஸ்தூரியை வீட்டுக்கு அழைத்துச் செல்லும் படி. அவர் வீட்டில் ஓரிரண்டு நாள்கள் இருந்துவிட்டு, வேறு இடம் பார்த்துச் செல்வதாக அவன் உத்தேசம்.

ஆவலுடன் நெருங்கிய ஒரு போர்ட்டர் அவன் சாமான்களைப் பார்த்துவிட்டுப் போய்விட்டான். அவன் வெறுப்புடன் தன்னை நோக்கியது போல், கஸ்தூரிக்குப் பட்டது.

கஸ்தூரியை அடையாளம் கண்டுபிடிப்பது ஒரு கஷ்டமான காரியமல்ல. சிவந்த, நெடிய உருவம். இடது கன்னத்தில் ஒரு நீல நிற மரு. கும்பகோணத்து நண்பர், அவன் நீல நிற ஸ்வெட்டர் அணிந்து வருவானென்றும் எழுதியிருப்பதாகக் கூறினார். நீலநிற ஸ்வெட்டர் கொஞ்சம் சிரமத்தைத் தரலாம்.

அவனைப் போல் இன்னும் இரண்டு மூன்று பேர் நீலநிற ஸ்வெட்டர் அணிந்திருந்தார்கள். அவர்களுடைய அப்பாக்கள் பெங்களூருக்குப் போயிருந்தாலும், சமீபத்தில்தான் போயிருக்க வேண்டும். ஸ்வெட்டர்கள் புதுப்பொலிவுடன் விளங்கின.

'மிஸ்டர் கஸ்தூரி...'

குரல் அருகே கேட்டது. குரலுக்குரியவர் கட்டை குட்டையான ஆசாமி. கிறீச்சிட்ட குரல் அந்த உடம்புக்குப் பொருத்தமில்லாம லிருந்தது. கழுத்தை மூடிய, சாம்பல் நிற கோட். தடித்த 'ஃப்ரேம்' போட்ட கண்ணாடி. காதோரம் தலைமயிர் வெளுத்திருந்தது. நெற்றியில் லேசாகத் திருநீற்றுக் கோடு.

'எஸ். ஐ ஆம் கஸ்தூரி. மிஸ்டர் ராமனாதன்?'

'ஆமாம். வாங்கோ, போகலாம்.'

ராமனாதன் முன்னால் நடந்தார். கஸ்தூரி சாமான்களைத் தூக்கிக்கொண்டு பின் தொடர்ந்தான்.

அவர் கொஞ்ச தூரம் சென்றதும் திரும்பிப் பார்த்தார். பெட்டியை யாவது, ஹோல்டாலையாவது எடுத்து வரட்டுமா என்று அவர்

கேட்கப் போகிறாரென்று அவன் நினைத்தான். அவர் ஒன்றும் கேட்கவில்லை. அவனுக்குச் சற்று ஏமாற்றமாகவிருந்தது.

‘சாமான்களைக் கீழே வைச்சுட்டு, டிக்கெட்டைக் கொடுங்கோ’ என்றார் ராமனாதன்.

ஸ்டேஷனை விட்டு வெளியே வந்தனர்.

‘டாக்சியா, டோங்காவா?’ என்று கேட்டார் ராமனாதன்.

‘டோங்கா என்றால் ஜட்கா வண்டி.’

‘வீடு பக்கம்தானா?’

‘அப்படி யொண்ணுமில்லே. உங்க பர்ஸ் சவுகரியத்தைப் பொறுத்தது. டோங்கடன்னா சீப். கோல் மார்க்கெட் போகணும். நம்ப இரண்டு பேர். இன்னும் இரண்டு பேரைச் சேர்த்துப்பான். ஒரு ரூபாய்க்குள்ளே முடியும்.’

‘டாக்சியிலே போக எனக்குச் சவுகரியம் இருக்கும்னு நினைக்கிறேன்.’

‘ஆல் ரைட். எனக்கென்ன, டாக்சியைக் கூப்பிடறேன்.’

ராமனாதனுக்கு டாக்சியில் போவது பிடிக்கவில்லையா அல்லது தான் டாக்சியில் போவது பிடிக்கவில்லையாவென்று கஸ்தூரிக்குப் புரியவில்லை. தனக்கு டாக்சியில் போகக் சவுகரிய முண்டு என்று சொன்னது அதிகப்பிரசங்கித்தனமான பதிலோ? பாவம், அவருக்கு வீட்டில் எவ்வளவு பிரச்னைகளோ? சாமான்கள் அதிகமில்லாதபோது, டாக்சியில் போவது வீண் ஜம்பம் என்று அவர் நினைத்திருக்கலாம்.

டாக்சியில் இருவரும் மவுனமாக அமர்ந்தனர். சகஜமாகப் பேசி, நிலைமையைச் சமாளிக்கலாமென்று அவனுக்குத் தோன்றியது.

‘ஒரே குளிர்’ என்றான் கஸ்தூரி.

ராமனாதன் பதில் சொல்லவில்லை. கோட்டின் மேல் பித்தானைக் கழற்றிவிட்டுக்கொண்டார். ‘நீ புதுசு, உனக்குக் குளிரலாம். எனக்குக் குளிரவில்லை!’ என்று அர்த்தமோ?

‘ஒரே குளிர்’ கஸ்தூரியின் குரல் சற்று உரத்திருந்தது.

ஒரு சிக்கனமான புன்னகையுடன் அதை ஆமோதித்தார் ராமனாதன்.

கார் கண்ணாடிக் கதவு வழியே வெளியே நோக்கினான் கஸ்தூரி. சைக்கிள்களில் குடும்பங்களே சென்றன.

'ஒரு சைக்கிளில் எவ்வளவு பேர்!'

மறுபடியும் ஒரு சிக்கனமான புன்னகை; தலை அசைவு. திடீ ரென்று ஒரு எண்ணம் கஸ்தூரியைத் தாக்கிற்று. ஒருவேளை, கும்பகோணத்து நண்பரின் நிர்ப்பந்தத்தினால் தன்னை வீட்டுக்கு ராமனாதன் அழைத்துச் செல்கிறாரோ? அல்லது, தில்லியிலுள்ள எல்லோருமே வெறும் மனித இயந்திரங்கள்தானோ? கும்பகோணம் எவ்வளவு தொலைவில் இருக்கிறதென்பதை கஸ்தூரி அப்பொழுது தான் உணர்ந்தான்.

சட்டைப் பையிலிருந்து அவன் ஒரு சிகரெட் பாக்கெட் எடுத்தான். தான் ஒரு சிகரெட்டை எடுத்துக்கொண்டு, பாக்கெட்டை ராமநாதனிடம் நீட்டினான்.

'சிகரெட் பழக்கம் வேறு உண்டா?' என்றார் அவர்.

இது ஒரு அசட்டுத்தனமான கேள்வியாக அவனுக்குப் பட்டது.

'நீங்கள் குடிப்பதில்லையா?'

'நோ!' அவர் குரலிலிருந்த கடுமை அவனுக்கு ஆச்சரியத்தைத் தந்தது.

நாம் கொஞ்சம் கடுமையாகச் சொல்லிவிட்டோம் என்று அவர் உணர்ந்திருக்க வேண்டும். சிறிது நேரம் கழித்துச் சொன்னார்: 'நான் சிகரெட் குடிப்பதுண்டு. இன்னிக்குக் கிருத்திகை. வேண்டாம்னு பார்த்தேன்.'

கஸ்தூரிக்கு கல்லூரி நாள்கள் நினைவுக்கு வந்தன. கும்பகோணத் தில் அவனுடன் ஒரு தீட்சிதர் பையன் படித்துக் கொண்டிருந்தான். கட்டுக்குடுமி, சிகப்புக் கடுக்கன். காரைக்காலிலிருந்து வரும் 'சரக்கை' ஒரு கை பார்ப்பான். ஆனால் எச்சில் பண்ணி குடிக்க மாட்டான், அவ்வளவு ஆசாரம்.

'ரோக்னா...' என்றார் ராமனாதன். டாக்சி நின்றது.

போர்க்காலத்து கூடாரங்கள் போல் கட்டப்பட்ட வீடுகள். எல்லாம் ஒரே மாதிரி, ஒவ்வொரு வீட்டு வாசலிலும் அரை டஜன் குழந்தைகள் விளையாடிக்கொண்டிருந்தன.

டாக்சிக்குப் பணத்தைக் கொடுத்துவிட்டு, சாமான்களை எடுத்துக் கொண்டு வீட்டுக்குள் நுழைந்தான் கஸ்தூரி.

'வாங்கோ!' பாதரட்சை ஒலி.

நடுத்தர வயதுள்ள பெண். குளிரினால் காய்ந்துபோன முகத்தில் பவுடர் திட்டுத் திட்டாகத் தெரிந்தது. நெற்றியில் இடப்பட்ட திலகம் ஸ்ரீ சூர்ணம் போலிருந்தது.

இரண்டு அறைகள். முதல் அறைதான் ட்ராயிங் ரூம் போலிருக் கிறது. சுவரில் மாட்டப்பட்டிருந்த பலவிதமான காலெண்டர் களிலிருந்து பலவிதமான தெய்வங்கள் அவனை உற்றுப் பார்த்தன. லட்சுமி, சரஸ்வதி, பார்வதி, வினாயகர், வேல் முருகன், கிருஷ்ணன், பரமசிவன்... முருகனைத் தவிர எல்லாருக் கும் வடநாட்டுக் களை.

'சரி, குளிச்சிட்டு வரேளா... நான் இன்னிக்கு ஆபீஸ் போயா கணும்.'

'வெந்நீர்தானே?' என்று கேட்டாள் ராமனாதன் மனைவி.

வெந்நீருக்கு மாற்று தண்ணீர்தான் என்ற கற்பனை எழுந்த வுடனேயே கஸ்தூரியின் உடம்பு நடுங்கியது.

'வெந்நீர் இல்லேன்னா பரவாயில்லே நான் குளிக்கலே' என்றான் கஸ்தூரி.

'வெந்நீர் போட்டு வைச்சுருக்கேன். ரெயில்லே மூணு நாள் வந்திருக்கேள் குளிக்காமே இருக்கக் கூடாது!

'இன்னிக்குக் கிருத்திகை வேற...' என்றான் கஸ்தூரி.

ராமனாதன் அவனை உற்றுப் பார்த்தார். அவர் தன்னைப் பார்ப்பதை உணர்ந்ததும் கவனிக்காததுபோல் தன் 'ஷூ'வைக் கழற்றினான் கஸ்தூரி.

வெந்நீர் தயாராக இருந்தது. ஒரு சிறிய பாத்திரத்தில் மூன்று சொம்புக்கு மேல் இருக்காது. அதை எடுத்து முகம், கை கால்களைக் கழுவிக்கொண்டான். பக்கத்துப் பாத்திரத்திலிருந்த தண்ணீரைத்

தொட்டுப் பார்த்தான். கடிப்பது போலிருந்தது. சரேலென்று கையை இழுத்துக்கொண்டான்.

அவன் வேறு உடைகளைத் தரித்துக்கொண்டு ராமனாதனுடன் சாப்பிட உட்கார்ந்தான்.

ராமனாதன் அவசர அவசரமாகச் சாப்பிட்டார். அவருடைய அவசரத்துக்கு அவனால் ஈடுகொடுக்க முடியவில்லை.

சமையலைப் பாராட்ட வேண்டுமென்று அவனுக்குத் திடீரென்று ஓர் எண்ணம் உண்டாயிற்று.

'சமையல் பிரமாதம்!' என்றான். அவன் சொல்வதைக் கேட்டு ஆச்சரியமடைந்து திகைத்துவிட்டாற்போல், பாதி வெந்திருந்த வெண்டைக்காய் தொண்டையிலேயே நின்றுவிட்டது.

'சும்மா சொல்றேள்!' என்றாள் ராமனாதன் மனைவி. அவள் குரலில் பெருமை வெளிப்படையாகத் தெரிந்தது.

ராமனாதன் ஒன்றும் பேசவில்லை. அவர் தொண்டையிலும் வெண்டைக்காய் சிக்கியிருக்க வேண்டுமென்று கஸ்தூரிக்குத் தோன்றியது.

'உங்க ஆபீஸ் எங்கே?' என்றார் ராமனாதன் சிறிது நேரம் கழித்து.

'கனாட் பிளேஸ் கம்பெனி உத்தியோகம். லையாசன் வேலை. அலைந்துகொண்டே இருக்கணும்.'

'ஹூம்!'

'மெட்ராஸ்லே இண்டர்வியூ நடந்தது. தில்லியிலே வேலைன்னான். தில்லியா இருந்தா என்ன, கல்கத்தாவா இருந்தா என்ன? சோறு கிடைக்கிற இடம் சொர்க்கம்!'

ராமனாதன் சிரித்தார், 'வாஸ்தவமான வார்த்தை' என்று அவர் ஆமோதித்தார்.

'நீங்க ஹோம் மினிஸ்டரியா?' என்று கேட்டான் கஸ்தூரி.

'ஆமாம்.'

'ஞாயிற்றுக்கிழமை கூட ஆபீஸ் போயாகணும். என்ன கவர்மெண்ட் உத்தியோகம் வேண்டியிருக்கு?' என்றாள் ராமனாதன் மனைவி.

‘நாட்டையே கட்டி ஆளறது ஹோம் மினிஸ்டிரிதானே!’ என்றான் கஸ்தூரி.

ராமனாதன் இதற்கும் மசியவில்லை. பேசாமல் சாப்பிட்டுக் கொண்டிருந்தார்.

‘ஆபீஸ்லே ஒருத்தன் வேலை செய்யறதில்லே. எல்லா வேலையும் இவர்தான். மந்திரி ஒரு நாழிகைக்கொரு தடவை இவரைத்தான் கூப்பிடறான்.’

ராமனாதன் கொஞ்சம் கனைத்தார். மனைவியிடம் தாம் அளந்ததை அவள் எல்லோரிடமும் சொல்வதை அவர் விரும்ப வில்லை போலும்!

‘கெட்டிக்காராளா இருந்தா அப்படித்தான்!’ என்றான் கஸ்தூரி. ‘கொஞ்சம் தீர்த்தம் தரேளா?’

சாப்பிட்டு முடிந்தவுடன், முதல் ஹாலுக்கு வந்து உட்கார்ந்தனர்.

‘இன்னிக்கு சாயந்திரம் சீக்கிரம் வந்துடறேன். கனாட் பிளேஸ்லே ஏதாவது ஹோட்டல்லே இடம் இருக்கான்னு விசாரிப்போம். அதான் உங்களுக்கு சவுகரியம்!’ என்றார் ராமனாதன்.

அவர் கொஞ்சம் அவசரப்படுவது போல் கஸ்தூரிக்குப் பட்டது.

‘நீங்கள் எப்படிச் சொன்னாலும் சரி.’

அவன் சுவரில் மாட்டியிருந்த ஒரு போட்டோவைப் பார்த்தான். அசிங்கமான பெண் குழந்தையொன்று - பத்து வயதிருக்கும். கையில் புத்தகங்களுடன் நின்றுகொண்டிருந்தது.

‘டாட்டரா?’ என்று கேட்டான் கஸ்தூரி.

‘ஆமாம்.’

‘ஸ்மார்ட் கேர்ல். எந்த கிளாஸ் படிக்கிறாள்?’

‘சரி, சாயந்திரம் தயாரா இருங்கோ. இப்போ ரெஸ்ட் எடுத்துக்கிறதா இருந்தா எடுத்துக்குங்கோ.’

‘ரெஸ்ட் ஒண்ணும் வேண்டாம். இப்பவே உங்களோட வரலாமா? நான் கனாட் பிளேஸ் போறேன்.’

‘சரி.’

கஸ்தூரி ட்ரெஸ் செய்துகொண்டு புறப்பட்டான்.

ராமனாதன் செக்ரட்ரியேட்டில் இறங்கிக் கொண்டார். கஸ்தூரி ரீகல் அருகில் இறங்கினான்.

கனாட் சர்க்கிள், கனாட் பிளேஸ் - இரண்டுக்கும் உள்ள வேறுபாடு என்ன? கனாட் சர்க்கிள் என்று அவன் சிலர் சொல்லக் கேட்டிருக்கிறான். ராமனாதன் கனாட் பிளேஸ் என்கிறார்.

அப்பொழுது, எதிரே - தமிழ்நாட்டு இளைஞன் போலிருக்கிறது - ஒருவன் வந்தான். அவனைக் கேட்கலாமென்று கஸ்தூரிக்குத் தோன்றியது. இந்த மாதிரி உபயோகமற்ற விஷயங்களெல்லாம் தமிழ்நாட்டு இளைஞர்களுக்குத்தான் அத்துப்படி. உபயோக மற்ற விஷயம்தான். கனாட் பிளேஸாயிருந்தால் என்ன, சர்க்கஸா இருந்தால் என்ன? இருந்தாலும், தமிழ்நாட்டு இளைஞர்களைப் பற்றிய தன் கணிப்பைப் பரிசோதனை செய்வதற்காக, அவன் இந்த இளைஞனைக் கேட்டான்.

‘கனாட் பிளேஸ், சர்க்கிள் இரண்டும் வெவ்வேறான இடங்களா?’

‘டெஃபனட்லி. உங்களுக்கு எங்கே போகணும்?’

‘எங்கேயும் வேண்டாம். சும்மா கேட்டேன்.’

‘ஓ. ஐ ஸீ. சர்க்கிள்ங்கிறது வெளிவட்டம். பிளேஸ்ங்கிறது உள்வட்டம். இதைக் கட்டறபோதே ப்ளான்...’ அந்த இளைஞன் இன்னும் என்னென்னவோ சொல்லிக்கொண்டே போனான். கட்டிய இன்ஜீனியர் பெயர், கட்டிய வருஷம் செலவு...

‘இங்கே தங்கறதுக்கு நல்ல ஹோட்டல் ஏதாவது இருக்கா?’

‘இரண்டு, மூன்று இருக்கு. உங்களுடைய சவுகரியத்தையும் பொறுத்தது.’ - அந்த இளைஞன் ஹோட்டல் பெயரையும் எவ்வளவு செலவு ஆகுமென்றும் கணக்கிட்டுச் சொன்னான்.

‘உங்களுக்கு எந்த ஊரு?’ என்று கேட்டான் அந்த இளைஞன்.

‘கும்பகோணம். உங்களுக்கு?’

‘மன்னார்குடி. மன்னார்குடியிலே ராஜகோபாலய்யங்கார்னு தெரியுமோ உங்களுக்கு?’

‘ஸ்ரீரங்கத்திலே ரெங்கநாதய்யங்காரைத் தெரியும்.’ கஸ்தூரி தான் ஒரு சிகரெட்டைப் பற்றவைத்துக்கொண்டு, பாக்கெட்டை அவ் விளைஞனிடம் நீட்டினான்.

கஸ்தூரியின் பதிலைக் கேட்டு சற்று திகைத்த அவ்விளைஞன், தயங்கிக்கொண்டே, சிகரெட்டை எடுத்துக்கொண்டான்.

சிகரெட்டைப் பற்றவைத்து பிறகு அந்த இளைஞன் பெரிதாகச் சிரிக்கத் தொடங்கினான்.

கஸ்தூரிக்கு ஒன்றும் புரியவில்லை. எதற்காகச் சிரிக்கிறான்?

‘மன்னார்குடி ராஜகோபாலய்யங்கார், ஸ்ரீரங்கத்து ரெங்கநாதய்யங்கார். வெரி ஃபைன் ஜோக்!’

‘ஐ ஆம் சாரி. விளையாட்டுக்காகச் சொன்னேன்.’

‘நோ. நோ. ஐ ஆம் ரியலி என்ஜாயிங்க் இட்.’

‘பாட்டர்ஸன் கம்பெனி எங்கே இருக்கு?’ என்று கேட்டான் கஸ்தூரி.

‘‘டி’ ப்ளாக். இம்போர்ட்ஸ் அண்ட் எக்ஸ்போர்ட்டர்ஸ்தானே?’

‘ஆமாம்.’

‘அதிலே கபூர்னு ஒருத்தனை எனக்குத் தெரியும். பெரிய ஃப்ராட்.’

தான் அங்கு வேலைக்குப் போகப் போவதாகச் சொல்லலா மென்று கஸ்தூரி நினைத்தான். நிறுத்திக் கொண்டான்.

‘அங்கே யாரைப் பார்க்கணும்?’

‘ஒருத்தரையும் வேண்டாம். சும்மா கேட்டேன்.’

‘இங்கே வேலைக்கு வந்திருக்கேளா, இனிமேதான் பாக்கணுமா?’

‘இனிமேதான் பார்க்கணும்.’

‘ஷார்ட் ஹான்ட், டைப்ரைட்டிங் தெரியுமா?’

‘தெரியாது.’

‘தெரிஞ்சா, உ.டனே வேலையிருக்கு. எங்க கம்பெனியிலேயே. கிராஜுவேட்டா?’

கஸ்தூரிக்கு எரிச்சலாக வந்தது. பதில் சொல்லவில்லை. நெருப்புப் பெட்டியைக் கீழே போட்டுவிட்டு எடுப்பது போல் கீழே குனிந்தான்.

'கிராஜுவேட்டா?'

'சரி. அப்போ நான் வரட்டுமா?' கஸ்தூரி அவன் பதிலுக்குக்கூடக் காத்திராமல் மேலே நடந்தான்.

டி பிளாக்கில், அவன் வேலை செய்யப் போகும் கம்பெனியை வாசலிலிருந்து பார்த்தான். பெரிய கம்பெனிதான். நியான் சைன்களுடன் பளபளத்தது. உள்ளே சென்று பார்க்கலாம் என்று ஒரு கணம் யோசித்தான். அதற்குத் தகுந்த உடையில் தான் வரவில்லையென்று அவனுக்குப் பட்டது. எப்படியும்தான் நாளைக்கு மறுநாள் வரப் போகிறோமே!

இம்போர்ட்டர்ஸ் அண்ட் எக்ஸ்போர்ட்டர்ஸ். இவர்களுக்கான லையாசன் வேலை என்றால்... அது ஒரு நாணயமான வேலை என்று எதிர்பார்த்து கஸ்தூரி வரவில்லை. தன்னைப் பார்த்து தகுந்த ஆள் என்று அவர்கள் தேர்ந்தெடுத்திருப்பதே. சே. தன் முகத்தைப் பார்த்தால் நாணயமற்றவனாகவா தெரிகிறது? தன்னுடைய தோற்றம், பேச்சு, இவற்றையெல்லாம் அவர்களுக்கு அனுகூலமாக இருக்குமென்று கணக்கிட்டிருக்கிறார்கள். இதில் நாணயம், நாணயமற்ற தன்மை எங்கிருந்து வந்தன?

அவன் கனாட் பிளேஸை ஒரு சுற்றுச் சுற்றிவிட்டு வீட்டுக்குப் போகும்போது ராமனாதன் அவனுக்காகக் காத்திருந்தார்.

'காபி சாப்பிடுங்கோ. கிளம்பலாம்.'

'காபி சாப்பிட்டு விட்டேன். கிளம்பலாம்' என்றான் கஸ்தூரி.

'எங்கே?'

'கனாட் பிளேஸ்லே ஒரு ஹோட்டல்லே. ஆனா இன்னொண்ணு. நான் கரோல் பாக்கிலே இடம் பார்க்கலாம்னு இருக்கேன்.'

'ஏதாவது பார்த்தாச்சா?'

'மெஸ் நிறைய இருக்காம். இடம் கிடைக்கும்னு ஒருத்தர் சொன்னார்.'

ராமனாதன் பதில் சொல்லவில்லை. கஸ்தூரி தன் பெட்டி, ஹோல்டாலை எடுத்துக்கொண்டான்.

'டாக்சியிலே போகலாம், டோங்கா வேண்டாம். டாக்சி வெளியிலே போனாக் கிடைக்கும்னு நினைக்கிறேன்.' என்றான் கஸ்தூரி.

'அஜ்மல்கான் ரோட் பக்கத்திலே ராகவன் மெஸ்னு ஒண்ணு இருக்கு. அங்கே இடம் இருக்கலாம்' என்றார் ராமநாதன்.

கரோல் பாக் வந்ததும், மைலாப்பூர் வந்துவிட்டாற்போல தோன்றியது கஸ்தூரிக்கு. சாஸ்திரிகள், பட்டுப் புடைவை மாமிகள், வேட்டியைத் தூக்கிக் கட்டிக்கொண்டு சென்ற நடுத்தர வயது மாமாக்கள், வெற்றிலைப் பாக்கு, வாழை இலை, வாழைக்காய், அருமையான தமிழ் வசவுகள்.

'பம்பாயிலே மாதுங்கா போலிருக்கு, இங்கே கரோல் பாக்!' என்றான் கஸ்தூரி.

'ஆமாம்.'

ராகவன் மெஸ் என்பது பெரிய கட்டடம். அவன் போனபோது அங்கே வாசலில் இரண்டு, மூன்று தமிழ் இளைஞர்கள் ஒரு மோசமான திரைப்படத்தைப் பற்றி விமரிசனம் செய்து கொண்டிருந்தனர். உள்ளே போனதும் டைனிங் ஹால், ஒரு பாட்டு வாத்தியார் போலிருக்கிறது. சிந்தித்துக்கொண்டே காபி சாப்பிட்டுக் கொண்டிருந்தார்.

ராமனாதன் ராகவனைத் தேடிக்கொண்டு உள்ளே போனார்.

ராகவன் தாடி மீசையுடன் காணப்பட்டான். ஐயப்ப பக்தன். சபரிமலை போக இருக்கிறான்.

'சார், தாமசிக்கலாம். மூணு பேர் ஒரு ரூம்லே. சாப்பாடு, இரண்டு காபி, ராத்திரி பால், ஒரு கட்டில் - மாசம் நூற்றிருபது ரூபா.'

'இதான் ஜெனரல் ரேட்' என்றார் ராமனாதன்.

'சரி' என்று தலையசைத்தான் கஸ்தூரி. அவனுடைய சாமான்களை மாடிக்கு எடுத்துச் சென்றான் மெஸ் பையன்.

ஒரு சிறிய அறை. மூன்று கட்டில்கள் போடப்பட்டிருந்தன. ஒரு கட்டிலில் ஏராளமான சினிமா பாட்டுப் புத்தகங்கள் கிடந்தன.

அறை முழுவதும் சினிமா நட்சத்திரங்களின் புகைப்படங்கள்; நிர்வாணக் கோலத்தில் பின்-அப் பெண் காலண்டர்கள். அங்கு போடப்பட்டிருந்த ஒரு மேஜையில் வெங்கடாஜலபதி படம். ஊதுவத்தி மணம்.

'இன்னும் இரண்டு பேரா இங்கே?' என்று கேட்டான் கஸ்தூரி.

'ஆமாம். ஆபீஸ் போயி.' என்றான் ராகவன்.

நல்ல இடம் கிடைக்கும் வரை இந்தப் பின்-அப் பெண்களையும் வெங்கடாஜலபதியையும் பார்த்துக் கொண்டுதான் இருக்கவேண்டும். வேறு வழியில்லை.

'சாருக்கு எங்கே ஜோலி?' என்று அக்கறையுடன் விசாரித்தான் ராகவன்.

'கம்பெனி. மாசா மாசம் பணம் ஒழுங்கா வந்துடும்!' என்று உத்திரவாதம் அளித்தார் ராமனாதன்.

'பைசாவுக்கென்ன சார். கம்பெனியா கவர்மெண்டான்னு சோதிச்சு.'

கஸ்தூரி தன் கட்டிலில் உட்கார்ந்தான். அது அவனை உள்ளே இழுத்துக்கொண்டது.

'வேறே கட்டில் இல்லையா?' என்று கொஞ்சம் கோபத்துடன் கேட்டான் கஸ்தூரி.

'நாடாக் கட்டில் உண்டு. நாலு ரூபா கூட!' என்று வெற்றிலைக் காவி தெரிய சிரித்தான் ஐயப்ப பக்தன்.

'பத்து ரூபாகூட வாங்கிக்கங்க. நல்ல கட்டிலா கொடுங்கோ.'

ராமனாதன் கஸ்தூரியின் தோள்களில் கையை வைத்தார். கோபப்பட்டால், ராகவன் இடம் இல்லை என்று சொல்லி விட்டானானால், மறுபடியும் தன்னை அவர் வீட்டுக்கு அழைத்துச் செல்லவேண்டிய பொறுப்பு ஏற்பட்டுவிடும்.

'சார் கொஞ்சம்' என்று ஆரம்பித்த ராகவனை இடைமறித்தார் ராமனாதன்.

'வேறே கட்டில் இருந்தா கொடுத்துடேன். டோன்ட் லூஸ் யுவர் டெம்பர் மிஸ்டர் கஸ்தூரி!'

ராகவன் ஏதோ முணுமுணுத்துக்கொண்டே கீழே சென்றான்.

'கொஞ்சம் அட்ஜஸ்ட் பண்ணிண்டு இருங்கோ. கரோல் பாக்கிலே தனி ரூம் கிடைக்கலாம். அப்போ நான் வரட்டுமா?'

'தேங்க் யூ' கஸ்தூரி எழுந்திருந்து அவருடன் கை குலுக்கினான்.

அவர் வாசல் வரை சென்றவர், மறுபடியும் திரும்பி வந்தார்.

'கொஞ்சம் ஹெல்ப் பண்ண முடியுமா?' அவர் உடம்பு பல கோணல்களாக வளைந்தது.

'எஸ்.'

'முப்பது ரூபா இருந்தா கொடுங்கோ. ஒண்ணாம் தேதி கொடுத்துடறேன்.'

கஸ்தூரி பெட்டியைத் திறந்து ஒரு கவரில் போட்டிருந்த பணத்தில் மூன்று பத்து ரூபாய் நோட்டுகளை எடுத்துக் கொடுத்தான்.

'ஒண்ணாம் தேதி தந்துடறேன்.'

'பரவாயில்லே. எப்போ சவுகரியமோ அப்போ கொடுங்கோ.'

'நீங்க இந்த ஞாயிற்றுக்கிழமை நம்பாத்திலே சாப்பிட வாங்களேன்.'

'தேங்க்ஸ். முடிஞ்சா வரேன். உங்க டெலிபோன் நம்பர் என்ன?'

'743567.'

'ஆல்ரைட், போன் பண்ணறேன்' - அவன் அவருடைய போன் நம்பரை டைரியில் குறித்துக்கொண்டான்.

ராமநாதன் போன சற்று நேரத்திற்கெல்லாம் கட்டில் வந்தது. நாடா கட்டில். மெஸ் பையன் கஸ்தூரியின் படுக்கையை அதில் விரித்தான்.

மெஸ் பையனுக்கு தமிழ் தெரியாது. ஓரிரண்டு வார்த்தைகள் தெரியும். அவன் முகத்தில் மங்கோலியக் களை. உத்திரப் பிரதேசத்து மலை நாட்டுப் பையன். முகத்தில் குழந்தைத்தனம் சொட்டியது.

கஸ்தூரி கட்டிலில் படுத்துக்கொண்டான். இத்தனை நேரமாக அவனுக்கு ரயிலில் வந்த இரண்டு நாள் அசதி தெரியவில்லை. இப்பொழுதுதான் தெரிந்தது. உடல் அசதியைக் காட்டிலும், மன அசதிதான் அதிகம்.

தில்லியில் அவன் சந்தித்த முதல் தமிழர் ராமனாதன். அது அவனுக்கு உற்சாகம் ஊட்டக் கூடியதாக இல்லை. தமிழர்கள் எங்கு போனாலும் தங்கள் பண்பாட்டைக் காப்பாற்றி வருவார்கள் என்பது பொதுவான அபிப்பிராயம். உதவி செய்தாலும் ஒரு நிர்ப்பந்தத்தின் பேரில் உதவி செய்வதாகக் காட்டிக் கொள்வது, உலகத்திலுள்ள புத்திசாலித்தனம் எல்லாம் தமிழனிடம்தான் திரண்டிருப்பதாக நினைப்பது, கிருத்திகையன்று மட்டும் சிகரெட் குடிக்கக் கூடாது என்ற ஆசாரம், தன்னைச் சுற்றி போலி அந்தஸ்தாகிய ஒரு மாயத் திரையை எழுப்பிவிட்டு, கடைசியில் வெறும் மனிதனாகி 'முப்பது ரூபாய் கடன் கொடுக்க முடியுமா?' என்று கூனிக் குறுகுவது - பண்பாடு என்பது இதுதானா?

கதவைத் திறந்துகொண்டு ஒரு வாலிபன் உள்ளே வந்தான். கறுப்பு சூட்; சுருள் மயிர்; வாயில் ஒரு சிகரெட். கையிலிருந்த ஒரு புத்தகத்தை மேஜையின் மீது எறிந்தான். 'ஓர் இரவு ராணியின் அந்தரங்கக் காதல்கள்!' (ஆங்கிலப் புத்தகம்)

'மை நேம் ஈஸ் விஜயன்' என்று கைகளை நீட்டினான் அவ்வாலிபன்.

'ஐ ஆம் கஸ்தூரி' கட்டிலிலிருந்து எழுந்திருக்க முயன்ற அவனைத் தடுத்தான் விஜயன்.

'நோ. நோ. சும்மா படுத்துக்கோங்க.' அறையைச் சுற்றிச் சூழ்ந்திருந்த பின்-அப் படங்களை யார் மாட்டியிருப்பார்கள் என்று கஸ்தூரிக்குத் தெரிந்துவிட்டது.

'இன்னிக்குத்தான் ஊரிலிருந்து வந்தேளா?'

'ஆமாம்.'

விஜயன் ஷூவைக் கழற்றிவிட்டுச் செருப்பை மாட்டிக் கொண் டான். பிறகு ஏதோ நினைவு வந்தவன் போல் பையிலிருந்து சிகரெட் பாக்கெட்டை எடுத்து கஸ்தூரியிடம் நீட்டினான். சார்மினார்! கஸ்தூரிக்கு அது தாங்காது.

'ஐ ஆம் சாரி. ஐ வில் டேக் மை பிராண்ட்' கஸ்தூரி எழுந்திருந்து தன் சட்டைப் பையிலிருந்த சிகரெட்டை எடுத்து பற்றவைத்துக் கொண்டான்.

'நீங்க என்ன, கம்பெனியிலே இருக்கேளா, கவர்மெண்டா?'

'மோடி பிரதர்ஸ். ஸ்டெனோ. இந்தத் தடவை ஐ.ஏ.எஸ். எழுதப் போறேன். பார்க்கணும்.'

'விஷ் யூ ஸக்ஸெஸ்.'

'தேங்க் யூ. நீங்க என்ன?'

'பாட்டர்ஸன் கம்பெனியிலே லையாசன் ஆபீஸரா சேரப் போறேன்.'

'பாட்டர்ஸன். இம்போர்ட்டர்ஸ் அண்ட் எக்ஸ்போர்ட்டர்ஸ். நல்ல சம்பளம் தருவானோ?'

'பரவாயில்லே. சுமாரா தரான்.'

'லையாசன் உத்தியோகம்னா - குஷியான ஜாப். ஒரு தனி ஃப்ளாட் எடுத்துக்கக் கூடாதோ? ராகவன் மெஸ்ஸுக்கு வந்து அவஸ்தைப்படறேளே!'

'ராகவன் மெஸ்ஸுக்கு வந்தால் அவஸ்தைதானா?'

'ஆமாம்' என்று சொன்னவன், திடீரென்று நிறுத்தினான்.

'என்ன நிறுத்திட்டேள்?'

'ஐ ஆம் சாரி. நான் என்ன உங்களுக்கு யோசனை சொல்றது?'

'ஏன் அதனாலென்ன? தனி ஃப்ளாட் எடுத்துண்டா எல்லா விஷயங்களுக்கும் சவுகரியம்னு நினைக்கிறேள். அப்படித் தானே?'

'ஆமாம்' என்றான் விஜயன், அசட்டுச் சிரிப்புடன்.

அப்பொழுது ஒருவர் உள்ளே நுழைந்தார். நடுத்தர வயதிருக்கும். நெற்றியில் ஸ்ரீசூர்ணம், கரிய திருமேனி. நல்ல ஸ்தூல சரீரம். அணிந்திருந்த சூட் தொளதொளவென்றிருந்தது.

‘வாங்கோ பெருமாளே’ என்றான் விஜயன். வந்தவர் கஸ்தூரியை உற்றுப் பார்த்தார்.

‘புதுசா வந்திருக்கார். பாட்டர்ஸன் அண்ட் கம்பெனியிலே லையாசன் ஆபீசர். இவர்தான் மிஸ்டர் சடகோபன். கன்னா அண்ட் கன்னாவிலே அக்கவுண்டன்ட்.

‘நமஸ்காரம். என் பேர் கஸ்தூரி.’

‘ஐ ஆம் சாரி. பேரைச் சொல்லலியா?’

‘கஸ்தூரின்னா, நீங்களும் பெருமாளா?’ தோள்களைக் குலுக்கிக் கொண்டு சிரித்தார் சடகோபன்.

கஸ்தூரி சிகரெட்டை இழுத்துப் புகையை விட்டான்.

‘இங்கே படம் எல்லாம் நல்லாயிருக்கு! அவன் பார்வை காலண்டரில் லயித்திருந்தது.

‘எல்லாம் பெருமாளோட கைங்கரியம், என்னோடது இல்லே’ என்றான் விஜயன்.

கஸ்தூரி திடுக்கிட்டான்! ‘யார் மாட்டியிருக்கா?’

‘மிஸ்டர் சடகோபன்.’

சடகோபன் புன்னகை செய்தார்.

‘அப்போ அந்த வெங்கடாஜலபதி படம் உங்களுடையதா?’ என்று கேட்டான் கஸ்தூரி.

‘ஆமாம்’ என்றான் விஜயன். அவன் மற்றொரு சிகரெட்டைப் பற்றவைத்துக் கொண்டான்.

# 2

அடுத்த நாள் கஸ்தூரிக்கு விழிப்பு ஏற்பட்டபோது மணி எட்டு. அன்று ஞாயிற்றுக் கிழமை குளிரில் நேரம் தெரியாமல் தூங்கிவிட்டான். ரெயிலில் வந்த அசதி வேறு.

இரவு முழுவதும் பல விசித்திரமான கனவுகள். ஒன்றுக் கொன்று சம்பந்தமேயில்லை. பல்வகையான உணர்ச்சி நிலைகள், பயம், ஆச்சரியம், மகிழ்ச்சி, வேதனை. தூங்கி எழுந்தவுடன், சொப்பனங்களை நினைவுக்குக் கொண்டு வர முயன்றான். ஒன்றுமே ஞாபகத்துக்கு வரவில்லை. இது அவனுக்கு வியப்பைத் தந்தது.

ஊதுவத்தி மணம். விஜயன் பூஜை செய்து கொண்டிருந்தான். கண்களை மூடிக்கொண்டு, இரண்டு கைகளையும் கட்டியவாறு,

நின்ற நிலையிலிருந்தான். அவன் உடம்பு லேசாக ஆடிக் கொண்டிருந்தது.

சடகோபன் உடம்பில் எண்ணெய் வழிய, வெய்யிலில் நின்று கொண்டிருந்தார்.

'நன்னாத் தூங்கினேளா?' என்று தொடையில் எண்ணெயை அழுத்தமாகத் தேய்த்துக் கொண்டே, அவர் கேட்டார். அவர் கரிய திருமேனி எண்ணெய் அலங்காரத்துடன் வெய்யிலில் பளபளத்தது.

'சுமாராத் தூங்கினேன். ஒரே சொப்பனம்!'

புன்சிரிப்புடன் சடகோபன் காலெண்டர்களைப் பார்த்தார். 'ஆமாம், அப்படித்தானிருக்கும்.'

கம்பளியை உதறியவாறு கட்டிலிலிருந்து எழுந்து உட்கார்ந்தான் கஸ்தூரி.

'இது என்ன எண்ணெய் தெரியுமா?'

'தெரியாது.'

'கடுகெண்ணெய். குளிர் காலத்திலே தேச்சுண்டா உடம்புக்கு இதம், ஒரு பளபளப்பு வரும்.'

'வாஸ்தவம்' என்றான் கஸ்தூரி.

'பல்லைத் தேச்சுட்டு வாங்கோ. சூடா காபி சாப்பிலாம்.'

கஸ்தூரி பிரஷ்ஷில் பற்பசையைத் தடவிக்கொண்டு புறப் பட்டான்.

'கீழே போங்கோ, ஸிங்க் இருக்கு' என்றார் சடகோபன்.

ஸிங்க் அருகே ஒருவர் தொண்டைவரை கையைவிட்டுக் கொண்டு, கொப்பளித்துக் கொண்டிருந்தார். குதிரை கனைப்பது போலிருந்தது. கஸ்தூரி பொறுமையாக நின்றுகொண்டிருந்தான்.

முகத்தை அலம்பிய பிறகு, பக்கவாட்டமாக நின்று தன் அழகை அவர் எதிரேயிருந்த கண்ணாடியில் ரஸித்தார். கன்னத்திலிருந்த குளிர்கால வெடிப்புகளை பரிவுடன் தடவினார். அப்பொழுது

தான் அவருக்கு கஸ்தூரி காத்துக் கொண்டிருக்கிறார் என்ற நினைவு வந்திருக்க வேண்டும்.

'ஐ ஆம் சாரி!' என்று சொல்லிக்கொண்டே நகர்ந்தார்.

கஸ்தூரி பல்லைத் துலக்கிவிட்டு டைனிங் ஹாலில் நுழைந்தான். நல்ல கூட்டம். தமிழ்ச் சினிமாவுக்குப் போகும் அவசரம். ஒரு சமயச் சடங்கை ஆற்றும் அக்கறை.

கஸ்தூரி ஓரமாக உட்கார்ந்து கொண்டான். அவன் பக்கத்தில் உட்கார்ந்திருந்த ஒருவர் பெர்ட்ராண்ட் ரஸ்ஸல் எழுதிய 'ABC ஆஃப் ரிலேடிவிடி' என்ற புத்தகத்தைக் கையில் வைத்துக் கொண்டு, ஏதோ தீவிரமாக யோசித்துக் கொண்டிருந்தார்.

அவர் பார்வை அவன் மீது ஒரு கணம் படிந்தது. பிறகு ஏதோ ஜடப் பொருளை ஒதுக்குவது போல், மீண்டும் யோசனையில் ஆழ்ந்து விட்டார்.

' $E=Mc^2$ ' என்றான் கஸ்தூரி.

'எஸ்?' என்று திடுக்கிட்டது போல் அவனை அவர் திரும்பிப் பார்த்தார்.

'காபி கொண்டுவர எத்தனை நாழி?' என்று புருவத்தைச் சுளித்தான் கஸ்தூரி.

அவர் தன்னைத் தொடர்ந்து பார்த்துக்கொண்டிருக்கிறாரென்று கஸ்தூரிக்குப் பட்டது. ஆனால் அவன் அவர் பக்கம் திரும்ப வில்லை. ஐன்ஸ்டீனே தம்முடன் வந்து பேசியிருப்பாரோ என்ற பிரமை அவருக்கு ஏற்பட்டிருக்க வேண்டும். சுற்று முற்றும் பார்த்தார்.

'இட்லி கொண்டாய்யா ஜல்தி!' என்று அங்கே வந்த சர்வரிடம் கொஞ்சம் கோபத்துடன் சொன்னார்.

காபியைக் குடித்துவிட்டு மாடிக்குச் சென்றான் கஸ்தூரி.

விஜயன் பூஜையை முடித்துவிட்டு, கையில் சிகரெட்டுடன், 'இரவு ராணியின் அந்தரங்கக் காதல்'களைப் படித்துக் கொண்டிருந்தான்.

'தினம் பூஜை உண்டா?' என்று கேட்டுக்கொண்டே, கட்டிலில் உட்கார்ந்தான் கஸ்தூரி.

'தினம் எங்கே டயம் கிடைக்கிறது. ஞாயிற்றுக்கிழமைதான்.' அவன் கையில் இருந்த புத்தகத்தை மேஜையின் மீது எறிந்தான். வேங்கடேச சுப்ரபாதத்துடன் 'இரவு ராணி' கொஞ்சிக் குலாவினாள்.

'சடகோபன் எங்கே? குளிக்கப் போயிருக்காரா?'

'ஆமாம். அவரைப் பார்த்தால் பூஜை செய்யறவரா தோணித்தோ, உங்களுக்கு?'

'முதலிலே அப்படித்தான் தோணித்து. ஆனால் நீங்க சொன்னப் புறம் ஐ வாஸ் நாட் சர்ப்ரைஸ்ட். இவர் மாதிரி ரொம்ப பேரைப் பார்த்திருக்கேன்.'

'பெரிய ஃபிராட்!'

'யாரு?' என்று கேட்டான் கஸ்தூரி. அவன் குரல் சகஜமாக இருந்தது. அவன் கட்டில் மீது கிடந்த செய்தித்தாளை எடுத்தான்.

'சடகோபன்தான். பொண்டாட்டியைப் பத்து வருஷமா தள்ளி வைச்சிருக்கார். காரணம் தெரியுமா?'

'ஏன்?' குரலில் ஒரு அசுவாரசியம். செய்தித்தாளில் காணப்பட்ட ஒரு அயல் நாட்டுச் செய்தி அவன் கவனத்தை ஈர்த்தது.

'பார்க்க நன்னாயில்லையாம். ஒரே கறுப்பாம். எப்படி இருக்கு?'

கஸ்தூரி விஜயனை நிமிர்ந்து பார்த்தான்.

'யாரு கறுப்பாம்?' என்று கேட்டான்.

'அவர் பொண்டாட்டி.'

'சிவப்புன்னு சொல்லுங்கோ. அப்பொதான் அவருக்கு எரிச்சல் ஏற்பட நியாயம் இருக்கு.'

விஜயன் சிரித்தான். அவன் சிரிக்கும்போது கன்னம் குழிவடைந் தது. நல்ல கலையான முகம் என்று பட்டது கஸ்தூரிக்கு.

'ஹலோ. விஜய்...' உள்ளே ஓர் இளைஞன் நுழைந்தான். தடித்த பாட்டில் கண்ணாடி. முகத்தில் ஒரு நிரந்தரமான கேலிப் புன்னகை. இருபத்தைந்து வயதிருக்கலாம். நாற்பது வயது

முதுமை. இரண்டு கன்னங்களும் ஒன்றையொன்று தொட்டுக் கொள்ள முயன்றன.

'மிஸ்டர் கஸ்தூரி, மிஸ்டர் பாலு' என்று இருவரையும் ஒருவருக்கொருவர் அறிமுகம் செய்துவைத்தான் விஜயன்.

'ப்ளீஸ் கிவ் மீ யுவர் ப்ராண்ட்!' என்று விஜயனைக் கேட்டான் பாலு. விஜயன் சார்மினார் பாக்கெட்டை நீட்டினான்.

சிகரெட்டைப் பற்றவைத்துக்கொண்டு, கைகளைக் குவித்து புகையை உள்ளே இழுத்தான் பாலு.

'பாலு ஒரு பெரிய ஸ்காலர்!' என்றான் விஜயன்.

பாலு தன் சோடா பாட்டில் கண்ணாடியைக் கழற்றி கைக் குட்டையினால் துடைத்துப் போட்டுக்கொண்டான்.

'பாலு படிக்காத இங்கிலீஷ் புத்தகங்களே கிடையாது. பிரஞ்சு, ஜெர்மன், ரஷ்யன் மூன்று பாஷைகளும் நன்றாகத் தெரியும். லா மினிஸ்டிரிலே அசிஸ்டன்டா இருக்கான்' என்று தொடர்ந்து கூறினான் விஜயன்.

'கோ ஸ்லோ, கோ ஸ்லோ' என்று சிரித்துக்கொண்டே சொன்னான் பாலு. அவனுடைய சிறிய கண்களில் நன்றி கண்ணீராய்க் கசிந்தது.

'மிஸ்டர் கஸ்தூரி பாட்டர்ஸன் அண்ட் கோவுலே லையாசன் ஆபீசர். நாளைக்குப் போய் சேரப் போகிறார்.'

'ரியலி...' இருக்கையை விட்டு எழுந்து லாங் ஜம்ப் தாண்டுவது போல் உடலை வளைத்துக் கைகளை நீட்டினான் பாலு.

கஸ்தூரிக்கு வேடிக்கையாக இருந்தது. பாலுவின் கைகளில் சொரசொரப்பு அதிகமாகக் காணப்பட்டது.

'உங்களுடைய இன்டெரஸ்ட்ஸ் என்ன என்ன?' என்று கேட்டான் பாலு.

'உங்க மாதிரி ஸ்காலர்ஸை சந்தித்துப் பேசறதுதான். புத்தகம் படிச்சுத் தெரிஞ்சுக்கிறதைக் காட்டிலும் இது சுலபமான வழி, இல்லையா?'

'பைன் ஆர்ட்ஸ் ஹால்லே ஒரு பெயின்டிங் எக்ஸிபிஷன் போயிருந்தேன்.'

'எப்படி இருந்தது?'

'யாரோ ஸண்டே பெயின்டர் அட்மாஸ்பியர் இருந்தது. ஆனா, சென்டிமன்ட் ரொம்பக் கூட.'

'இதற்கு என்ன சொல்கிறாய்?' என்பது போல் விஜயன் கஸ்தூரியைப் பார்த்தான்.

'டிபன் சாப்பிடறேளா?' என்று கேட்டான் கஸ்தூரி பாலுவை.

'நோ, தாங்ஸ். இப்பத்தான் சாப்பிட்டு வறேன்' - சிறிது நேரம் அமைதி.

'நேற்று ஒரு மூவிக்குப் போயிருந்தேன். டச்சுப் படம். மை காட்! என்னமா எடுத்திருக்கான்! நம்மவங்களும் படம் எடுக்கிறானே!' என்று தொடர்ந்தான் பாலு.

'என்ன தீம்?' என்று கேட்டான் விஜயன்.

'ஒரு இருட்டு அறை. உள்ளே ஒரு பைத்தியக்காரியோட கண் மட்டும் விசுவரூபமா தெரியறது. ரூம் வெளியிலிருந்து, ஒரு சொறி பிடிச்ச நாய் சாவித் துவாரம் வழியா வேடிக்கை பார்க்கிறது. மை காட்! என்ன எஃபெக்ட், என்ன எஃபெக்ட்.'

'பைத்தியக்காரியோட கண்ணுன்னு எப்படித் தெரியும்?' என்று கேட்டான் விஜயன்.

'அப்ஸ்ட்ராக்ட் சஜெஷன்தான். இந்த மாதிரி பத்துப் படம் பார்த்தா...'

'யாருக்குப் பைத்தியம் பிடிக்கலேன்னு கண்டுபிடிக்கறது கஷ்டம்!' என்றான் கஸ்தூரி.

பாலுவின் முகத்தில் செம்மை படர்ந்தது. கண்ணாடியைக் கழற்றி மிக வேகமாகத் துடைத்துப் போட்டுக்கொண்டான். அவன் கண்ணாடியைக் கழற்றியபோது, அவன் முகத்தைப் பார்க்கப் பரிதாபமாக இருந்தது. அதுதான் அவனுக்களித்த பாதுகாப்பு. கண்ணாடியைப் போட்டுக்கொண்டதும் அவன் நம்பிக்கையும் உற்சாகமும் மீண்டும் அவனை வந்தடைந்தன.

‘யு ஆர் டிரையிங் டு பி சர்க்காஸ்டிக்... அப்படித்தானே?’ என்று கேட்டான் பாலு.

‘ஐ ஆம் நாட் ட்ரையிங்’ என்று பதிலளித்தான் கஸ்தூரி.

விஜயனுக்குச் சங்கடமாகயிருந்தது. கஸ்தூரி பாலுவைக் கண்டு வியந்து பாராட்ட வேண்டுமென்பது அவன் விருப்பம்.

சிறிது நேரம் மவுனம்.

கஸ்தூரி காலி சிகரெட் பாக்கெட்டை எடுத்து ஜன்னலுக்கு வெளியே போட்டான்.

‘கனமா இருந்த மாதிரி இருந்தது. ஆனால் உள்ளே காலி. சிகரெட் வாங்கிண்டு வரேன்’ என்று அவன் புறப்பட்டான்.

‘கொஞ்சம் திமிர் பிடிச்சவன் மாதிரி தெரியறது’ என்றான் பாலு, அவன் வெளியே போனவுடன்.

‘யாரு?’ என்று கேட்டுக்கொண்டே உள்ளே வந்தார் சடகோபன்.

‘பெருமாளா! வாங்கோ...’ என்று வரவேற்றான் பாலு.

ஈரத் துணியைக் கொடியில் உலர்த்தினார் சடகோபன். ‘யாரு திமிர் பிடிச்சவன்னு சொன்னே?’ என்று அவர் கேட்டார்.

‘உங்க புது ரூம் மேட். மிஸ்டர் கஸ்தூரி. ஜாக்கிரதையா இருங்கோ.’

‘ஏன் உன்னாலே அவனுக்குச் சரியா வழக்காட முடியலியா? வழக்காட முடியாதவனுக்குக் கடைசி ஆயுதம் வசவு. அப்படித் தானே!’ என்று சொல்லிக்கொண்டே திருமண் பெட்டியைக் கையிலெடுத்தார் சடகோபன்.

‘சேச்சே... எனக்கென்ன அவனோட வழக்கு? ஹீ ஈஸ் நாட் வொர்த் மை மெட்டில்!’

சடகோபன் சொன்னதுதான் சரியாகப் பட்டது விஜயனுக்கு. பாலு வுக்கு இவ்வளவு எரிச்சல் ஏற்படுவதற்கு வேறு காரணமில்லை. கஸ்தூரி விஜயனின் மதிப்பில் உயர்ந்தான்.

‘எங்கே புது பின்-அப் ஒண்ணும் காணோம்?’ என்று கண்களைச் சிமிட்டிக்கொண்டே கேட்டான் பாலு.

'அட ச்சீ.. அதைப் பார்க்கத்தான் தினம் நீ இங்கே வறே! இதிலே யோக்கியமானவன்னு வேஷம் வேறயா?' என்று ஸ்ரீ சூர்ணத்தையும் கையில் குழைத்துக்கொண்டே சொன்னார் சடகோபன்.

'நான் ஏன் காலெண்டரைப் பார்க்கணும் பெருமாளே? உங்களுக்குத்தான்...'

'ஏன் அசல் பொம்மனாட்டிகளே உனக்குக் கிடைப்பாளோ? இருந்தா எனக்கும் சொல்லேன்.'

'இருக்கு, போறேளா? சுந்தர் நகர்லே பிரஞ்சுக்காரி ஒருத்தி ஒரு சலூன் வைச்சு நடத்தறா.. மஸாஜ், ஹாட் டவல்ஸ், டர்க்கிஷ் பாத் எல்லாம் உண்டு. ஒரு தடவைக்கு நாற்பத்தைந்து ரூபா. போறேளா?'

'எல்லாம்னா. எல்லாம் உண்டா?'

'எல்லாம்னா எல்லாம்தான்!'

கஸ்தூரி அப்பொழுது உள்ளே நுழைந்தான்.

'வாங்கோ. சரியான சந்தர்ப்பத்திலேதான் வந்தேள்' என்று கூறினார் சடகோபன்.

'நோ ப்ளீஸ். நோ' என்று அவரை மேலே சொல்லவொட்டாமல் தடுத்தான் பாலு.

'சொன்னா என்ன? இந்த ஊர்லே என்னென்ன இடங்களைப் பார்க்கணும்னு அவருக்கும் தெரிய வேண்டாமா?'

கஸ்தூரி கட்டிலில் உட்கார்ந்தான். சிகரெட் பாக்கெட்டைப் பாலுவிடம் நீட்டினான். அவன் தயக்கத்துடன் ஒன்றை எடுத்துக் கொண்டான். விஜயன் தன் பாக்கெட்டிலிருந்து ஒரு சிகரெட்டை எடுத்து பற்ற வைத்தான்.

'என்ன அப்படி முக்கியமான இடம்?' என்று கேட்டான் கஸ்தூரி.

'சுந்தர் நகர்லே ஒரு இடமாம். பொம்மனாட்டியே மஸாஜ் பண்ணி குளிப்பாட்றாளாம். நாப்பத்தஞ்சு ரூபாயாம். பாலு சொல்றான்' என்றார் சடகோபன்.

'நான் இவ்வளவு மோசமா சொல்லலே' என்றான் பாலு.

‘அவர் இன்டலெக்சுவல். இப்படியெல்லாம் சொல்லமாட்டார்!’ என்றான் கஸ்தூரி.

‘ஐ ஹோப் யூ மீன் இட்’ என்றான் பாலு. அவன் குரல் பலவீனமாக ஒலித்தது.

‘ஏன் இந்தச் சந்தேகம் உங்களுக்கு?’ என்று சிரித்துக்கொண்டே கேட்டான் கஸ்தூரி.

விஜயன் பேச்சை மாற்ற விரும்பி பாலுவைக் கேட்டான்: ‘உன்னை எங்கே போன ஞாயிற்றுக்கிழமை காணோம்?’

‘நானா? லாஸ்ட் ஸண்டே...’ என்று சிறிது நேரம் யோசித்து விட்டுப் பதில் கூறினான் பாலு: ‘ஐ ஃபாக்ஸ் ஹால் போயிருந்தேன். ஒரு பெயிண்ட்டிங் எக்ஸிபிஷன். இம்ப்ரஷனிஸம். அட்மாஸ்பியர் இருந்தது. ஃபீலிங் இல்லே.’

‘நீ சொல்றது உனக்கே புரிஞ்சா சரி’ என்றார் சடகோபன்.

‘பெருமாளே. நீங்க இருக்கேளா? ஐ ஆம் சாரி. இதெல்லாம் பேசறது தப்பு’ என்று சொல்லிவிட்டு கைகளைக் கூப்பினான் பாலு.

‘உனக்குக் கல்யாணம் ஆனா எல்லாம் சரியா போயிடும். வெண்டைக்காய் விலை பேசி வாங்குவியா, பெயின்டிங் எக்ஸிபிஷன் போவியா?’ என்றார் சடகோபன்.

‘வெண்டைக்காய் விலை பேசினா, பெயின்டிங் எக்ஸிபிஷன் போகக் கூடாதா?’ என்று கேட்டான் கஸ்தூரி.

‘அது சரி, உங்களுக்குக் கல்யாணம் ஆயிடுத்தா?’ என்று அவனை இடைமறித்தார் சடகோபன்.

‘அதைப் பற்றி யோசிக்கலே.’

‘ஏன் யோசிக்கலே?’

‘கல்யாணம் பண்ணிண்டுதான் ஆகணுமா?’ என்று கேட்டான் பாலு.

‘கல்யாணம் பண்ணிக்காம?’ என்று இழுத்தார் சடகோபன்.

‘ஏதோ ஒவ்வொரு சமயம் தேவைப்படற ஒண்ணுக்காக, வாழ்க்கை பூரா பந்தப் படணுமான்னு நினைக்கிறார் போலிருக்கு!’ என்றான் பாலு.

‘கல்யாணம்ங்கிறது லைசென்ஸ் வாங்கப்பட்ட விபசாரம்னு பெர்னாட்ஷாவோ, பெர்ட்ராண்ட் ரஸ்ஸலோ சொல்லியிருக்கான்’ என்றான் விஜயன்.

‘பெர்னாட் ஷாதான். பெர்ட்ராண்ட் ரஸ்ஸலை இழுக்காதே’ என்று கோபத்துடன் சொன்னான் பாலு.

‘நீங்க என்ன ஒண்ணும் பேசாமே இருக்கேள்?’ என்று கேட்டார் சடகோபன்.

‘பெர்ட்ராண்ட் ரஸ்ஸலா, பெர்னாட்ஷாவான்னு விவகாரம் இவர்களுக்குள்ளே தீரட்டும். கல்யாணத்தைப் பத்தி நான் யோசிக்கலேங்கிற ஒரு சிம்பிள் விஷயம், இப்படி ஒரு அகாடெமிக் இஷ்யூவா மாறவேண்டிய அவசியம் என்னன்னு எனக்குப் புரியவே இல்லே...’ என்று சிரித்துக்கொண்டே சொன்னான் கஸ்தூரி.

‘நீங்க சொல்றது வாஸ்தவம்தான். மனுஷன்தான் எல்லாத்தையும் பொழுது போகாம இஷ்யூவா ஆக்கிண்டு தலைமயிரைப் பிச்சுக்கிறான்னு என் அபிப்பிராயம்’ என்றார் சடகோபன்.

‘மனுஷன் தான்தான் சிருஷ்டியின் கொடுமுடின்னு நினைச்சுக்கிற அதிகப் பிரசங்கித்தனம்தான் அவன் அவஸ்தைப் படறதுக்குக் காரணம்னு நான் நினைக்கிறேன்’ என்றான் கஸ்தூரி.

‘மனுஷனுக்கு ஒரு அனிமல் எக்ஸிஸ்டென்ஸ் இருந்தா போதும்னு உங்க அபிப்பிராயமா?’ என்று சற்று உஷ்ணத்துடன் கேட்டான் பாலு.

‘எனக்கு எந்த விதமான அபிப்பிராயமும் கிடையாது. ஐ டேக் லைஃப் ஆஸ் இட் கம்ஸ்!’ என்று கூறிக்கொண்டே எழுந்து சோம்பல் முறித்தான் கஸ்தூரி.

பாலுவும் எழுந்திருந்தான். ‘சரிடா, அப்புறம் பார்ப்போம்’ என்று சொல்லிக்கொண்டே புறப்பட்டான்.

கஸ்தூரி பெட்டியைத் திறந்து சோப் பெட்டி, துவாலை ஆகியவற்றை எடுத்தான்.

‘குளிக்கவா?’ என்று கேட்டார் சடகோபன்.

‘ஆமாம்.’

‘பழக்கமில்லேன்னா, உடம்புக்கு வந்துடப்போறது.’

கஸ்தூரி தோள்களைக் குலுக்கிக் கொண்டான். பதிலொன்றும் கூறவில்லை.

கஸ்தூரி குளித்துச் சாப்பிட்ட பிறகு, ட்ரெஸ் செய்துகொண்டு வெளியே புறப்பட்டான்.

‘சுற்றிப் பார்க்கவா?’ என்று கேட்டான் விஜயன்.

‘ஆமாம். நீங்களும் வரேளா?’

‘ஓ எஸ்...’ என்று அவன் கூப்பிடுவதற்காகத்தான் காத்திருந்தவன் போல் உடனே கிளம்பினான் விஜயன்.

அஜ்மல்கான் ரோட்டில் கூட்டம் நிறைந்து வழிந்தது. ஞாயிற்றுக் கிழமை.

எவ்வளவு துணிக்கடைகள்! எவ்வளவு பொம்மைக் கடைகள்! ஹோட்டல்கள்! இந்தியாவில் வறுமை இருக்கின்றது என்று யார் சொன்னார்கள்?

பச்சையான தமிழ் வசவைக் கேட்டுத் திரும்பிப் பார்த்தான் கஸ்தூரி. முண்டாசு கட்டிய தமிழன் ஒருவன் வயதான தமிழ்ப் பெண்மணியிடம் பேசிக்கொண்டிருந்தான். அவனுடைய தாயாராக இருக்கவேண்டும்.

‘உள்ளூர் சரக்கு ‘சந்திரா’ உள்ளே போயிருக்கு!’ என்றான் விஜயன்.

வண்ண வண்ணமான வார்த்தைகள் மோனை அலங்காரத்துடன் வெளிவந்தன.

‘சேலத்துத் தமிழ்!’ என்று வியாக்கியானம் செய்தான் விஜயன்.

சிகரெட் வாங்க ஒரு கடைக்குச் சென்றான் விஜயன். தமிழ் நாட்டைச் சேர்ந்த கடைக்காரர். கஸ்தூரியின் கவனம் அங்கு தொங்கிய தமிழ்ப் பத்திரிக்கைகளின் மீது சென்றது.

‘சாஸ்திரிகளே, தினம் ஓசிப் பேப்பர் படிக்க வந்துடறீங்களே. பேப்பரை ஒழுங்கா மடிச்சு வைக்கறதில்லே?’ என்று கூறினார் கடைக்காரர்.

தலையில் மப்ளருடன், உடம்பைப் போர்த்திய சால்வையுடன், கையில் ‘மித்திர’னுடன் நின்றுகொண்டிருந்தார் ஒரு சாஸ்திரிகள்.

‘சரிதான் போடா. நீ இல்லாட்டா மாணிக்கம் இருக்கான். அவன் கடையிலே போய்ப் படிச்சுக்கறேன்’ என்றார் சாஸ்திரிகள்.

‘போங்களேன். யார் வேண்டாங்கிறாங்க! பயமுறுத்திப் பார்க்க நீங்களா?’

சிகரெட்டைப் பற்றவைத்துக் கொண்டு புறப்பட்டான் விஜயன்.

போகும் வழியெல்லாம் ‘டு லெட்’ போர்டுகள் தொங்கின. கஸ்தூரி அவற்றைப் படிப்பதைக் கண்ட விஜயன் கேட்டான். ஏன் உங்களுக்குத் தனி ரூமா இருந்தா தேவலைன்னு படறதா?’

‘ஆமாம்.’

‘மெஸ் அசௌகரியமா இருக்கா?’

‘அப்படியில்லே. தனி ரூமா இருந்தா இன்னும் சவுகரியமா இருக்கும்.’

‘சரி. அப்படின்னா, இங்கே கோலின்னு ஒரு ப்ரோக்கர் இருக்கான், அவன்கிட்ட போவோம்.

‘ப்ரோக்கர்கிட்டேயா?’

‘ப்ரோக்கர் உதவி இல்லாம இங்கு ரூம் கிடைக்காது’ என்று தீர்மானமாகச் சொன்னான் விஜயன்.

கோலியின் கடை திறந்திருந்தது. ஆனால் உள்ளே ஒருவரும் இல்லை. இருவரும் உள்ளே போய் அமர்ந்தனர்.

மேஜையின் மீதிருந்த டெலிபோன் ஒலித்தது. எடுத்துப் பேசலாமா, வேண்டாமா என்ற ஒரு கண நேரத் தயக்கம். விஜயன் டெலிபோனை எடுத்தான்.

‘மிஸ்டர் கோலி ஈஸ் நாட் ஹியர்’ என்றான் விஜயன். டெலிபோனைக் கீழே வைத்தான்.

மறுபடியும் டெலிபோன் ஒலித்தது. விஜயன் அதே பதிலைச் சொன்னான்.

அவர்கள் ஐந்து நிமிஷம் உட்கார்ந்திருப்பதற்குள் பத்துத் தடவை டெலிபோன் ஒலித்துவிட்டது.

அப்பொழுது யாரோ ஒரு பையன் கடைக்குள் நுழைந்தான். ஏதோ இந்தியில் சொன்னான்.

'இதோ வந்துடுவான். வெயிட் பண்ணுங்கோன்னு சொல் லிட்டுப் போறான்' என்று விளக்கினான் விஜயன்.

கொஞ்ச நேரம் கழித்து விஜயன் சொன்னான்: 'எனக்கொரு சந்தேகம்!'

'என்ன?'

'கோலியே பக்கத்திலே ஏதாவதொரு வீட்டிலேருந்து போன் பண்றானோன்னு.'

'ஏன்?'

'தனக்கு அவ்வளவு டிமான்ட் இருக்குன்னு காண்பிக்க, அவனே போன் பண்ணான்னு நினைக்கிறேன். இல்லாட்டா அஞ்சு நிமிஷத்திலே இவ்வளவு காலா?'

கஸ்தூரி பதில் கூறவில்லை. ஹை ஹீல் ஷூவில் நடை பழகிக் கொண்டிருந்த ஒரு பஞ்சாபிப் பெண் தள்ளாடிப் போவதைப் பார்த்துக்கொண்டிருந்தான்.

'ஹல்லோ.'

கட்டை குட்டையான ஆசாமி ஒருவன் உள்ளே நுழைந்தான். காஷ்மீர் ஆப்பிள் போல் சிவந்து உப்பிய கன்னங்கள்.

கோலி நாற்காலியில் உட்கார்ந்தான். அவனுக்கு மூச்சு வாங் கிற்று. பயங்கரமாக இருமினான். கண்கள் செருகத் தொடங்கின.

கஸ்தூரி பயந்துவிட்டான். என்ன ஆயிற்று இவனுக்கு?

கோலி தன் கோட் பையிலிருந்து சிறிய பம்ப் செட் மாதிரி காணப்பட்ட ஒன்றை எடுத்தான். வாய்க்குள் அதைச் செலுத்தி

சைக்கிளுக்குக் காற்றடிப்பது போல், கொஞ்ச நேரம் அதை அடித்துக்கொண்டிருந்தான். 'குப் குப்' என்று காற்று உள்ளே சென்றது.

ஐந்து நிமிஷத்துக்குப் பிறகு கோலியின் முகத்தில் புன்னகை தோன்றியது.

'எஸ். உங்களுக்கு என்ன வேண்டும்?' என்று ஆங்கிலத்தில் பேசத் தொடங்கினான் கோலி.

'அது என்ன?' என்று வினவினான் கஸ்தூரி.

'அதுவா, ஆக்சிஜன். நான் ஒரு ஆஸ்துமாக்காரன். அது கிடக்கட்டும். உங்களுக்கு என்ன வேண்டும்?'

விஜயன் கஸ்தூரியின் தேவையைச்சொன்னதும், கோலி சிறிது நேரம் ஒன்றும் பேசாமல் ஆள்காட்டி விரலால் மேஜையைத் தட்டிக்கொண்டிருந்தான். அவன் தீவிரமாக யோசிக்கிறான் என்று பட்டது கஸ்தூரிக்கு.

டெலிபோனை எடுத்து ஏதோ ஒரு எண்ணைச் சுழற்றினான். பஞ்சாபியில் விடுவிடென்று பேசினான். பிறகு கோபத்துடன் டெலிபோனைக் கீழே வைத்துவிட்டு மறுபடியும் சிந்திக்கத் தொடங்கினான்.

விஜயனும் கஸ்தூரியும் ஒருவரையொருவர் பார்த்துக் கொண்டனர்.

மேஜை டிராயரைத் திறந்து, டைரியைப் பிரித்து, இன்னொரு எண்ணை டெலிபோனில் சுழற்றினான்.

இப்பொழுது அவன் குரலில் ஒரு குழைவு காணப்பட்டது. டெலிபோனைக் கீழே வைத்தான்.

'சரி, போவோமா?' என்று கேட்டான் கோலி.

'பக்கத்தில்தான். ஐந்தாம் நம்பர் பிளாக். ஒரு ரூம் செட். நூற்றிருபது ரூபாய். பார்க்கலாமா?'

விஜயன் கஸ்தூரியை நோக்கினான்.

'சரி. பார்க்கலாம்' என்றான் கஸ்தூரி.

மூவரும் புறப்பட்டனர்.

கோலி வெகு வேகமாக நடந்தான். அவன் வேகத்திற்கு அவர்களால் ஈடுகொடுக்க முடியவில்லை.

'நீங்க சொன்னது சரின்னு படறது?' என்றான் கஸ்தூரி.

'என்னது?'

'அவனேதான் போன் பண்ணியிருப்பான். என்ன 'ஷோ' பண்ணிக் காட்டறான்!'

'எது ஷோங்கிறேள்?'

'அவன் யோசிக்கிறதும் டெலிபோன் பண்ணறதும். எல்லாம் ஹம்பக்.'

'ரூம் கிடைக்கிறது கஷ்டம்னு காண்பிச்சாத்தானே வாடகையை உசத்தலாம். ஆனால் இவங்க ஹெல்ப் இல்லாமே வீடு கிடைக்கவே கிடைக்காது.'

'ஏன் அப்படி?'

'வீட்டுக்காரன், நாம்ப தனிப்பட்ட முறையிலே போய்க் கேட்டா கொடுக்கமாட்டான். இவங்க மூலமாகத்தான் கொடுக்கிறான். இவங்களுக்கு நம்பகிட்டேயும் கமிஷன். வீட்டுக்காரங்க கிட்டேயும் கமிஷன்.'

'இது ஒரு நல்ல பிசினெஸ்.'

'டெஃபனட்லி. இவனுக்கு மாதம் ஐந்நூறு, அறுநூறு ரூபா வரும். இதைத் தவிர, அவன் கவர்ன்மெண்ட்லே வேலையா இருக்கான். பி அண்ட் டி டிபார்ட்மெண்ட்.'

கஸ்தூரி அப்பொழுதுதான் கவனித்தான். கோலியைக் காண வில்லை.

மெயின் ரோட்டில் அவர்கள் போய்க்கொண்டிருந்தனர். மெயின் ரோட்டை நாலைந்து சந்துகள் குறுக்கு வாட்டமாகச் சந்தித்தன. ஏதேனும் ஒரு சந்தில் கோலி புகுந்திருக்கவேண்டும். எந்த சந்தென்று எப்படிக் கண்டுபிடிப்பது?

கோலி வந்ததும், வாய்க்குள் காற்றைச் செலுத்தியதும், டெலிபோன் செய்ததும் எல்லாம் ஒரு பிரமை போல் தோன்றியது கஸ்தூரிக்கு.

கோலி என்பது ஓர் உருவெளித் தோற்றமா? வந்ததுபோல் மறைந்துவிட்டதா? கோலி, உருவம் மாறி திடீரென்று தோன்றினாலும் ஆச்சரியமில்லை.

யாரோ அவன் தோளைத் தொடுவது போலிருந்தது.

திரும்பிப் பார்த்தான்.

ஒரு நெடிய, வற்றலான உருவம். எப்பொழுதோ சிரித்து விட்டதின் மீதி முகத்தில் ஒட்டிக்கொண்டிருந்தது.

'நான்தான் குப்தா. கோலியின் பார்ட்னர். உங்களை, வீடு பார்க்க அழைத்துப்போகச் சொன்னான்.'

கஸ்தூரிக்கு இருதயம் நின்றுவிடும் போலிருந்தது. இவன் எங்கிருந்து திடீரென்று முளைத்தான்? அல்லது கோலிதான் குப்தாவாக உருவம் மாறி...

'கோலி எங்கே?' என்று கேட்டான் விஜயன்.

'நான் அந்தச் சந்தில் இருக்கிறேன்' என்று அவர்கள் கடந்து வந்த ஒரு சந்தைச் சுட்டிக் காண்பித்தான் குப்தா. 'கோலி, நீங்கள் பார்க்கப்போகும் வீட்டுக்கு வரமாட்டான். அந்த வீட்டுக் காரனுடன் சண்டை. என் வீட்டுக்கு வந்து உங்களை அழைத்துப் போகும்படி சொன்னான். போகலாமா?' என்று தொடர்ந்து கூறினான் குப்தா.

அவனைத் தொடர்ந்து செல்வதைக் காட்டிலும் வேறு வழி இருப்பதாகக் கஸ்தூரிக்குப் புலப்படவில்லை.

# 3

ஐந்தாம் நம்பர் பிளாக் என்று சொல்லிவிட்டு எங்கோ குப்தா போய்க்கொண்டிருப்பதைக் கவனித்ததும், விஜயன் கேட்டான்:

‘ஐந்தாம் நம்பர் பிளாக் இன்னுமா வரவில்லை?’

‘ஐந்தாம் நம்பர் பிளாக் இல்லை. 7ஏ.’

‘ஏழு ஏயா? ஐந்தாம் நெம்பர் என்ன ஆயிற்று?’ என்றான் விஜயன். குப்தா சிரித்தான். அவன் சிரிக்கும்போது முகம் கோணலாகப் போயிற்று. இது கஸ்தூரிக்குப் பிடிக்கவில்லை.

‘ஏழு ஏக்கே போவோம். அவனை சிரிக்கச் சொல்லாதே’ என்றான் கஸ்தூரி.

ஏழு ஏ ஓர் உயர்ந்த இடம். தெரு உயர்ந்து கொண்டே சென்றது.

குப்தா ஒரு வீட்டு வாசலில் தயங்கி நின்றான்.

'இதான் வீடு.'

வெண்ணெய் மலைக்குக் கண்ணும் மூக்கும் எழுதி வைத்தாற் போல் ஒருவன் வாசலில் நின்று கொண்டிருந்தான். தொழில் லேவா/தேவியாக இருக்கவேண்டும்.

குப்தா உள்ளே நுழைந்தான். ஏதோ ஹிந்தியிலோ பஞ்சாபியிலோ சொன்னான்.

வெண்ணெய் மலையின் குரலில் வீடு அதிர்ந்தது. 'சாபி லாவ்.'

அரை நிஜார் போட்ட ஒரு பையன் சாவியை எடுத்துக்கொண்டு ஓடோடி வந்தான். குப்தா சாவியை வாங்கிக்கொண்டு விஜயனிடம் சொன்னான். 'மாடிக்கு வாருங்கள்.' அவன் ஆங்கிலத்தில் பேசும்போது எச்சிலும் கூட வந்தது. வாசலில் மாடிப் படிகள். இது சவுகரியமென்று தோன்றியது கஸ்தூரிக்கு. எப்பொழுது வேண்டு மாகிலும் வரலாம், போகலாம். யாருக்கும் தொந்தரவில்லை.

மாடியில் ஏற்கெனவே ஒரு மலையாளி குடும்பம் இருந்தது. புதிதாக கல்யாணமான தம்பதிகள்.

அறை விஸ்தாரமாக இருந்தது. பாத் ரூம் தனி.

'இதற்கு வாடகை எவ்வளவு?' என்று கேட்டான் விஜயன்.

நூற்றைம்பது. அந்த ஐந்தாம் நெம்பர் பிளாக் ரூமுக்கு நூற்றிருபது தான். ஆனால் இன்று காலையில் அது போய்விட்டது கோலிக்குத் தெரியாது' என்றான் குப்தா.

'நூற்றைம்பதா?' என்று கஸ்தூரியைப் பார்த்தான் விஜயன்.

'பரவாயில்லை. நான் எடுத்துக்கிறேன். இது எனக்கும் பிடிச் சிருக்கு!' என்றான் கஸ்தூரி தமிழில்.

விஜயன் தோள்களைக் குலுக்கிக்கொண்டான். தன்னால் இவ்வளவு வாடகை கொடுக்கமுடியாதே என்ற ஏக்கம் விஜயனுக்கு இருக்கலாம் என்று கஸ்தூரிக்குப் பட்டது.

'பாட்டர்ஸன் கம்பெனி. நீங்க தனி ஃப்ளாட்டே எடுக்கலாம்.' என்று கூறிவிட்டு உத்தரத்தைப் பார்த்தான் விஜயன்.

கஸ்தூரி பதில் சொல்லாமல் புன்னகை செய்தான்.

‘பக்கத்தில் மெட்ராஸிகள்’ என்று அவ்விடத்தின் மற்றொரு சவுகரியத்தைச் சொல்வது போல், குப்தா கையை அந்தப் பக்கம் சுட்டிக் காட்டினான்.

‘மெட்ராஸிகள் இல்லை, மலையாளிகள். மெட்ராஸ் வேறு, கேரளா வேறு’ என்று குப்தாவுக்குப் பூகோளம் சொல்லிக் கொடுக்க ஆரம்பித்தான் விஜயன்.

‘டில்லிக்குக் கீழே எல்லாமே அவர்களுக்கு மெட்ராஸ்தான்’ என்ற குரல் கேட்டதும் கஸ்தூரி திரும்பிப் பார்த்தான்.

பல் நீண்ட ஒரு பையன், பதினெட்டு வயதிருக்கலாம். லுங்கி கட்டிக்கொண்டு, பீடிப் புகையுடன் நின்றுகொண்டிருந்தான்.

விஜயன் தன்னை ஏற இறங்கப் பார்ப்பதைக் கண்டதும் அந்தப் பையன் சொன்னான்:

‘நான் பர்சாதியிலே இருந்திட்டு இருக்கேன். ராய் பார்மஸியிலே கம்பவுண்டர்.’

‘பர்சாதின்னா என்ன?’ என்று கேட்டான் கஸ்தூரி.

‘பர்சாதின்னா மேல் மாடி. மழை வந்தா மொட்டை மாடியிலே படுத்துக்கிறவா ஒதுங்கிற இடம். இப்போ அங்கேயும் குடி வைக்க ஆரம்பிச்சுட்டாங்க!’ என்றான் விஜயன்.

‘என்ன, உங்களுக்குப் பிடித்திருக்கிறதா இடம்?’ என்று கேட்டான் குப்தா. அவனுக்கு அங்கு நடந்துகொண்டிருந்த சொல்லாராய்ச்சியில் ஈடுபாடில்லை.

‘நான் எடுத்துக்கொள்கிறேன்’ என்றான் கஸ்தூரி.

வெண்ணெய் மலையுடன் சிறிது நேரம் கீழ்க்குரலில் ஏதோ பேசினான் குப்தா.

‘உங்களுக்கு எவ்வளவு சம்பளம்?’ என்று கேட்டான் வீட்டுக் காரன்.

படீரென்று முகத்தில் அடிப்பது போல் வந்த இந்தக் கேள்வியின் அநாகரிக ஆவேசம் கஸ்தூரியைத் திக்கு முக்காட வைத்தது.

அவன் குப்தாவைப் பரிதாபமாகப் பார்த்தான்.

குப்தா அசட்டுச் சிரிப்புடன் சொன்னான்: 'உங்களுக்கு வாடகை தர சக்தி இருக்கிறதா என்பதற்காகக் கேட்கிறார். சம்பளம் ஆயிரமென்று சொன்னீர்கள் அல்லவா?'

'நான் சொல்லவில்லை' என்றான் கஸ்தூரி. வீட்டுக்காரன் குப்தாவைக் கோபத்துடன் பார்த்தான். குப்தாவுக்கு தர்ம சங்கடமாகப் போயிற்று.

'இவர் சொன்னார்' என்று விஜயனை அவன் சுட்டிக் காட்டினான்.

'அவரும் சொல்லவில்லை' என்றான் கஸ்தூரி.

'உங்களுக்கு அப்படியானால் என்னதான் சம்பளம்?' என்று எரிச்சலுடன் கேட்டான் வீட்டுக்காரன்.

'இந்த ரூம் எனக்கு வேண்டாம்' என்று திரும்பினான் கஸ்தூரி.

'இதோ பாருங்கள், இதோ பாருங்கள்' என்று கூறிக்கொண்டே பின் தொடர்ந்தான் குப்தா.

'இந்த வீட்டுக்காரரை எனக்குப் பிடிக்கவில்லை.'

'அப்படிச் சொல்லாதீர்கள்' என்று கூறிவிட்டுத் திரும்பிப் பார்த்துவிட்டு, மெதுவான குரலில் சொன்னான் குப்தா. 'அவன் ஒரு மார்வாடி. அப்படித்தான் பேசுவான். கண்ணியம் கிடையாது. வீடு நல்ல வீடு. விட்டுவிடாதீர்கள். பொறுங்கள், இதோ வந்துவிட்டேன்.'

குப்தா மறுபடியும் திரும்பிச் சென்றான். அவனும் வீட்டுக்/காரனும் ஹிந்தியிலோ பஞ்சாபியிலோ மிக உக்கிரமாகப் பேசிக்கொண்டார்கள்.

குப்தா கஸ்தூரியிடம் வந்தான். 'சரி. நீங்கள் எப்பொழுது வேண்டுமானாலும் வரலாம்.'

'சம்பளம் எவ்வளவு சொன்னீர்கள்?' என்று கேட்டான் கஸ்தூரி.

'இனிமேல் அவன் கேட்கமாட்டான். அவன் ரகசியம் என்னிடமிருக்கிறது' என்று கண் சிமிட்டினான் குப்தா.

'என்ன ரகசியம்?' என்றான் விஜயன்.

'சொல்லிவிட்டால் ரகசியமில்லை' என்று சொல்லிச் சிரித்தான் குப்தா. முகம் கோணலாயிற்று. இவன் சிரித்தே காரியத்தைச்

சாதித்துவிடுவான் என்று தோன்றியது கஸ்தூரிக்கு. அப்படி எரிச்சலூட்டும் கோணல் சிரிப்பு.

'என்றைக்கு வருகிறீர்கள்?'

'இன்றைக்கு இப்பொழுதே.'

விஜயன் கஸ்தூரியைப் பார்த்தான். 'ராகவன் மெஸ் அவ்வளவு போரடிச்சுடுத்தா?'

'இல்லை. தனி ரூமா இருந்தா தேவலை.'

ராகவன் மெஸ் நடத்தினாலும் இளகிய உள்ளம் படைத்தவன் போலிருக்கிறது. அன்றிரவே காலி பண்ணப் போவதாகக் கஸ்தூரி சொன்னதும், அவன் கண்ணீர் விடாததுதான் பாக்கி.

'எந்தா சார், ஒரே நாள்லே...' என்றான் அழாக் குறையாக.

'இங்கேதான் சாப்பிட வருவேன்!' என்றான் கஸ்தூரி ஆறுதலாக.

'பரவாயில்லை, வரலாம்' என்று கஸ்தூரிக்கு ஒரு சலுகையை அளிப்பது போல் சொன்னான் ராகவன்.

சடகோபன் சிரித்துக்கொண்டே சொன்னார்.'தனி ரூம்னா தனிதான். என்ன விஜயன் புரிஞ்சதா?'

'பெருமாள் அப்போ ஏன் தனி ரூமுக்குப் போகலே?' என்றான் விஜயன்.

'எந்தப் பாட்டர்ஸன் மகாராஜன் எனக்குப் படியளக்கப் போறான்?'

'உங்க திருப்தியெல்லாம் காலண்டரோட சரி.'

அவன் அவ்வாறு சொல்வதிலேயே திருப்தி அடைந்துவிட்டாற் போலச் சிரித்தார் சடகோபன்.

சடகோபன் வெய்யிலில் நின்று எண்ணெய் தேய்த்துக்கொள்ளும் காட்சியைக் காணமுடியாதே என்ற வேதனை ஒரு கணம் ஏற்பட்டது கஸ்தூரிக்கு. பரவாயில்லை. ஞாயிற்றுக்கிழமை வந்தால், காபி சாப்பிட வரும்போது பார்த்துக்கொள்ளலாம்.

கஸ்தூரியின் புதிய அறைக்குப் பின் பக்கம் வெட்டவெளி. அது என்னவென்று அவன் முதலிலேயே விசாரிக்காமல் போனது

எவ்வளவு தவறு என்பது அங்கு போன பிறகுதான் அவனுக்குத் தெரிந்தது.

ஏதோ எரிந்துகொண்டிருந்தது அங்கு. பார்த்துக்கொண்டே நின்றான்.

'என்ன அங்கு பார்க்கிறீர்கள்?' கஸ்தூரி குரல் கேட்டதும் திரும்பினான்.

மலையாளி புதுமணத் தம்பதிகளில், கணவர்.

'என்ன அது?'

'தி வே ஆஃப் ஆல் ஃப்ளெஷ்.'

'மை காட்! சுடுகாடா?'

தலையசைத்துக்கொண்டே அவன் சிரித்தான்.

'தினம் இந்தக் காட்சி உண்டா?'

தினந்தோறும் உண்டு. நானும் தெரியாமல் வந்துவிட்டேன். இன்னும் ஒரு வாரத்தில் போய்விடுவேன்.'

கஸ்தூரி பதில் சொல்லாமல் தன் அறைக்கு வந்தான்.

சுடுகாட்டுக்கு எதிரே குடி வந்திருக்கிறோம்!

அவனுக்குச் சிரிக்கவேண்டும் போலிருந்தது. கண்ணாடி எதிரே நின்று பார்த்துக்கொண்டான். பின்னால் சுடுகாட்டிலிருந்து காலமே இருள் வடிவத்தில் விசுவரூபமெடுத்து அவனை வேவு பார்ப்பது போலிருந்தது.

அவன் படுத்துக்கொண்டு கண்களை மூடிக்கொண்டான்.

எருமை மாடுகளின் கோரஸ் சங்கீதம். அவன் கண் விழித்தான். கையில் கட்டியிருந்த கெடியாரத்தில் மணி பார்த்தான்.

ஏழரை! மை காட்! உடனே எழுந்திருக்க வேண்டும். இன்று ஆபீஸ் போகும் நாள். திங்கட்கிழமை. புதிய வாழ்வை தொடங்கப் போகும் நாள்.'

காபி சாப்பிட்டால் தேவலை. ஆனால் மெஸ் இருக்கு மிடத்துக்குப் போய்விட்டுத் திரும்பி வந்து, குளித்துவிட்டு, ட்ரெஸ் செய்துகொண்டு, ஆபீஸ் போவதற்கு நேரமிருக்காது.

எல்லாவற்றையும் முடித்துக்கொண்டு, ஆபீஸ் போகும் வழியில் காபி சாப்பிட்டுவிட்டுப் போகலாம். காலையில் இவ்வளவு சீக்கிரம் சாப்பாடு வேண்டாம்.

கஸ்தூரி ட்ரெஸ் செய்துகொண்டு கண்ணாடியில் தன் அழகைப் பார்த்துக்கொண்டான். 'நாட் எ பேட் பெர்சனாலிட்டி' என்று அவன் இதழ்கள் முணுமுணுத்தன.

பாட்டர்ஸன் கம்பெனி ரிஸப்ஷனிஸ்ட் ஒரு சிந்திப் பெண். எடுப்பான மூக்கு. கன்னத்தில் ரூஜ் கொஞ்சம் கூட இருப்பது போல் கஸ்தூரிக்குப் பட்டது. அவளுக்குக் கொடுக்கும் சம்பளம் அவள் புன்னகைக்காகத்தான் இருக்க வேண்டும்.

கஸ்தூரி தன்னை அறிமுகப்படுத்திக்கொண்டான்.

'நான்தான் சந்தியா' என்றாள் அந்த சிந்திப் பெண். பெறும் சம்பளத்துக்கு மேலாக, ஓவர் டைம் புன்னகை.

பாட்டர்ஸன் ஆபீஸின் நடு ஹால், கண்ணாடிப் பளபளப்பில் மினுமினுத்தது. மிக நாகரிகமாக உடையணிந்த இளைஞர்கள். அதே தினுசில் பெண்கள்.

கஸ்தூரியை உள்ளே அழைத்துச்சென்றான் சாவ்லா என்ற இளைஞன்.

கஸ்தூரி மானேஜிங் பார்ட்னர் இருவரில் ஒருவனைத்தான் சென்னையில் பார்த்திருக்கிறான். ஒரு காலத்தில் பாட்டர்ஸன் என்ற வெள்ளைக்காரன் ஆரம்பித்த ஸ்தாபனம். இப்பொழுது பஞ்சாபிகளின் கையில் இருக்கிறது.

மகேஷ்தான் சீனியம் பார்ட்னர். அவனை கஸ்தூரி பார்த்ததில்லை.

'கம் இன்' என்றான் மகேஷ்.

நல்ல ஆகிருதி. அகலமான முகம். பலகை போன்ற இவ்வளவு அகலமான முகத்துக்கு இவ்வளவு சிறிய கண்கள் இருந்திருக்க வேண்டாம்.

'சாகா உங்களைப் பற்றி நல்ல ரிப்போர்ட் கொடுத்திருக்கிறான்!' என்றான் மகேஷ். சாகாதான் இன்னொரு பார்ட்னர்.

'நீங்கள் ஏமாறவில்லை என்று நம்புகிறேன்' என்றான் கஸ்தூரி.

'இனிமேல்தான் தெரிய வேண்டும்.'

இவ்வளவு பெரிய ஸ்தாபனத்தை அவன் எப்படிக் கட்டி ஆளுகிறானென்று கஸ்தூரிக்கு அப்பொழுது புரிந்தது.

கஸ்தூரி அவ்வறையைச் சுற்றிப் பார்த்தான். எல்லாம் துப்புரவாக இருந்தது.

ஓர் அழகான செக்ரட்டரி மகேஷ் எதிரே சில காகிதங்களை வைத்தாள். அவன் அவற்றைப் பார்க்காதது போல் பார்த்துக் கொண்டே கையெழுத்திட்டான்.

'எஸ். அரசாங்கத்தின் எக்ஸ்போர்ட் பிரமோஷன் விதிகள் அனைத்தும் தெரியுமல்லவா?'

'தெரியும்.'

'ஸ்டேட் ட்ரேடிங் கார்ப்பரேஷனில் யாரையாவது உங்களுக்குத் தெரியுமா?'

'தெரிந்து கொள்ளுவேன்.'

மகேஷ் சிரித்துக்கொண்டே சொன்னான். 'வெரி குட். உங்கள் ஆப்டிமிஸம் எனக்குப் பிடித்திருக்கிறது.'

'அதுதான் என் மூலதனம். என் பெர்சனாலிட்டி இரண்டாவது பட்சம்.'

மகேஷ் சிகரெட் டின்னை எடுத்து கஸ்தூரியிடம் நீட்டி னான்.கஸ்தூரி ஒன்றை எடுத்துக்கொண்டான். மகேஷ் பையில் இருந்து ஒரு சிகரெட் லைட்டரை எடுத்து ஏற்றி கஸ்தூரியின் சிகரெட்டைப் பற்றவைத்தான்.

'உங்களிடம் லைட்டர் இருக்கிறதா?'

'இல்லை.'

டிராயரைத் திறந்து ஒரு சிகரெட் லைட்டரை எடுத்துக் கொடுத்தான்.

'நம்முடைய வியாபாரம் என்னவென்று உங்களுக்குத் தெரிந் திருக்குமென்று நம்புகிறேன். அமெரிக்காவின் டாலர் பாரதத் துக்கு வர வேண்டும். நம்மால் சூப்பர் சானிக் ஜெட்டுகளோ, சொஃபிஸ்டிகேடட் டெக்னிகல் மெஷினரியோ ஏற்றுமதி செய்ய

முடியாது. துணிமணிகள் ஏற்றுமதி செய்யலாம். மயிர் ஏற்றுமதி செய்யலாம். குரங்குகள் ஏற்றுமதி செய்யலாம்.

கஸ்தூரி புன்னகை செய்தான்.

'நான் ஒரு சினிக் என்று நினைக்காதீர்கள். சீரியஸாகப் பேசுகிறேன். நம்முடைய கம்பெனி முன்பு குரங்கு ஏற்றுமதி செய்தது. விஞ்ஞானப் பரிசோதனைக்காக அமெரிக்காவில் குரங்குகள் தேவைப்பட்டன. ஆனால் ராம ராஜ்யத்தில் ராம சைன்யத்தை ஏற்றுமதி செய்வதா என்று பார்லிமெண்டில் காரசாரமான விவாதம் நடந்த பிறகு, இதற்குத் தடை உத்தரவு போட்டுவிட்டார்கள். ஆகவே இப்பொழுது எலி ஏற்றுமதி செய்யலாமென்று ஒரு ப்ராஜெக்ட். நம் நாட்டிலோ எலிகளுக்கும் குழந்தைகளுக்கும் பஞ்சமில்லை.'

கஸ்தூரி கேட்டான்: 'எலி ஏற்றுமதிக்கும் தடை உத்தரவு வந்தால்?'

மகேஷ் சிரித்தான்: 'பயப்படாதீர்கள். குழந்தைகளுக்கு ஒரு ஆபத்தும் வராது. சரி. நம்முடைய எலி ஏற்றுமதிக்கான அப்ளி கேஷன் சம்பந்தப்பட்ட பேப்பர்கள் எல்லாம் மிஸ்டர் குருமூர்த்தி ஐ.சி.எஸ். அவர்களிடம் இருக்கிறது. மிஸ்டர் குருமூர்த்திதான் 'எலி விவகாரங்க'ளைக் கவனித்துக்கொள்ளும் ஜாயின்ட் - செகரட்டரி. உத்யோக் பவனில் இருக்கிறார்.

மகேஷ் இவ்வாறு சொல்லிவிட்டு நிறுத்தினான் - மேஜையின் பக்கவாட்டத்திலிருந்த மின்சாரப் பித்தானை அழுத்தினான். ஒரு சப்ராஸி வந்தான்.

'மிஸ் மீனா பராண்டேவைக் கூப்பிடு.'

மிஸ் மீனா பராண்டே புன்சிரிப்புடன் உள்ளே வந்தாள்.

'எலி ஃபைல் ப்ளீஸ்.'

மகேஷ் ஆள்காட்டி விரலால் மேஜையை இரண்டு தடவை தட்டினான். பிறகு பேச ஆரம்பித்தான்.

'அரசாங்க உத்தியோகஸ்தர்களைப் பல வகையாகப் பிரிக்கலாம். ஆசாரமானவர்கள், ஆசார வேஷம் போடுகிறவர்கள். நவ நாகரிகமானவர்கள், நவ நாகரிகமாக இருப்பது போலிருந்தாலும் அடிப்படையாகப் பார்த்தால் பத்தாம் பசலிப் பேர்வழிகள்.

இவர்களில் ஒவ்வொரு வகையையும் ஒவ்வொரு விதமாக சமாளிக்கத் தெரிந்திருக்க வேண்டும்.'

எலி ஃபைலைக் கொண்டுவந்து கொடுத்தாள் மிஸ் மீனா பராண்டே.

மகேஷ் அந்த ஃபைலைக் கஸ்தூரியிடம் கொடுத்தான்.

'நீங்கள் இதைக் கவனிக்க வேண்டும். செலவைப் பற்றி கவலை வேண்டாம். லைசென்ஸ் கிடைத்துவிட்டால் அத்தனை எலிகளும் டாலர்கள்.'

கஸ்தூரி ஃபைலைப் பிரித்துப் பார்த்தான்.

'நீங்கள் ஓய்வாக அதைப் பார்க்கலாம். உங்கள் வேலை எல்லோருடனும். அதாவது, அரசாங்க உயர்தர அதிகாரிகளோடு பழக்கம் ஏற்படுத்திக் கொள்ள வேண்டியது. ஒவ்வொருவருடைய குறையும், நிறையும் உங்களுக்குத் தெரிந்திருக்க வேண்டும். ப்ளேபாய் படிக்க வேண்டும். சில சமயம் பகவத் கீதையும் தெரிந்திருக்க வேண்டும். புரிந்ததா?'

கஸ்தூரி சிரித்துக்கொண்டே சொன்னான்: 'வாழ்க்கையைப் பற்றித் தெரிந்துகொள்ள பல புதிய வாய்ப்புகள்.'

'சந்தேகமில்லை. நான் ஒரு பிரும்மச்சாரி இவ்வியாபாரத்தை ஒரு சாகஸமாகத்தான் நான் நடத்தி வருகிறேன். எதிர்காலப் பாதுகாப்பு, நிகழ்கால மன அமைதி - இவற்றிலெல்லாம் எனக்கு நம்பிக்கை கிடையாது. என் தந்தைக்கு பாகிஸ்தானில் மூன்று வீடுகள் சொந்தமாக இருந்தன. லாகூரை விட்டு ஓடிவர வேண்டியிருக்குமென்று அவர் எதிர்பார்க்கவில்லை. ஒவ்வொரு செங்கல்லாகப் பரிசோனை செய்து வாங்கி, வெய்யிலிலும் மழையிலும் நின்று வீடுகளைக் கட்டினார். ஆல்ரைட். ஏதேதோ சொல்லிக்கொண்டு போகிறேன். உங்கள் வேலை என்னவென்று இப்பொழுது உங்களுக்குப் புரிந்ததா?'

'தெரிந்தது.'

மகேஷ் எழுந்திருந்து கையை நீட்டினான். 'விஷ் யூ குட்லக். வேண்டிய பணத்தை கேஷியரிடம் வாங்கிக்கொள்ளுங்கள், ரஸீது கொடுத்துவிட்டு.'

கஸ்தூரி மகேஷின் அறையை விட்டு வெளியே வந்தான். மிஸ் மீனா பராண்டே குறுநகையுடன் அவனிடத்துக்கு வந்தாள். 'கம் ஆன்.'

அவள் எங்கே கூப்பிடுகிறாளென்று கஸ்தூரிக்குத் தெரியவில்லை. அவள் அவனை அழைத்துக்கொண்டு போய், அலுவலகத்தில் இருந்த ஒவ்வொருவருக்கும் அவனை அறிமுகம் செய்தாள்.

'இதுதான் எங்கள் வழக்கம். பாஸ் உத்தரவு!' என்றாள் மீனா பராண்டே.

'எவ்வளவு பணம் வேண்டும்?' என்று கேட்டார் கேஷியர் ராம்லால்.

'ஐநூறு கொடுங்கள்.'

பணத்துடன் அவர் நீட்டிய வவுச்சரில் கையெழுத்திட்டான் கஸ்தூரி.

அப்பொழுது ஓர் இளைஞன் அவனிடம் வந்து கையை நீட்டினான்.

'நான்தான் கபூர்.'

'நான் கஸ்தூரி.'

கனாட் பிளேஸில், தான் வந்த அன்று சந்தித்த இளைஞன் சொன்ன கபூர் இவனாகத்தானிருக்குமென்று தோன்றியது கஸ்தூரிக்கு. 'கபூர் பெரிய ஃப்ராட்' என்ற வருணனை அவன் நினைவுக்கு வந்தது.

'இவரும் லையாசன்தான்' என்றாள் மீனா.

'அப்பொழுது உங்களிடம்தான் நான் வேலை கற்றுக்கொள்ள வேண்டும்' என்றான் கஸ்தூரி.

'அப்படியானால் நீங்கள் மிகவும் ஜாக்கிரதையாக இருக்க வேண்டும். டில்லியில் நடமாட வேண்டுமானால்' என்றாள் மீனா.

கபூர் அவள் கன்னத்தை லேசாகத் தட்டினான். 'டோன்ட் பி நாட்டி மை ஸ்வீட்.'

'ஷட் அப்' என்று பொய்க் கோபத்துடன் சீறினாள் மீனா.

‘சுந்தர் நகர் போகவேண்டும்’ என்றான் கபூர்.

‘சுந்தர் நகர்’ என்றதும் பாலு சொன்ன தகவல் கஸ்தூரிக்கு ஞாபகம் வந்தது.

‘அந்த சலூனுக்கா?’

‘ஓ! பாஸ்ட் வோர்க் மை பாய். யூ மீன் மாடம். பீஸ்கி?

கஸ்தூரி சிரித்தான். ‘யாரோ சொன்னார்கள்.’

‘நோ. அங்கில்லை. இன்னொரு இடத்தில், ஒரு காக்டெயில் இன்றிரவு. ஹோஸ்டஸ் ஏற்பாடு செய்யவேண்டும். ஆல்ரைட், யு கோ அஹெட்.’

உத்யோக் பவன் காரிடார், ஐக்கிய நாட்டு மகா சபையின் காரியாலயம் மாதிரி இருந்தது. பல தேசத்துக்காரர்கள் கையில் ஃபைல்களோடு வெகு வேகமாக விரைந்துகொண்டிருந்தார்கள். பாரதத்தின் பொருளாதாரம் அங்குதான் நிர்ணயிக்கப்படப் போகின்றதோ என்ற அவசரம், சுறுசுறுப்பு. அரசாங்கத்தின் பொருளாதாரக் கொள்கைகள் தங்கள் கோட் பைகளில் இருப்பது போல் மிக நிதானமாக, சாவதானமாக, திருப்தியுடன் கூடிய புன்னகையுடன் அரசாங்க உத்தியோகஸ்தர்கள் குறுக்கும் நெடுக்குமாக நடந்துகொண்டிருந்தனர்.

கஸ்தூரி ரிஸப்ஷனுக்குச் சென்றான். ஒரு சர்தார்ஜி அஷ்டாவ தானம் செய்து கொண்டிருந்தான். கேள்வி கேட்பவர்களுக்குப் பதில், டெலிபோன், நோட்புக் குறிப்புகள், பக்கத்திலிருந்த நண்பர்களோடு உரையாடல்.

‘ஹலோ கஸ்தூரி...’

கஸ்தூரி திரும்பிப் பார்த்தான். கல்லூரியில் அவனோடு படித்த அசட்டு வைத்தா. அடையாளமே தெரியவில்லை. சூட்டும் சிகரெட்டுமாக ஆள் அப்படியே மாறியிருந்தான்.

‘இங்கேயாடா இருக்கே?’ என்றான் வைத்தா.

‘ஆமாம். பாட்டர்ஸன் கம்பெனி. நீ இங்கே வேலையா இருக்கியா?’

‘ஆமாம். செக்ஷன் ஆபீஸர். அது கிடக்கட்டும். நீ டில்லியில் எத்தனை நாளா இருக்கே?’

'இரண்டு நாளா. கம்பெனியிலே சேர்ந்த முதல் நாளே உத்யோக் பவனுக்கு தேடி வந்துட்டேன்.'

'வெரிகுட், வாட் ஏ ப்ரோக்ரஸ்! என்ன வேணும்?'

வைத்தா சிகரெட்டை நீட்டினான். கஸ்தூரி ஒரு சிகரெட்டை எடுத்து பற்றவைத்துக்கொண்டான்.

கஸ்தூரி தன் வேலையைப் பற்றிச் சொன்னான்.

வைத்தா அதைக் கேட்டுவிட்டு சிறிது நேரம் கழித்து இழுத்தாற் போலக் கேட்டான்.

'குருமூர்த்தியைப் பார்க்கணுமா?'

'ஏன் இப்படி இழுத்த மாதிரி சொல்றேள்?'

'குருமூர்த்தி ஒரு நேர்மையான ஆளு. அதனாலேயே மினிஸ்டிரியிலும் அவரைக் கண்டா பிடிக்காது. மெரிட் பிரகாரம்தான் டிஸைட் பண்ணுவார். உங்க பேப்பர் கரெக்டா இருந்தா லைஸன்ஸைப் பற்றிக் கவலைப்பட வேண்டாம்.'

'கொஞ்சம் ஆசாரமான மனுஷனோ?' என்றான் கஸ்தூரி.

'ஆமாம். திருநீறு, குங்குமம், சந்தியா வந்தனம் ஒண்ணும் விட்டுக்க மாட்டார். அமெரிக்காவுக்கு இப்போ போயிட்டு வந்தார். தன் கைச் சமையல்தான். அப்படின்னா பார்த்துக் கோயேன்.'

'பேப்பர் டிலே ஆகாம வரணும். இதுதான் என்னுடைய முதல் அஸைன்மெண்ட். அதுக்காகப் பார்க்கறேன்.'

'அப்போ என்னோட வா. அவர் பி.ஏ. இருக்கார். சங்கர சுப்ரமணியன்னு. அவர்கிட்டே அழைச்சிண்டு போறேன்.'

சங்கர சுப்ரமணியன் குருமூர்த்திக்கு எந்த விதத்திலும் சளைத்தவரல்ல போலிருக்கிறது. நெற்றியில் பட்டை பட்டையாக விபூதி. ஏதோ முணுமுணுத்துக் கொண்டிருந்தார். லலிதா சகஸ்ரநாமமாக இருக்கலாமென்று நினைத்தான் கஸ்தூரி.

வைத்தா கஸ்தூரியை அறிமுகம் செய்துவைத்தான்.

'ஹூம்' என்று உறுமினார் சங்கர சுப்பரமணியன். இது பதிலா அல்லது விஷயத்தைக் கேட்கும் பாவனையா என்று கஸ்தூரிக்குப்

புரியவில்லை. தானும் உறுமலாமா என்று ஒரு கணம் நினைத் தான். பிறகு அந்த ஆசையை அடக்கிக்கொண்டான்.

எலி விவகாரத்தைப் பற்றி அவரிடம் விளக்கமாகக் கூறினான் கஸ்தூரி.

அவர் எங்கேயோ பார்த்துக்கொண்டிருந்தார். பள்ளிக்கூடத்தில் படிக்கும்போது ஆசிரியர் சொன்ன, 'எலிவால் மட்டும் தெரி யறது!' என்ற கதை கஸ்தூரிக்கு நினைவு வந்தது. நல்ல வேளை, இது ஒரு நிஜமான எலி விவகாரம்.

'நீங்க குருமூர்த்தியைப் பார்க்கணும், அப்படித்தானே?'

'ஆமாம்.'

'சரி. நாளைக்கு மத்தியானம் 3 மணிக்கு வாங்கோ. என்ன சொன்னேள், எலி ஏற்றுமதியா?'

'ஆமாம்.'

'முன்னே மதத்தை வெளிநாட்டுக்கு ஏற்றுமதி செஞ்சோம். இப்போ மயிர், எலின்னு. கரப்பான்பூச்சி உண்டா?'

கஸ்தூரி சிரித்தான். வைத்தா ஒரு சிகரெட்டை எடுத்து வாயில் வைத்துக்கொண்டான். கஸ்தூரி தன் கோட் பையிலிருந்த லைட்டரை எடுத்து அந்த சிகரெட்டைப் பற்றவைத்தான்.

'சிகரெட் லைட்டரா? காமியுங்கோ' என்றார் சங்கர சுப்ரமணியன்.

கஸ்தூரி அதை அவரிடம் கொடுத்தான். அவர் அதைத் திருப்பித் திருப்பிப் பார்த்தார். 'நன்னாயிருக்கே' என்றார் அசட்டுச் சிரிப்புடன்.

'வேணும்னா எடுத்துக்குங்கோ' என்றான் கஸ்தூரி.

'உங்களுக்கு எதுக்கு? நீங்கதான் சிகரெட் குடிக்கிறதில்லையே' என்றான் வைத்தா.

கஸ்தூரி இவ்வளவு சுலபமாக அதைக் கொடுத்துவிடுவானென்று அவன் எதிர்பார்க்கவில்லை.

'எனக்கில்லே, மாப்பிள்ளைக்கு' என்று சொல்லிக்கொண்டே லைட்டரைப் பையில் போட்டுக்கொண்டார் சங்கர சுப்ர மணியன்.

# 4

‘இது ஒரு அல்பம். இப்படித் தான் யார் வந்தாலும், அதைக் கொண்டா இதைக் கொண் டான்னு பிச்சுப் பிடுங்கிடும்!’ என்று சொன்னான் வைத்தா, கஸ்தூரியை வெளியில் கொண்டுவிட வந்தபோது,

‘யாரு, சங்கர சுப்ரமணியனா?’

ஒரு நல்ல சிகரெட் லைட்டர் கைநழுவிப் போய்விட்டதே என்ற ஆத்திரம் அவனுக்கு இருக்கலாமென்று பட்டது கஸ்தூரிக்கு.

‘கவலைப்படாதே உனக்கும் ஒண்ணு தரேன்.’

‘நோ நோ... அதுக்குச் சொல் லலே. டாக்சியிலே போகப் போறே, கூப்பிடட்டுமா?’

டாக்சியைக் கைகாட்டி நிறுத்தினான் கஸ்தூரி.

'சரி, வரட்டுமா?'

'ஆல் ரைட். நாளைக்குப் பார்ப்போம். லைட்டரை நாளைக்கே நீ கொண்டு வரணும்னு அவசியமில்லே.'

கஸ்தூரி புன்னகை செய்தான்.

அவன் ஆபீஸ் திரும்பியபோது சந்தியா யாரோ ஓர் இளைஞனுடன் பேசிக்கொண்டிருந்தாள்.

கஸ்தூரியை அவனுக்கு அறிமுகப்படுத்தி வைத்தாள். அவன் பெயர் பார்ரிகி. சந்தியாவின் நண்பன்.

'இன்றுதான் சேர்ந்தீர்களா?'

'ஆமாம்.'

'மிகவும் சுவையான வேலை.'

கஸ்தூரி பதில் சொல்லவில்லை. சந்தியாவைக் கேட்டான்: 'பாஸ் இருக்கிறாரா?'

'போய்விட்டார். நாலு மணிக்கு மேல் அவர் இருப்பதில்லை.'

அப்பொழுது மீனா பராண்டே அங்கு வந்தாள்.

'ஹலோ'

கஸ்தூரி தலையை அசைத்தான்.

'புதிதாக வேலைக்குச் சேர்பவர்கள் பார்ட்டி கொடுப்பது வழக்கம்!' என்றாள் மீனா.

'என்ன பார்ட்டி?'

மீனா சிரித்தாள். 'சந்தியாவைக் கேளுங்கள் சொல்லுவாள்.'

'சந்தியாவால் இன்று எந்தப் பார்ட்டியிலும் கலந்துகொள்ள முடியாது. என்னுடன் சினிமாவுக்கு வரப் போகிறாள்!' என்றான் பார்ரிகி.

'குட். டு ஈஸ் கம்பெனி' என்றான் மீனாவைப் பார்த்து.

'நான் ஒப்புக்கொள்கிறேன்' என்றான் பார்ரிகி, சந்தியாவைப் பார்த்துக்கொண்டே.

‘உத்யோக் பவன் போய்விட்டு வந்தது பயனளித்து விட்டதோ? மிகவும் உற்சாகமாக இருக்கிறீர்களே!’ என்றாள் மீனா.

‘ஒரு அழகான பெண்ணைப் பார்த்தும் உற்சாகமாக இருக்கத் தெரியாதவனுக்குத் தெய்வமும் துணை புரியாது!’ என்றான் கஸ்தூரி.

மீனா மேஜையின் மீதிருந்த ஸ்டீல் பேனாவை எடுத்து கஸ்தூரியின் கன்னத்தில் லேசாகத் தட்டினாள்.

‘கபூர் ராஜிநாமா செய்ய வேண்டும்’ என்றாள் சந்தியா.

‘எதை?’ என்று கேட்டான் பார்ரிகி.

‘அவன் இந்த ஆபீஸில் தான்தான் டான் ஜுவான் என்று நினைத்துக்கொண்டிருந்தான். அவன் பதவிக்குப் போட்டி வந்து விட்டது.’

‘கபூருடன் நான் போட்டியிடுகின்றேன் என்பது எனக்குப் பாராட்டு அல்ல’ என்றான் கஸ்தூரி.

‘அப்பப்பா, என்ன தன்னம்பிக்கை!’ என்று சொல்லிவிட்டுச் சிரித்தாள் மீனா.

‘மகேஷ் காலையில் சொன்னார், என் ஆப்டிமிஸம் அவருக்குப் பிடித்திருப்பதாக. அது கிடக்கட்டும். பார்ட்டி எப்படி வேண்டும்? ஒரு நல்ல ஹோட்டலில் சிற்றுண்டி, சினிமா...’

‘சினிமாவுக்கு அப்புறம் கமாவா, ஃபுல்ஸ்டாப்பா?’ என்று கேட்டாள் சந்தியா.

‘டோன்ட் பி ஸில்லி!’ என்றாள் மீனா. ஆனால் குரலில் சீற்றம் இல்லை.

மீனாவை அழைத்துக்கொண்டு பாலெஸ் ஹையிட்ஸ் என்ற ஹோட்டலுக்குச் சென்றான் கஸ்தூரி. வேலைக்குச் சேர்ந்த அன்றே தனக்கு இந்த அனுபவம் ஏற்படக்கூடுமென்று அவன் எதிர்பார்க்கவில்லை.

அவன் கேட்காமலேயே மீனா தன் கதையைச் சொன்னாள். அவளுக்குச் சொந்த ஊர் கோவா. பம்பாயில் இரண்டாண்டுகள் வேலை செய்தாள். அவளைத் திருமணம் புரிவதாக வாக்

களித்திருந்த மற்றொரு கோவாக்காரன், விஸ்பனுக்குப் போன பிறகு திரும்பவே இல்லை. மனம் உடைந்து அவள் டில்லிக்கு வந்தாள். டில்லியில் சரியான வேலை கிடைக்காமல் ஓர் ஆண்டு கஷ்டப்பட்டாள். கபூரின் சிநேகம் கிடைத்தது. பாட்டர்ஸன் கம்பெனியில் வேலை வாங்கித் தந்தான் கபூர். ஆனால் கபூர் மீதும் அவள் ஏதோ ஒரு வெறுப்பை வளர்த்துக்கொண்டிருக்கிறாள் என்று கஸ்தூரிக்குப் பட்டது. ஆனால் அவன் அவளை அது பற்றி ஒன்றும் விசாரிக்கவில்லை.

கஸ்தூரியை அவன் கதையைச் சொல்லும்படி கேட்டாள் மீனா. கஸ்தூரி சிரித்து மழுப்பினான். ஒன்றும் சொல்லவில்லை.

'நான் வெளிப்படையாக எல்லாம் சொல்லுகிறேன். நீங்கள் ஏன் சொல்ல மறுக்கிறீர்கள்?' என்று கொஞ்சம் கோபத்துடன் வினவினாள் மீனா பராண்டே.

'ஐ ஆம் எ டார்க் ஹார்ஸ்...' என்றான் கஸ்தூரி.

அவன் சொன்னது புரிந்ததோ இல்லையோ, அவள் பெரிதாகச் சிரித்தாள். சிரித்துக்கொண்டே லேசாக அவன் மீது சாய்ந்தாள்.

அவள் செழுமையான உடம்பு - அவள் பள்ளிக்கூடத்தில் சாம்பிய னாக இருந்ததாகவும் சொன்னாள். மென்மையான சென்ட்டின் நறுமணம் (கபூர் வாங்கிக் கொடுத்திருக்க வேண்டும், உயர்ந்த அயல் நாட்டுச் சரக்கு) மங்கிய நிலவொளியில் கேட்கும் காற்றிழையாய் இசைத்த ஐரோப்பிய சங்கீதம், எல்லாமாய்ச் சேர்ந்து அவன் கையை அவள் கையுடன் இணைத்தன.

'இங்கு தனியாகவா இருக்கிறாய்?' என்று கேட்டான் கஸ்தூரி.

'இதற்குத்தான் தனிமை என்று பேரா?'

'இதைச் சொல்லவில்லை. நீ வசிப்பது?'

'ஆமாம். வொர்க்கிங் கேர்ல்ஸ் ஹாஸ்டலில்.'

'வொர்க்கிங் கேர்ல்ஸ் ஹாஸ்டலில் யாரோ ஒரு பெண் உண்ணாவிரதம் இருப்பதாக பேப்பரில் பார்த்தேனே!'

'ஆமாம். ஒரு வருஷமா உண்ணாவிரதம் இருக்கிறாள்' என்று சொல்லிவிட்டுச் சிரித்தாள் மீனா.

‘என்ன காரணம்?’

‘கல்லூரிப் பெண்கள் ஹாஸ்டலில் செய்வது போல் கட்டுப்பாடுகள் கொண்டுவர முயன்றார்கள். பாய் ஃபிரண்ட்ஸ் இரவு ஒன்பது மணிக்குமேல் தங்கக்கூடாது, அது இதென்று... எப்படி இருக்கிறது நியாயம்?’

‘உண்ணாவிரதம் இருக்கும் பெண்ணுக்கு நிறைய பாய் ஃபிரண்ட்ஸ் உண்டோ?’

‘முதலில் இல்லை. அவள் பார்ப்பதற்குச் சுமாராகத் தானிருப்பாள். உண்ணாவிரதம் மேற்கொண்ட பிறகு, நிறைய பாய் ஃபிரண்ட்ஸ் கிடைத்து விட்டார்கள். அவளைப் பேட்டி காணவந்த பத்திரிகை நிருபர்கள் இப்பொழுது அவளுக்கு மிகவும் சிநேகம்.’

மீனாவின் குரலில் பொறாமை நிழலிட்டது.

‘அந்தப் பெண் எங்கு வேலையாக இருக்கிறாள்?’

‘சென்ட்ரல் சோஷியல் வெல்ஃபேர் போர்டில், ஒழுக்கம் தவறிய பெண்களுக்குப் புனர்வாழ்வு அளிக்கும் திட்டத்தின் மேற் பார்வையாளராக இருக்கிறாள்.’

மீனா தான் சொல்வதை ரசித்துச் சொல்வதுபோல் தோன்றியது கஸ்தூரிக்கு. மீனா அடிப்படையில் ஒரு சினிக்காக இருந்தாலும் ஆச்சரியமில்லை.

மீனா சிற்றுண்டி சாப்பிட்ட வேகத்தைப் பார்த்தால் அவளும் சில நாள்களாக உண்ணாவிரதம் இருந்திருக்கவேண்டுமென்று கஸ்தூரிக்குத் தோன்றியது. உழைக்கின்ற இனம், இப்படிச் சாப்பிடுவதில் ஆச்சரியமில்லை.

ஹோட்டலை விட்டு வெளியே வந்ததும், மீனா கேட்டாள்: ‘எந்த பிக்சருக்குப் போக வேண்டும்?’

இருவரும் ஓடியனுக்குச் சென்றார்கள். ஏதோ ஒரு நார்மன் விஸ்டம் படம். அது முடிகின்றவரை விழுந்து விழுந்து சிரித்துக் கொண்டே இருந்தாள் மீனா.

‘உங்களுக்கு நகைச்சுவை இருக்குமென்று எதிர்பார்த்தேன்’ என்றாள் மீனா, அவன் மிகவும் சீரியஸாக உட்கார்ந்திருப்பதைப் பார்த்து.

‘எனக்கு நகைச்சுவை இருப்பதால்தான் பைத்தியம் பிடிக்க வில்லை’ என்றான் கஸ்தூரி.

‘உங்களுக்கு எந்த மாதிரிப் படம் பிடிக்கும்?’

‘அதைப்பற்றிக் கவலைப்படாதே’ என்றான் கஸ்தூரி.

படம் முடிந்து வெளியே வந்ததும், மீனா கேட்டாள்: ‘என்னை ஹாஸ்டலில் கொண்டுவிட்ட பிறகுதானே போகப் போகி றீர்கள்?’

‘அதை நீதான் சொல்லவேண்டும்.’

‘அப்படியென்றால்?’

‘கரோல் பாக் போகிறோமா அல்லது ஹாஸ்டலுக்குப் போவ தென்று தீர்மானித்து விட்டாயாவென்று...’

‘இதன் அர்த்தம் எனக்கு விளங்கவில்லை.’

‘சினிமாவுக்குப் பிறகு கமாவா, ஃபுல்ஸ்டாப்பா?’ என்று கேட்டுவிட்டு, மீனாவின் விரல்களைச் சற்று அழுத்தினான் கஸ்தூரி.

‘கரோல் பாகில் எங்கு இருக்கிறீர்கள்?’

‘தனி ரூம். வாசலில் மாடிப்படி. பின்னால் சுடுகாடு.’

‘நீங்களிருப்பது முன் பக்கமா, பின் பக்கமா?’

‘இப்பொழுது இருப்பது முன் பக்கம்’ என்றான் கஸ்தூரி.

‘கெம்ப் மருந்துக் கடை வாசலில் டாக்சியை நிறுத்தச் சொல்லுங்கள்’ என்றாள் மீனா.

‘ஏன், மருந்து வேண்டுமா?’

‘இல்லை. நான் உங்களுடன் உங்கள் அறைக்கு வர வேண்டு மென்றால்?’

கஸ்தூரி கெம்ப் மருந்துக் கடையருகே டாக்சியை நிறுத்தி, உள்ளே போய்விட்டுத் திரும்பினான்.

‘இப்பொழுதுதான் நீங்கள் ஒரு நல்ல பையன்!’ என்றாள் மீனா.

'ஒழுக்கத்தை இவ்வளவு மலிவான விலையில் பாதுகாக்கின் றார்கள் நம் விஞ்ஞானிகள்' என்றான் கஸ்தூரி.

'என்ன சொல்லுகிறீர்கள்?' என்று கேட்டாள் மீனா.

'ஒன்றுமில்லை, உரக்க எண்ணினேன்.'

வீட்டை வந்தடைந்ததும், வாசலில் வீட்டுக்காரன் - வெண்ணெய் மலை - யாருடனோ காரசாரமாகப் பேசிக்கொண்டிருப்பதைப் பார்த்தான் கஸ்தூரி.

வெண்ணெய் மலை மீனாவை ஏற இறங்கப் பார்த்தது. ஒரு அழகான பெண்ணைப் பார்த்தால் ஏற்படவேண்டிய கனிவு முகத்தில் இல்லை. கஸ்தூரி ஏதோ மேஜையோ நாற்காலியோ வாங்கிக்கொண்டு வருவதுபோல் பார்த்தது.

'அவர்தான் வீட்டுக்காரர்' என்றான் கஸ்தூரி.

'உடம்பை ஆட்டிவிட்டால் கரன்ஸி நோட்டுகளாக உதிரும்' என்றாள் மீனா.

'எத்தனை ஏழைகளுடைய இரத்தம் அந்த உடம்பில் ஏறியிருக்கிறது. அவர் தொழில் லேவாதேவி.'

'நீங்கள் என்ன கம்யூனிஸ்டா?'

'கம்யூனிஸ்டுக்குத்தான் இதயமுண்டு என்றால், நான் ஒரு கம்யூனிஸ்டு. ஆனால் அதற்கு இப்படி ஒரு பெயர் கொடுத்து, முடிவு கட்டுவது எனக்குப் பிடிக்காது.'

கதவைத் தட்டினான் கஸ்தூரி. மலையாளி நண்பர் கதவைத் திறந்தார். கஸ்தூரியுடன் ஒரு பெண்ணைக் கண்டதும் அவர் கொஞ்சம் திடுக்கிடுவது போலிருந்தது. வந்த முதல் நாளே ஒரு பெண்ணைக் கூட்டிக்கொண்டு வந்து நிற்கின்றானே என்ற ஆச்சரியம் அவர் முகத்தில் தெரிந்தது.

வேகமாக உள்ளே சென்று தன் பகுதிக் கதவைத் தாழிட்டுக் கொண்டார்.

'தி வே ஆஃப் ஆல் ஃப்ளெஷ்' என்று சொல்லக்கூடிய ரசனை உடையவர், இப்படிப் பயப்பட்டிருக்க வேண்டாமென்று கஸ்தூரிக்குத் தோன்றியது.

‘ஒரே கட்டில்தானா?’ என்று கேட்டாள் மீனா.

‘நீ வரப் போகிறாயென்று எனக்குத் தெரியாது.’

‘பாட்டர்ஸன் கம்பெனி லையாஸன்ஸ் ஆபீஸர் இவ்வளவு குறைவான வசதிகளுடன் இருப்பது கம்பெனிக்கு அவமானம்.’

‘மகேஷிடம் நீதான் அதைச் சொல்லவேண்டும்.’

மீனா கட்டிலில் உட்கார்ந்தாள். கஸ்தூரி ஊதுவத்தி கொளுத்தி வைத்தான்.

‘அப்பா... என்ன நறுமணம்!’ என்றாள் மீனா.

‘நறுமணம், மெல்லிய இனிமையான இசை, ஒரு அழகிய பெண் - இவற்றையெல்லாம் வாழ்க்கையின் குறைந்தபட்சத் தேவைகள்...’ என்று சொல்லிக்கொண்டே, கோட்டைக் கழற்றி, நாற்காலியின் மீது போட்டான் கஸ்தூரி.

‘அதிகபட்சத் தேவை எது?’

‘ஆகாயம்.’

‘உங்களுக்கு ஆசை மிகவும் குறைவு என்று யாரும் குற்றம் சாட்ட மாட்டார்கள்.’

‘நீ அதைத் தெரிந்துகொள்ளப் போகிறாய்...’ என்றான் கஸ்தூரி புன்முறுவலுடன்.

கட்டிலிலிருந்து எழுந்தாள் மீனா. அவள் போட்டிருந்த கோட்டைக் கழற்றினாள். அதுவும் நாற்காலியில் போய் விழுந்தது.

‘கபூரைக் கண்டால் உனக்கு ஏன் பிடிக்கவில்லை?’ என்று கேட்டான் கஸ்தூரி.

‘யார் சொன்னார்கள், பிடிக்கவில்லையென்று?’

‘நீ சாயந்திரம் பேசியதிலிருந்து தெரிந்தது.’

மீனா உடனே பதில் சொல்லவில்லை. கண்ணாடி எதிரே நின்று முகத்தைப் பார்த்துக்கொண்டாள்.

‘எனக்கு எவ்வளவு வயதிருக்குமென்று நினைக்கிறீர்கள்?’

‘பெண்களுடைய வயது ஒரு ஓட்டப்பந்தயம் மாதிரி. ஒரு குறிப்பிட்ட இடம் வந்ததும், அப்படியே நின்றுவிடும்.’

‘இப்பொழுது ஓடிக்கொண்டிருக்கிறதா, நின்றுவிட்டதா?’

‘இன்னொரு கேள்வியையும் சேர்த்துக்கொள்ளலாம். நின்று எத்தனை வருஷங்களாகின்றன?’

மீனா அவனைக் கோபத்துடன் பார்த்தாள். கஸ்தூரி அவள் பின்னால் சென்று நின்றான். அவள் நல்ல உயரம்தான். அவன் தோளுக்கு வந்தாள்.

‘மெட்ராஸிகள் சாது, சங்கோஜ சுபாவமுடையவர்களென்று இதுவரை நினைத்திருந்தேன்’ என்றாள் மீனா.

‘வாய்ப்பு கிடைக்கும்வரை எல்லோருமே சாதுதான்!’ என்றான் கஸ்தூரி.

‘அப்படியென்றால் உலகத்தில் யோக்கியமாக இருக்கிறவர்களுக் கெல்லாம் வாய்ப்பு கிடைக்கவில்லையென்று அர்த்தமோ?’

‘யாரை நீ நல்லவர்கள் என்று நினைக்கின்றாய் என்பதைப் பொறுத் தது. நான் உன்னைக் கல்யாணம் செய்துகொள்ளப் போகிறேன் என்றோ அல்லது நீ என்னைக் கல்யாணம் செய்து கொள்ளப் போகிறாய் என்றோ நாம் இந்த அறையில் இப்பொழுது சந்திக்க வில்லை. இதை ஒரு வாய்ப்பாகவோ அல்லது நாம் கெட்டவர்கள் என்றோ நான் நினைக்கவில்லை. ஆனால் நான் உன்னைக் கல்யாணம் செய்துகொள்ளப் போகிறேன் என்று நீ நினைத்து, உன்னுடைய உரிமையை நான் பயன்படுத்திக் கொண்டால் அது வாய்ப்பு... நான் இதனால் யோக்கியமானவனுமல்ல, புரிந்ததா?’

‘உங்களைக் கல்யாணம் செய்துகொள்ளக் கூடிய யோக்கியதை எனக்கு இல்லையென்று அர்த்தமா?’

‘நான் யோக்கியதையைப் பற்றிப் பேசவே இல்லை. என்ன இருந்தாலும் பெண் பெண்ணாகத்தானிருக்க முடியுமென்று இப்பொழுது உணர்கிறேன்.’

‘அப்படியென்றால்?’

'ஆண் இன்பத்தை இன்பத்துக்காக நாடுகிறான். பெண் இன்பத்தை பாதுகாப்புக்காக நாடுகிறாள்.'

'இன்பத்தின் பொறுப்பைச் சுமப்பது யார்? ஆணா பெண்ணா?'

மீனாவிடமிருந்து இந்தக் கேள்வியை கஸ்தூரி எதிர்பார்க்க வில்லை. இந்தப் பொறுப்பைச் சுமப்பதாகிய பௌதீக நிலையின் அடிப்படையில்தான் அவர்களுடைய மனோதத்துவம் அடங்கி யிருக்கிறது. பெண்கள் பாதுகாப்பை நாடுகிறார்களென்பதை எப்படி ஒரு குற்றமாகச் சொல்ல முடியும்? கெம்ப் மருந்துக் கடையில் டாக்சியை அவள் நிறுத்தச் சொன்னது அவன் நினைவுக்கு வந்தது.

'என்ன பதில் சொல்லாமல் இருக்கிறீர்கள்?'

'நான் கேட்ட கேள்விக்கு நீ பதில் சொன்னாயா?'

'என்ன கேள்வி?'

'கபூரை நீ ஏன் வெறுக்கிறாய்?'

'கபூருக்கு தான் ஒரு மொகலாய மன்னன் என்ற அபிப்பிராயம். அவன் கூப்பிடும் சமயத்தில் நான் போயாக வேண்டும். மற்றைய சமயங்களில் நான் ஒரு பெண்ணாகவே அவன் கருதுவதில்லை. வேலை வாங்கித் தந்தான் என்பதற்காக அடிமை ஒப்பந்தமா?'

'நீ என்னுடன் இங்கு வந்திருப்பது தெரிந்தால் அவனுக்குக் கோபம் ஏற்படுமோ?' என்று கேட்டான் கஸ்தூரி.

'அதான் இல்லை. இது ஆரம்பத்திலேயே எனக்குப் புரிந்து விட்டது. பரிவோ பாசமோ இருந்தால்தான் கோபம் ஏற்படும். அவன் வேண்டுகிற சமயத்தில் நான் அவனுடன் இருந்தால் போதும். மற்றைய சமயங்களில் நான் என்ன செய்கின்றேன் என்பது பற்றி அவனுக்குக் கவலையில்லை.'

'அப்படியென்றால் நீ என்னையும் வெறுக்க வேண்டும். எனக்கு உன் பேரில் பரிவோ, பாசமோ ஏற்படாது என்று நிச்சயமாக என்னால் சொல்ல முடியும். ஆனால் நான் வேண்டுகிற சமயத்தில் ஒருவர் வரவேண்டுமென்கிற உரிமையையும் நான் கொண்டாடு வதில்லை.'

'உங்களை எனக்கு மிகவும் பிடித்திருக்கிறது.'

‘இது மிகவும் ஆபத்து. பிறகு ஏமாந்து என்னையும் வெறுக்க வேண்டாமென்பதற்கு இப்பொழுதே எச்சரிக்கை செய்து விடுகிறேன்.’

‘நான் இப்பொழுது திரும்பிப் போய்விட்டால் என்ன செய்வீர்கள்?’

‘உன்னை டாக்சியில் ஏற்றிவிட்டுத் திரும்பி வந்து கொஞ்ச நேரம் படித்த பிறகு தூங்கப் போவேன்.’

‘நீங்கள் ஒரு ஜடம். மனுஷரென்று உங்களை நீங்களே ஏமாற்றிக் கொள்கிறீர்கள்.’

கஸ்தூரி சிரித்தான். பதில் சொல்லவில்லை.

மீனா கட்டிலில் உட்கார்ந்தாள். கஸ்தூரி அவளருகில் அமர்ந்தான்.

‘நீங்கள் நிறையப் படித்திருப்பீர்களென்று நினைக்கிறேன்.’

‘ஏன், அப்படித் தோன்றுகிறதா?’

‘ஆமாம். படிப்புதான் ஒவ்வொரு மனிதனிடத்து இருக்கும் ஆதி மனிதனின் தூய்மையான மிருகத்தன்மையைக் கெடுத்து விடுகிறது.’

கஸ்தூரி அவள் முதுகில் லேசாகத் தட்டினான்.

‘அனுபவம் உனக்கு நிறையக் கற்றுக்கொடுத்திருக்கிறது.’

அப்பொழுது, காற்றில் அறையின் பின்புறத்துக் கதவு வேகமாக அடித்துக்கொண்டது. அதைச் சாத்துவதற்கு எழுந்து சென்றான் கஸ்தூரி.

கதவைச் சாத்தச் சென்றவன் அப்படியே நின்றான். பின்புறம் ஏதோ எரிந்து கொண்டிருந்ததின் புகை மூட்டம். சதையும் உயிருமாயிருந்த, பரிவு, பாசம், வாழ்க்கை, போராட்டம், இலட்சியம் என்றெல்லாம் ஒலி கூட்டிய ஏதோ ஒன்று சாம்பல் என்ற இறுதி உண்மையாய் வெந்து தணிந்தது.

‘என்ன பார்க்கிறீர்கள்?’

மீனாவும் எழுந்து வந்தாள்.

‘என்ன இது! நீங்கள் சொன்னீர்களே, அதுவா?’ மீனா வாயால் சொல்லக்கூடப் பயப்படுகிறாள். ‘அதுவா?’ ‘அது’தான். எல்லாமே ‘அது’தான். கும்பகோணத்திலிருந்த தான் டில்லிக்கு வந்து பணம் புரட்ட, பேர் எடுக்க, அவனைப் பார்த்து, இவனைப் பார்த்து, எதிர்ப்பட்ட முதல் பெண்ணை படுக்கைக்கு அழைத்து... எல்லாம் போய் முடிகின்றது? ‘அது’தான்! அர்த்தம் இல்லாத தற்கு அர்த்தம் கற்பித்து ஏன் அல்லல்பட வேண்டும்? அல்லது தோல்வி மனப்பான்மையில் ஏற்பட்ட தத்துவம் திருப்தியுடன் ‘எல்லாம் அதில்தானே முடிகின்றது?’ என்று உயிருள்ள போதே சாம்பல் வாழ்க்கையை மேற்கொள்வதுதான் விவேகமா? ஒன்றுமே புரியவில்லை. யாருக்குத்தான் புரிந்திருக்கிறது?

‘நல்ல வீடு தேர்ந்தெடுத்தீர்கள்!’ என்றாள் மீனா.

கதவைப் படீரென்று சாத்தினான் கஸ்தூரி. அவனை ஒரு வெறி ஆட்கொண்டது. படிப்பு ஆதிமனிதனின் தூய்மையான மிருகத் தன்மையைக் கெடுத்துவிட்டதென்று யார் சொன்னார்கள்? தனக்குத்தானே பொறுப்பு என்பதைத் தவிர, சமூகத்துக்குப் பொறுப்பில்லாமல், கட்டுப்பாடற்ற சுதந்தரமே தர்மமாக, பசியே வாழ்க்கையின் நியதிகளை நியாயப்படுத்தும் பெருங் காரணமாக... அந்த நிமிஷத்தின் அவசரத்தை, அவசியத்தைப் புரிந்துகொண்ட உணர்வே நிச்சயமாய், அதோ எரிந்து கொண்டிருக்கும் சாம்பலைப் போன்ற உறுதியாய், இறுதியாய்... மீனா திக்கு முக்காடி, மூச்சுவிட முடியாமல் முனகினாள்.

‘நீங்கள் சொன்னது வாஸ்தவம்தான்’ என்று ஈனஸ்வரத்தில் கூறினாள்.

‘என்னது?’

‘உங்கள் ஆசையின் எல்லை ஆகாயம்தான்’ என்றாள் மீனா. அவள் கண்கள் மூடியிருந்தன.

# 5

'திடீரென்று விளக்கெரிவது போன்றிருந்தது கஸ்தூரிக்கு. கண் விழித்துப் பார்த்தான்.

மீனா எழுந்துவிட்டாள். தலை மயிரைக் கோதிக் கொண்டிருந் தாள்.

ஜன்னலுக்கு வெளியே இருள் கலையவில்லை. பனிமூட்டம் வேறு.

'என்ன இவ்வளவு சீக்கிரம்?' என்று கேட்டான் கஸ்தூரி. அவன் குரல் வெகு நேரம் பேசாத காரணத்தால், கமறி உடைந்தது.

'நான் போக வேண்டும்.'

'எங்கே?'

'ஹாஸ்டலுக்கு.'

'இவ்வளவு சீக்கிரமா?'

'ஆமாம்.'

'நீ பெண் என்ற நினைவு அடிக்கடி இப்படி வந்து தொந்தரவு செய்கிறதோ?'

'ஆண்களுக்கு நான் பெண் என்ற ஒரே நினைவுதான்!' என்றாள் மீனா.

கஸ்தூரியின் மனத்தில் அப்பொழுது ஒரு வேதனை சூழ்ந்தது. எதற்காக இதைச் சொன்னாள்?

அவன் எழுந்தான். குளியலறைக்குச் சென்று பத்து நிமிஷங்களில் திரும்பினான். அவளைக் கொண்டுபோய் விட அவனும் புறப்பட்டு விட்டான்.

அவர்கள் வீட்டை விட்டு வெளியே வந்தபோது வானத்தில் ஓரிரண்டு நட்சத்திரங்கள் மங்கலாகத் தெரிந்தன. எவ்வளவு அகல்யைகள் வேண்டுமானாலும் ஏமாறக்கூடிய காலை மயக்கம். சைக்கிளில் பால் கொண்டு செல்லும் பால்காரர்கள் மணி அடித்துக்கொண்டே சென்றார்கள்.

டாக்சி நிலையத்தில் வரிசையாக வண்டிகள் நின்று கொண்டிருந்தன.

'டாக்சி' என்று கூப்பிட்டான் கஸ்தூரி.

டிரைவர்கள் யாரும் இருந்ததாகத் தெரியவில்லை. நிசப்தமாக இருந்தது.

கஸ்தூரி மறுபடியும் கூப்பிட்டான், பதிலில்லை.

அவன் ஒரு டாக்சிக்குள் எட்டிப்பார்த்தான். கம்பளிப் போர்வைக்குள் முடங்கிக் கொண்டு ஓர் உருவம் இருப்பது போலத் தோன்றியது.

கஸ்தூரி உரக்கக் குரலை எழுப்பினான்: 'டாக்சி.'

உருவம் அசைந்தது. ஆனால் மறுபடியும் முடங்கிக் கொண்டது. அவ்வளவு குளிர்.

'டாக்சி' கண்ணாடிக் கதவை வேகமாகத் தட்டினான்.

'கியா பாத் ஹை' என்று அலுத்துக்கொண்டே எழுந்தது ஓர் உருவம்.

'டாக்சி சாஹியே.'

கஸ்தூரிக்கு ஆச்சரியம் காத்திருந்தது. போர்வைக்குள் முடங்கி யிருந்தது ஒரு உருவமல்ல; இரண்டு உருவங்கள். கார் கதவைத் திறந்துகொண்டு வெளியே வந்தன.

கஸ்தூரி மீனாவைப் பார்த்தான். அவள் முகத்தில் எந்தவிதச் சலனமுமில்லை.

'கித்தே ஜானா?'

'கர்ஸன் ரோட்' என்றாள் மீனா.

'அச்சா. பைடோ.'

'நீங்கள் வரவேண்டுமென்ற அவசியமில்லை' என்றாள் மீனா.

'நிச்சயமாகவா?'

'ஆமாம்.' அவள் டாக்சிக்குள் உட்கார்ந்துகொண்டு கதவைச் சாத்தினாள். 'டாடா... பை, பை...'

டாக்சி சென்ற திசையைப் பார்த்துக்கொண்டு சிறிது நேரம் அப்படியே நின்றான் கஸ்தூரி.

பூஸா ரோட் அப்பொழுதுதான் உயிர் பெற்று எழத்தொடங்கி யிருந்தது. கிழக்கே, இரும்பு அலுமினியமாகும் ரஸவாதம். அலுமினியம் வெள்ளியாகி, வெள்ளி மறுபடியும் அலுமினிய மாகி, இரும்பாகி... அலுப்பில்லை, சலிப்பில்லை.

மீனா அவ்வளவு அவசரமாக ஏன் புறப்பட்டுச் சென்றாள் என்று கஸ்தூரிக்கு விளங்கவில்லை. குற்ற உணர்வால் பாதிக்கப்படக் கூடிய பெண்ணாக அவள் தோன்றவில்லை. ஆனால் அவள் போகும்போது சொன்ன வார்த்தைகள்! 'ஆண்களுக்கு எப்போதுமே நான் பெண் என்ற ஒரே நினைவுதான்.'

அப்படித் தோன்றுவதில் என்ன தவறு? ஆணுக்குப் பெண் பெண்ணாகவும், பெண்ணுக்கு ஆண் ஆணாகவும் தோன்று வதுதான் ஆரோக்கியமான மனநிலை. அப்படித் தோன்றக்கூடா தென்று மனத்தை வலிய இழுத்துப் பூட்டி வைப்பதினால்தான் மனிதனுக்கு இயற்கையான உள் வளர்ச்சி தடைப்பட்டுப் போகின்றது.

அது மார்கழி மாதம் என்று அவனுக்கு நினைவூட்டியது அங்கு வந்த பஜனைக் கோஷ்டி. திருப்பாவையையும் திருவெம் பாவையையும் மெய்மறந்து பாடிக்கொண்டு வந்தது. மெய் மறந்து என்று சொல்ல முடியாது. மெய்யை மறக்கவில்லை. மெய்யை நல்ல கம்பளிச் சட்டைகள் மூலம் பந்தோபஸ்து பண்ணியிருந்தார்கள்.

'என்ன இவ்வளவு சீக்கிரம்?' என்று அறிமுகமான குரல் கேட்டது.

கஸ்தூரி திரும்பிப் பார்த்தான். சடகோபன்.

'நீங்களா? சவுக்கியமா?'

'ஹூம். சவுக்கியம்தான். என்ன வாக்கிங்கா?'

'ஆமாம்.'

'இந்த கோஷ்டி போறதுன்னே எனக்குத் தெரியாது. நேத்திக்கி ராத்திரிதான் தெரிஞ்சது. சேர்ந்துண்டேன்' என்று சிரித்தார் சடகோபன்.

கஸ்தூரி பதில் சொல்லவில்லை. ஒரு புன்னகை செய்தான்.

'சரி வரட்டுமா? ஒருத்தி மகனாய்ப் பிறந்து...'

சடகோபனுக்கு குரலில் இனிமை இல்லாவிட்டாலும், ஓர் அழுத்தம் இருந்தது. மற்றவர்கள் பாடுவதினின்றும் வேறுபட்டு அது தனியாகக் கேட்டது.

கஸ்தூரி காபி சாப்பிடுவதற்காக ராகவன் மெஸ்ஸை அடைந் தான்.

டைனிங் ஹாலில் விஜயன் பேப்பர் படித்துக்கொண்டிருந்தான். அவன் தலையையும் கழுத்தையும் சுற்றி கம்பளி மப்ளர். அவன் இரு தோள்களையும் குறுக்கிக்கொண்டு உட்கார்ந்திருந்தான்.

'ஹலோ விஜயன்.'

விஜயன் கண்கள் வியப்பால் மலர்ந்தன.

'வாங்க. ஸோ ஏர்லி...'

'சூடா காபி சாப்பிடணும் போலிருந்தது' - கஸ்தூரி விஜயன் பக்கத்தில் போய் உட்கார்ந்து கொண்டான்.

'என்ன விசேஷம்? உங்க ஆபீஸ் எப்படி இருக்கு?'

'நேத்துதானே சேர்ந்திருக்கேன். என்ன சொல்லறது? சட கோபனைப் பார்த்தேன். இப்போ, பஜனைக் கோஷ்டியிலே...'

'ஃபிராட். அவர் என்ன வேணா செய்வார்! நேத்திக்கு ஒரு புது வருஷ வாழ்த்துக் கார்டு கொண்டுவந்திருந்தார்... ஒரே அசிங்கம்!'

'அசிங்கம்னா?'

விஜயன் முகம் சிவந்தது.

'அசிங்கம்னா அசிங்கம்தான்.'

கஸ்தூரி அவன் கையிலிருந்த பேப்பரை வாங்கிப் பார்த்தான்.

'மிஸ்டர் கஸ்தூரி' என்று ஏதோ சொல்ல ஆரம்பித்தான் விஜயன்.

அவன் மிஸ்டர் பட்டம் போட்டுப் பேசியவுடனேயே ஏதோ அவனைப் பொறுத்தவரையில் ஏதோ முக்கியமான விஷயத்தைச் சொல்ல விரும்புகிறான் என்று பட்டது கஸ்தூரிக்கு.

'எஸ்' என்று சொல்லிக்கொண்டே பேப்பரை மடித்து அவனிடம் கொடுத்தான் கஸ்தூரி.

'எப்படிச் சொல்றதுன்னு தெரியலே?' என்று கீழே குனிந்து கொண்டான் விஜயன். இரு கைகளையும் இணைத்து நெற்றியில் வைத்துக்கொண்டான்.

டைனிங் ஹாலில் கூட்டம் சேர ஆரம்பித்தது.

'அப்புறம் வேணுமானா சொல்லுங்கோ' என்றான் கஸ்தூரி.

'நோ... நோ... - நோ நோ' விஜயன் முகத்தில் ஓர் அசட்டுச் சிரிப்பு.

கஸ்தூரிக்குக் கொஞ்சம் எரிச்சலாக இருந்தது. இந்தப் பைய னுக்கு என்ன வந்துவிட்டது? எதற்கு இவ்வளவு பூர்வ பீடிகை?

கஸ்தூரி எழுந்திருந்தான்.

'மாடிக்குப் போகலாமா?' என்று கேட்டான் விஜயன்.

கஸ்தூரி கெடியாரத்தைப் பார்த்தான். ஒரு கண நேரத் தயக்கத்துக்குப் பிறகு, 'சரி' என்றான்.

விஜயன் அறைக் கதவைத் தாழிட்டுக் கொண்டு கஸ்தூரி பக்கத்தில் உட்கார்ந்தான்.

அறையில் ஊதுவத்தியின் மணம் கமழ்ந்தது.

'நான் ஊரிலே இருக்கச்சே, ஒரு பெண்ணைக் கண்டா எனக்கு ரொம்பப் பிடிச்சிருந்தது. அப்போ நானும் ரொம்பச் சின்னவன். பெண்ணும் ரொம்பச் சின்னது. நான் டெல்லிக்கு வந்தப்பறம் - வந்து அஞ்சு வருஷமாறது - இப்போ...'

'டில்லியிலே இன்னொரு பெண்ணைப் பிடிச்சிருக்கு. பழைய கமிட்மெண்டை என்ன செய்யறதுன்னு புரியலே, அவ்வளவு தானே?'

விஜயன் இதை விரும்பவில்லை என்று தெளிவாகத் தெரிந்தது. தன்னுடைய புனிதமான அந்தரங்கத்தைப் பற்றி கஸ்தூரி அலட்சியமாகக் கேட்டது அவனுக்குக் கொஞ்சம் ஆத்திர மூட்டியது.

'அப்படியொன்றும் தட்டிக் கழிக்கணும்னு நினைக்கக்கூடிய அளவுக்கு நான் ஒரு ரோக் இல்லே. ஆனா அப்போ ஏற்பட்ட ஃபீலிங்கெல்லாம் தப்புன்னு நிஜமாவே எனக்குத் தோணறது. இப்போ இந்தப் பொண்ணை எனக்கு உண்மையாகவே பிடிச்சிருக்கு. இவதான் எனக்கு ஏத்தவள்னு படறது.'

'உங்களுக்கு எத்தனை வயசாறது?' என்று கேட்டான் கஸ்தூரி.

'இருபத்தஞ்சு.'

'ஆல் ரைட். இன்னும் இரண்டு மூன்று வருஷம் பொறுத்துக் கலாம் நீங்க. இந்த உடல் ஈடுபாடெல்லாம் முடிஞ்சு, மனத்திலே தோணறதுதான் சாசுவதமான உணர்ச்சி. மனத்திலே தோணறதா, உடம்பிலே தோணறதான்னு புரியாத வயசு இது.'

'ஊரிலேருந்து லெட்டர் மேலே லெட்டர் வந்திண்டிருக்கு...' என்றான் விஜயன்.

'உங்க மனசை நீங்களே தெரிஞ்சுக்க வேண்டாமா? மத்தவர்களை அட்வைஸ் கேக்கிற விஷயமா இது?'

'எங்கப்பா அம்மாவை விரோதிச்சுண்டு நான் ஒண்ணும் செய்ய மாட்டேன்.'

'அப்படியானால் தொட்டிலில் போய்ப் படுத்துக்கோ!' என்று சொல்லலாமென்று நினைத்தான் கஸ்தூரி. கஷ்டப்பட்டு நாவை அடக்கிக் கொண்டான்.

விஜயன் திடீரென்று எழுந்து போய் பெட்டியைத் திறந்து இரண்டு புகைப்படங்களைக் கொண்டுவந்து காட்டினான்.

இரட்டைப் பின்னலுடன் பாவாடை தாவணியுடன் ஒரு பெண். ஸ்டுடியோவில் எடுத்த படம். கை நிறையப் புத்தகங்களும், தலை நிறையப் பூவும் வைத்துக்கொண்டிருந்தாள்.

'இதுதான் உங்க ஊர்ப் பெண்ணோ?'

'ஆமாம். கண்டுபிடிச்சுட்டேளே!' பொறியில் அகப்பட்ட எலியின் மிரண்ட பார்வை. வீட்டுக்குத் தெரியாமல் திருட்டுத் தனமாக எடுக்கப்பட்ட போட்டோ போலிருக்கிறது.

இன்னொரு போட்டோ, டெல்லிப் பெண். அழகாக இல்லா விட்டாலும், ஒரு தன்னம்பிக்கையும், உற்சாகமும் வாழ்க்கைப் பிடிப்பும் முகத்தில் தெரிந்தன.

'இரண்டு போட்டோவையும் எதுக்காக வைச்சிண்டிருக்கீங்க?' என்று கேட்டான் கஸ்தூரி.

'சும்மா காமிச்சேன்' என்றான் விஜயன்.

'ஆல்பத்துக்கு கலெக்ட் பண்றீங்களா?'

'நோ நோ.. எனக்கு இந்தப் பெண்ணைத்தான் பிடிச்சிருக்கு!' என்று டெல்லிப் பெண்ணின் போட்டோவைச் சுட்டிக் காட்டி னான் விஜயன்.

'ஆல் ரைட். முடிவுதான் பண்ணியாச்சே, அப்புறம் என்ன தயக்கம்?'

'முடிவு இல்லே...' என்று அவசர அவசரமாக மறுத்துவிட்டு சில விநாடிகள் தாமதித்துக் கூறினான் விஜயன். 'எங்கப்பா, அம்மா.. ஜாதி வேறே... என்ன செய்யறதுன்னு புரியலே.'

பேச்சு ஒரு முடிவுமில்லாமல் இப்படியே நீண்டு போகும் என்று தோன்றியது கஸ்தூரிக்கு. இந்தப் பையனுக்கு தன்னை இரண்டு பெண்கள் காதல் செய்கிறார்கள் என்ற செய்தியே சந்தோஷத்தைத் தந்துகொண்டிருக்கிறது. விஷயத்தை அதற்கு மேல் தொடருவதற்கும் இவனுக்கு விருப்பமில்லை. வார்த்தைகளில் சொல்லிவிட்டால், காதல் செத்துவிடும் என்று மவுனம் சாதிக்கும் கையாலாகாத கவிஞனைப் போல...

'சரி, வரேன்' என்று எழுந்திருந்தான் கஸ்தூரி.

ஒரு ரகசியத்தைப் பகிர்ந்துகொண்ட திருப்தி விஜயன் முகத்தில் காணப்பட்டது. அவனும் எழுந்து கஸ்தூரியைத் தொடர்ந்தான்.

'சடகோபன்கிட்டே சொல்லாதீங்கோ. அவர் ஒரு முரட்டு ஆசாமி.'

கஸ்தூரி பதில் சொல்லவில்லை. பின்னால் திரும்பி விஜயனைப் பார்த்து, அனுதாபத்துடன் புன்னகை செய்தான்.

'சொல்லமாட்டேளே'

'இல்லே' - விடமாட்டான் போலிருக்கிறது.

மற்றொரு நாளைத் தொடங்கி விட்டது கரோல் பாக். வரிசை வரிசையாகப் புத்தகங்களை அடுக்கிக்கொண்டு செல்லும் நீல ஸ்கர்ட் வெள்ளைச் சட்டை அணிந்த கான்வென்ட் பெண்கள், காய்கறிக் கூடைக்காரிகள், சைக்கிளில் தர்ப்பைக் கட்டுடன் விரையும் சாஸ்திரிகள். பேப்பர்காரர்கள்...

நேற்றிரவு தன் அறைக்கு ஒரு பெண் வந்திருந்தாள் என்ற செய்தியை விஜயனிடம் சொன்னால், அவன் எப்படி இதை ஏற்றுக்கொள்வான்? தன்னை ஓர் இலட்சிய இளைஞனாக அந்த அசட்டுப் பையன் கற்பனை செய்துகொண்டிருக்கிறானோ என்ற சந்தேகம் கஸ்தூரிக்கு வந்தது. இல்லாவிட்டால், பழகிய இரண்டாம் நாள் அவனுடைய பிரச்னைகளை தன்னிடம் ஏன் சொல்லவேண்டும்? 'அன்ஸ்பாயில்ட், வர்ஜின்பாய்' என்று மனத்துக்குள் முணுமுணுத்துக் கொண்டான் கஸ்தூரி.

அவன் தன் வீட்டைச் சென்றடைந்ததும், மலையாள நண்பர் குளித்துவிட்டு விரைந்து கொண்டிருந்தவர் அவனை ஏற இறங்கப் பார்த்தார்.

‘குட் - மார்னிங்’ என்றான் கஸ்தூரி.

‘குட்- மார்னிங்’ அவர் குரல் கடுமையாக இருந்தது.

நேற்றிரவு முழுவதும் ஒரு பெண் தன்னறையில் இருந்தாள் என்ற கோபமோ? அவர் ஒன்றும் பேசாமல் போய்விட்டார்.

அப்பொழுது அரை நிஜார் போட்ட, கீழ் வீட்டு வேலைக்காரப் பையன், வீட்டுக்காரர் கூப்பிடுவதாக கஸ்தூரியிடம் சொன்னான்.

கஸ்தூரி கீழே இறங்கிப் போனான்.

வெண்ணெய் மலை அவனைச் சுட்டெரித்து விடுபவன் போலப் பார்த்தான்.

‘கல் ராத்கோ ஆப்கே கம்ரே மே ஏக் அவுரத் தீ?’

கஸ்தூரிக்குப் புரிந்தது. மலையாள நண்பரின் கடுமையான பார்வையின் அர்த்தம் இப்பொழுது அவனுக்கு விளங்கிற்று.

‘ஆமாம்’ என்று தலையசைத்தான் கஸ்தூரி.

‘ஆப்கோ ஷாதி ஹோ கயா?’

‘இல்லை’ என்று தலையசைத்தான் கஸ்தூரி.

‘கம்ரா கொலி கர்கே ஜாவ்.’

வட்டிக்கு வட்டி விட்டுப் பணம் வாங்கும் இவனுக்குத்தான் மத்தியத் தர வர்க்கத்து ஒழுக்கத்தைக் காப்பாற்ற எவ்வளவு அக்கறை!

‘ஏ ஷரீஃப் லோகோங்கா ஜகா ஹை. பத்மாஷ் லோகோங் கா ஜகஹ் நை ஹை. மத்லப் கம்ரா காலி கர்னா சாஹியே’ என்று சொல்லிவிட்டு உள்ளே போய்விட்டான் வீட்டுக்காரன்.

கஸ்தூரி மாடிக்குச் சென்று வெராந்தாவில் சிறிது நேரம் நின்றான். இப்பொழுது எங்கு போவது? வந்த இரண்டு நாள்களில் மூன்று இடங்கள் மாற வேண்டுமா?

சுதந்தரம் என்பதற்குப் பொருளே கிடையாது. வீட்டிலுமில்லை, வெளியிலுமில்லை. கும்பகோணத்திலுமில்லை, டெல்லியிலுமில்லை. சமூகம் பூச்சாண்டி காட்டுகிறது.

தமிழ் பேசினால் என்ன, ஹிந்தி பேசினால் என்ன! சமூகத்தின் கண்ணியத்தைக் கச்சை கட்டிக்கொண்டு நிலைநிறுத்துவதில் பாரதம் முழுவதும் அனைவருக்குமே ஒரு தர்ம ஆவேசம்! தெய்வங்களைக் குழந்தைகளாக்கி நிர்வாணமாகக் காட்சி அளித்துத் தன் கற்பையும் கூச்சத்தையும் காப்பாற்றிக் கொண்டவள் உதித்த நாடல்லவா இது?

கஸ்தூரி குளித்துவிட்டு டிரெஸ் செய்துகொண்டு பெட்டியையும் ஹோல்டாலையும் எடுத்துக்கொண்டு புறப்பட்டான்.

அவன் கீழே வந்து காலிங் பெல்லை அழுத்தினான். வெண்ணெய் மலை வந்தது.

'நான் போகிறேன்' என்றான் ஆங்கிலத்தில். வீட்டுக்காரன் ஒன்றும் சொல்லவில்லை.

ஏற்கெனவே அட்வான்ஸ் நூற்றைம்பது ரூபாய் கொடுத்திருக் கிறான். ஒருவேளை மீதிப் பணத்தைக் கேட்கப் போகிறோமோ என்று அவன் தயங்குகிறான் போலிருக்கிறது.

கஸ்தூரி வீட்டு வாசலுக்கு வந்தான்.

'பாபுஜி' என்று கூப்பிட்டான் வேலைக்காரப் பையன். கஸ்தூரி திரும்பிப் பார்த்தான்.

வீட்டுக்காரன், பையனிடம் நூறு ரூபாயைக் கொடுத்து கஸ்தூரி யிடம் தரும்படி சொன்னான்.

வாங்கிக்கொள்ளலாமா வேண்டாமாவென்று சிறிது நேரம் யோசித்தான் கஸ்தூரி. பிறகு வாங்கி பர்ஸில் வைத்துக் கொண்டான்.

ஆபீஸில் பெட்டி ஹோல்டாலோடு வந்த அவனை சந்தியா ஆச்சரியத்தோடு பார்த்தாள்.

'மை ஃபுட் ஸ்டூல் எர்த், மை கானபி தி ஸ்கைஸ்' (My footstool earth, my canopy the skies) என்றான் கஸ்தூரி.

இவ்வாறு கூறிக்கொண்டே உள்ளே சென்றான். மீனா எதிரே வந்தாள். அவனையும் பெட்டிப் படுக்கையையும் மாறி மாறிப் பார்த்தாள்.

'இதுதான் உன் விலை!' என்றான் கஸ்தூரி.

மீனா தோள்களைக் குலுக்கிக் கொண்டாள். 'நீங்கள் ஒரு விசித்திர மான மனிதர்' என்றாள் சிறிது நேரம் கழித்து.

'ஹலோ குட் மார்னிங், எவ்ரிபடி' என்று கூறிக்கொண்டே உள்ளே நுழைந்த மகேஷ், கஸ்தூரியைக் கண்டு ஸ்தம்பித்து நின்றான்.

'அவர் தங்க ஒரு இடம் வேண்டும்' என்றாள் மீனா.

'என் அறைக்கு வாருங்கள்' என்று சொல்லிவிட்டு உள்ளே போனான் மகேஷ்.

கஸ்தூரி பெட்டியையும் படுக்கையையும் ஓர் ஓரமாக வைத்து விட்டு மகேஷின் அறைக்குச் சென்றான்.

'நேற்று எங்கே தங்கியிருந்தீர்கள்?' என்று கேட்டுக்கொண்டே, சிகரெட் டின்னை அவனிடம் நீட்டினான் மகேஷ்.

கஸ்தூரி சொன்னான்.

'அப்படியானால் ஏன் இன்று காலி செய்யும்படியாக ஆயிற்று?'

'நேற்று இரவு என்னுடன் ஒரு பெண் அந்த அறையில் தங்கி னாள். சமூகத்தின் ஒழுக்கத்தை நிலைநாட்ட வீட்டுக்காரன் வீட்டை விட்டு விரட்டிவிட்டான்' கஸ்தூரி மிக அலட்சியமாக இதைக் கூறினான்.

மகேஷ் சிறிது நேரம் வரை பேசவில்லை. கஸ்தூரியை உற்றுப் பார்த்துக்கொண்டிருந்தான்.

'உங்கள் துணிவு என்னையே கொஞ்சம் பயமுறுத்துகிறது.'

கஸ்தூரி பதில் சொல்லவில்லை. புன்னகை செய்தான்.

'நீங்கள் வாழ்க்கையில் தோல்வி அடைந்தவரா?' என்று கேட்டான் மகேஷ்.

'நான் எதனையும் பாகுபடுத்திக் கொண்டு தலை மயிரைப் பிய்த்துக் கொள்வதில்லை.'

மகேஷ் சுழல் நாற்காலியில் பின்புறமாகச் சாய்ந்தான். இரு கைகளையும் இணைத்து மூக்கருகே வைத்துக்கொண்டு யோசித்தான்.

‘ஆல் ரைட். நீங்கள் தங்குவதற்கு பூஸா ரோட்டில் இடம் ஏற்பாடு செய்கிறேன். விரிவான அளவில் நீங்கள் செயலாற்றுவதற்கு ஏற்ற இடம். செய்வீர்கள் என்பதும் என் நம்பிக்கை. கம்பெனிக்கும் அது நல்லது.’

‘தேங்க் யூ வெரி மச்.’

‘சாயந்திரம் நீங்கள் போவதற்குள் தகவல் சொல்லுகிறேன். நேற்று நீங்கள் போன விவகாரம் எது மட்டில் இருக்கிறது?’

‘இன்று குருமூர்த்தியைச் சந்திக்க இருக்கிறேன்.’

‘ஆல் ரைட், ப்ளீஸ் டூ.’

கஸ்தூரி எழுந்திருந்து மகேஷின் அறையை விட்டு வெளியே வந்தான்.

‘என்ன ஆயிற்று?’ என்று அறியும் பாவனையுடன் மீனா அவனை நோக்கினாள்.

‘பாஸ் எனக்குப் பூஸா ரோடில் இடம் ஏற்பாடு செய்கிறார்’ என்றான் கஸ்தூரி.

‘யு ஆர் ஏ லக்கி டெவில்!’ என்றாள் மீனா.

‘இதற்கு உனக்குத்தான் நன்றியைத் தெரிவிக்க வேண்டும்.’ என்றான் கஸ்தூரி கீழ்க் குரலில்.

‘ஷட் அப்’ அவள் செல்லமாக அவனைக் கண்டித்தாள்.

கஸ்தூரி இம்போர்ட் ட்ரேட் கண்ட்ரோல் புத்தகத்தைக் கையில் எடுத்துக்கொண்டு, ஒரு நாற்காலியில் போய் உட்கார்ந்தான்.

அவன் எத்தனை நேரம் படித்திருப்பானோ, தெரியாது. யாரோ ஹலோ என்று சொன்னதும் நிமிர்ந்தான். கபூர்...

‘குட் மார்னிங்.’

‘கன்கிராஜுலேஷன்ஸ். கோயிங் வெரி வெரி ஃபாஸ்ட், மை பாய்.’

அவன் பாராட்டினாலும், குரலில் பொறாமையின் சாயை படிந்திருப்பதைக் கஸ்தூரி உணரத் தவறவில்லை.

‘பூஸா ரோட் ஒரு அருமையான இடம்.’ என்றான் கபூர்.

‘மிஸ்டர் மகேஷ் அருமையான இடத்தைத்தான் தேர்ந்தெடுப் பாரென்று எனக்குத் தெரியும்’ என்றான் கஸ்தூரி.

‘எனக்கு இரண்டு வருஷங்களாயிற்று, கம்பெனி கொடுக்கும் இடத்தைப் பெற. வந்த இரண்டாம் நாளே நீங்கள் பெற்று விட்டீர்கள்!’

‘இது பாராட்டு என்று நினைக்கிறேன்.’

‘நிச்சயமாக. கோ அஹெட்’ என்று சொல்லிக்கொண்டே கபூர் அகன்றான்.

அப்பொழுது கஸ்தூரியை மகேஷ் கூப்பிடுவதாக ஒரு பையன் வந்து சொன்னான்.

கஸ்தூரி எழுந்து உள்ளே போனான்.

‘உங்களுக்கு மீன்களைப் பற்றித் தெரியுமா?’ என்று கேட்டான் மகேஷ்.

‘தெரிந்துகொள்வேன்’ என்றான் கஸ்தூரி.

‘மீன்கள் ஏற்றுமதி விவகாரமாக மெரீன் எக்ஸ்போர்ட் ப்ரமோஷன் கவுன்ஸில், எர்ணாகுளத்துக்கு ரிஜிஸ்டர் செய்து கொள்ள மனு செய்திருந்தோம். ரிஜிஸ்டர் ஆகிவிட்டது. நீங்கள் இதைப் பற்றியும் கவனிக்கலாம்.’

கஸ்தூரிக்கு என்ன செய்ய வேண்டுமென்று புரியவில்லை. தான் மீன் பிடிக்க வேண்டுமா!

‘உங்களுக்குப் பூஸா ரோடில் இடம் ஏற்பாடாகிவிட்டது. இன்று சாயந்திரமே அங்கு நீங்கள் போகலாம்.’

மகேஷ் முகவரியைச் சொன்னான். கஸ்தூரி டைரியில் குறித்துக் கொண்டான்.

அப்பொழுது டெலிபோன் ஒலித்தது. மகேஷ் டெலிபோனைக் கையில் எடுத்தான்.

‘மகேஷ்... ஐ ஸீ.’ அவன் டெலிபோனைக் கஸ்தூரியிடம் கொடுத்தான். ‘உங்களுக்கு...’

டெலிபோனில் பேசிய கஸ்தூரியின் முகம் பிரகாசமடைந்தது. அவன் அதைக் கீழே வைத்துவிட்டு, மகேஷிடம் சொன்னான் : 'குருமூர்த்தி பி.ஏ. சங்கர சுப்ரமணியன். குருமூர்த்தியைப் பார்க்க இப்பொழுது வரலாமென்கிறார்.'

'ஆல் ரைட். விஷ் யு குட் லக்.'

கஸ்தூரி மிகுந்த உற்சாகத்தோடு மகேஷின் அறையை விட்டு வெளியே வந்தான்.

# 6

கஸ்தூரியைக் கண்டதும் சங்கர சுப்ரமணியன் புன்னகை செய்தார்.

'சார்கிட்டே உங்களைப் பத்தி நிறையச் சொன்னேன். உள்ளே கூப்பிடுன்னுட்டார்.'

இதை எதற்காகக் கூறுகிறார்? சிகரெட் - லைட்டர் போதாது போலிருக்கிறது. இவருக்கு எவ்வளவு மாப்பிள்ளைகள்?

'உட்காருங்களேன்.'

கஸ்தூரி உட்கார்ந்தான். சங்கர சுப்ரமணியன் கீழ்க் குரலில் பேச ஆரம்பித்தார்.

'சார் ரொம்ப ஆர்தடாக்ஸ். கொஞ்சம் முன்கோபம் உண்டு. பெரிய டிஸிப்பிளினேரியன். குளிர் காலமா இருந்தாலும் ஆத்திலே யாரும் செருப்புப் போட்டுண்டு

நடக்கக் கூடாதுன்னா, பாத்துக்கோங்களேன். உங்க ஜாக்கிரதைக் காகச் சொல்லி வைச்சேன். இருங்கோ. உள்ளே போய் சொல்லி விட்டு வரேன்.'

ஐந்து நிமிஷம் கழித்து சங்கர சுப்ரமணியன் வெளியே வந்தார்.

'உள்ளே போங்கோ.'

சங்கர சுப்ரமணியன் சொல்லியதில் மிகையில்லை. குருமூர்த்தி யின் நெற்றியில் திருநீறு, குங்குமப் பொட்டு. முகத்தில் கண்டிப்பு. தலையைத் தூக்கி கீழ்ப் பார்வையாகப் பார்த்தார் குருமூர்த்தி.

'நமஸ்காரம்!' என்றான் கஸ்தூரி.

'நமஸ்காரம். வாட் டு யூ வாண்ட்?'

குரலில் தெரிந்த கண்டிப்பு கஸ்தூரியை ஒரு கணம் திகைக்க வைத்தது. கற்பாறையோடு மோதுவது போன்ற ஒரு உணர்ச்சி.

'உட்காரலாமா?' என்றான் கஸ்தூரி புன்னகையுடன்.

'எஸ்.யு ஆர் தி மேன் ஃப்ரம் பாட்டர்ஸன்ஸ்?'

'ஆமாம். கஸ்தூரி நாற்காலியில் உட்கார்ந்தான்.

'உங்களைப் பாத்த உடனே எனக்கு என்னோட சம்ஸ்கிருத ப்ரொஃபஸர் ஞாபகம் வந்தது.' என்றான் கஸ்தூரி.

'யாரோ?'

குரல் கொஞ்சம் கனிந்துகொண்டு வருவதுபோல் பட்டது கஸ்தூரிக்கு.

'டாக்டர் வெங்கடேஸ்வரன்னு பேரு. ரொம்பப் படிச்சவர். மீமாம்ஸம், வியாகரணம், எல்லாத்திலேயும் கரை கண்டவர்னு சொல்லுவா. ஒரு வேளை உங்களுக்கு உறவோ?'

'இல்லே. ஆனா டாக்டர் வெங்கடேஸ்வரன்னு கேள்விப் பட்டிருக்கேன்.'

'பவபூதியின் உத்தரராம சரிதம் நடத்துவார். ஷேக்ஸ்பியர் கிளாஸுக்கு மட்டம் போட்டுட்டு எல்லாரும் இவர் கிளாஸிலே

வந்து உட்கார்ந்திருப்பா. ரியலி, சம்ஸ்கிருதத்துக்கு ஈடான பாஷை உண்டோன்னு தோணும்!'

'ஐ ஆம் சர்பரைஸ்ட். பிஸினஸ் விஷயமா வந்தவர் பவபூதியைப் பத்திப் பேசறது!' என்றார் குருமூர்த்தி புன்னகையுடன். அவர் ஏன் புன்னகை செய்வதில்லை என்று கஸ்தூரிக்கு இப்பொழுதுதான் புரிந்தது. அந்தப் புன்னகை மிகவும் கொடூரமாக இருந்தது.

'பிஸினஸ் கிடக்கிறது, விடுங்கோ. அது கடமை. அதான் நம்ப கதை ஒண்ணு உண்டே? ஆடு வெட்டினாலும் ஒருத்தன் கெட்ட வங்கிறதில்லே. அவனோட அப்பா அம்மாவுக்குச் செய்ய வேண்டிய சிசுருஷையை அவன் செஞ்சான்னா, பரம பக்தன்னு. எலி ஏற்றுமதி என்ன, ஆடு வெட்ற விவகாரம்தான். ஐ ஆம் கிளாட் ஐ கேம் டு ஸீ யூ!'

'நம்ம லிட்டரேச்சர் எல்லாம் நிறையப் படிச்சிருக்கேள் போலிருக்கே.'

'ஏதோ கொஞ்சம். சமுத்திரக் கரையிலே கூழாங்கல் பொறுக்கற மாதிரி.'

'உங்களுக்கு எந்த ஊரு?'

'கும்பகோணம்.'

'எனக்கும் கும்பகோணம் பக்கம்தான். பாபநாசம். கஸ்தூரின்னா அய்யங்காரோ?'

கஸ்தூரி பதில் சொல்லவில்லை. குனிந்து தன் கைப்பையிலிருந்த சில ஃபைல்களை வெளியே எடுத்துக்கொண்டிருந்தான்.

'அய்யர், அய்யங்கார்னு சொல்லிக்கிறதிலே தப்பில்லே. கிறிஸ்துவா சொல்லிக்கலயா, கேத்தலிக்கா, பிராட்டஸ்டண்டான்னு.'

'ஆமாம், வாஸ்தவம்தான். அய்யர்னா அத்வைதமா, அய்யங்கார்னா விசிஷ்டாத்வைதமான்னு கேக்கற மாதிரி. சரி, இந்தப் பைல்களைப் பாத்திருப்பேள்னு நினைக்கிறேன்.'

குருமூர்த்தி அவற்றை வாங்கிப் பார்த்தார்.

'ஓ எஸ். உங்க ஃபைலைப் பார்த்தாச்சு. இதிலே ஒரு சங்கடமிருக்கு.'

'என்ன?'

'ராஜஸ்தான் பக்கத்திலே ஒரு கிராமத்திலே எலிக்குக் கோயிலே இருக்காம். ஜனங்க வழிபடறாளாம். குரங்கு விவகாரம் மாதிரி பின்னாலே இதுவும் தகராறிலே போய் முடிஞ்சா? பார்லிமெண்ட்லே கேள்வி வரும். ஏன் நம்ப சம்பிரதாயத் திலேயே பிள்ளையாருக்கு மூஞ்சூறுதானே வாகனம்?''

'அப்படின்னா நாம்ப யானையை அனுப்பலியா? அது பிள்ளையாரையே அனுப்பற மாதிரிதானே? பிள்ளையாரையே அனுப்பறச்சே, அவர் வாகனத்தை அனுப்பிச்சா என்ன?'

'குட். இது ஒரு நல்ல பாயிண்ட்! நோட் போட்டு வைக்கிறேன்...'

'இதான் என்னோட முதல் அஸைன்மெண்ட் கொஞ்சம் பாத்து செஞ்சேள்னா தேவலை.'

'ஆனா ஒரு கண்டிஷன். எங்காத்திலே அவுரங்க சீப் ரோட்லே ஏழாம் நெம்பர் வீடு. ஸிங்கிள் ஃப்ளோர் பங்களாவா? எலி உபத்திரவம் தாங்கலே. முதல்லே அந்த எலியெல்லாம் பிடிக்க வாங்கோ.'

'டெஃபனட்டா! கவர்ன்மெண்ட் குவாட்டர்ஸிலேயே ஒரு லட்சத்துக்கு மேலே எலிகளைப் பிடிக்கலாம்னுதான் எங்க யோசனை. அதைத் தவிர, செட்கரடரியேட்லே பத்து லட்சத்துக்கு மேலே எலியிருக்குன்னு கணக்குப் பண்ணியிருக்கா.'

'மை காட்! பத்து லட்சமா? அவற்றோட ஆகாரம்?'

'ஃபைல்ஸ்தான். பழைய ஃபைல்ஸ்னா எலிக்கு ரொம்பப் பிடிக்குமாம்.'

'இப்போதுதான் ஞாபகம் வரது. அக்ரிகல்சுரல் ப்ரொடக்ஷன் ரொம்பக் குறைவா இருக்கிறதுக்குக் காரணமே எலிகள்தான்னு, ஒரு எக்ஸ்பெர்ட் கமிட்டி அஞ்சு வருஷம் ஆராய்ஞ்சு ஒரு ரிப்போர்ட் சப்மிட் பண்ணா. அந்த ரிப்பார்ட்டையே காணோம்.'

'எலிகளுக்கு இந்த விவகாரம் எட்டியிருக்கும்... சாப்பிட்டிருக் கும்!' என்றான் கஸ்தூரி.

குருமூர்த்தி சிரித்தார்.

அப்போது சங்கர சுப்ரமணியன் உள்ளே நுழைந்தார்.

'என்ன?' குருமூர்த்தியின் பழைய மிடுக்கும் கண்டிப்பும் வந்து விட்டன.

'மத்தியானம் லஞ்சுக்கு அப்புறம் செகரட்டரியை நீங்க பாக்கப் போகணுமில்லியா?'

'எஸ்.எஸ். சரி, மிஸ்டர் கஸ்தூரி. டோண்ட் வொரி. ஐ வில் டு தி நீட்ஃபுல். ஆத்துக்கு வாங்கோ, ஐ வுட் லைக் டு டாக் டு யூ. யூ ஆர் ஆன் இன்டெரஸ்டிங் மேன்.'

கஸ்தூரி அவர் அறையை விட்டு வெளியே வந்தான். சங்கர சுப்ரமணியன் பின் தொடர்ந்தார்.

'பழம்தானே?' என்று கேட்டார் சங்கர சுப்ரமணியன்.

'பழம் மாதிரிதான். எல்லாம் உங்க தயவிலே.'

'ஆமாம். ஏதோ நம்பளவாளுக்கு, நம்மாலே முடிஞ்சதைச் செய்யறதிலே என்ன தப்பு?'

'ரொம்ப தேங்க்ஸ்.'

'உங்க கம்பெனியிலே யாரான்னு அடிக்கடி வெளியூர் போயிண்டு வந்துண்டிருப்பாளா?'

'எதுக்கு?'

சங்கர சுப்ரமணியன் சுற்றும் முற்றும் பார்த்தார். பிறகு மெதுவாகச் சொல்ல ஆரம்பித்தார்.

'சில சாமான் வேண்டியிருக்கு. சார் ஆத்துலே மாமி அடிக்கடி கேட்டுண்டிருப்பா. சார் ரொம்பக் கண்டிப்பு இந்த விஷயத்துலே. அவருக்கும் தெரிய வேண்டாம். அங்கேயிருந்து கொண்டுவந்தா போதும். ஏர்போர்ட்டிலே நான் கவனிச்சுக்கிறேன்.'

'என்ன சாமான்?'

'லிஸ்ட் அப்புறம் நான் தரேன். சரியா?'

கஸ்தூரிக்கு சங்கர சுப்ரமணியனை அறையலாம் போலிருந்தது. முகத்தை நீட்டிக் குறுக்கி அவர் கேட்ட விதம் அவனுக்கு அருவருப்பாக இருந்தது. ஆனால் இந்த வேலை இப்படித்

தானிருக்கும் என்று தெரிந்தே ஒப்புக்கொண்ட பிறகு, அவன் கோபம் கொள்வது நியாயமில்லை.

'ஹாங்காங்லே சானிடரி டவல் ரொம்ப விசேஷமாம்' என்றார் சங்கர சுப்ரமணியன்.

கஸ்தூரி கஷ்டப்பட்டு சினத்தை அடக்கிக் கொண்டான். திருநீற்றை அள்ளிப் பூசிக்கொண்டு, பெண்களுக்கெல்லாம் கல்யாணம் செய்து கொடுத்த பிறகு, மாப்பிள்ளைகளுக்காக சிகரெட் லைட்டர்களும், எஜமானி அம்மாளுக்காக ஹாங்காங்கிலிருந்து சானிடரி டவலும் கேட்கும் இந்த மனுஷனை விஞ்ஞானப் பரிசோதனைக்காக அனுப்பி வைத்தால் என்ன? எலிகள் எதற்கு? அவற்றுக்காவது கொஞ்சம் தன்மானம் இருக்கக் கூடும்.

'சரி. ஞாபகம் இருக்குமா?' என்று கேட்டார் சங்கர சுப்ரமணியன்.

'இருக்கும். லிஸ்டை அனுப்புங்கோ.'

கஸ்தூரி ஆபீஸ் சென்றடைந்ததும் மகேஷின் அறைக்குப் போனான்.

மகேஷ் மீனாவிடம் ஒரு கடிதம் டிக்டேட் செய்து கொண்டிருந்தான். கஸ்தூரியை உட்காரும்படி கையசைத்தான், மீனா ஒரு கணம் அவனை நிமிர்ந்து நோக்கினாள். அடுத்த கணம் இயந்திரமாகி விட்டாள்.

கடிதத்தைச் சொல்லி முடித்த மகேஷ், 'நீ இதை நாளைக்குக்கூட கொடுக்கலாம். அவசரமில்லை. எஸ், மிஸ்டர் கஸ்தூரி.'

மீனா அறையை விட்டு வெளியே போனாள்.

கஸ்தூரி நடந்ததைச் சொன்னான். ஆனால் குருமூர்த்தியை தான் சமாளித்த விதத்தைப் பற்றிச் சொல்லவில்லை. சங்கரசுப்ரமணியன் கொடுக்க இருக்கும் லிஸ்டைப் பற்றியும் சொன்னான்.

மகேஷ் சிறிது நேரம் பேசவில்லை. ஏதோ யோசித்துக் கொண்டிருந்தான். பிறகு எழுந்தான். தன் கைகளை நீட்டினான். கஸ்தூரியும் தன் கைகளை நீட்டினான்.

'யூ ஆர் எ ரிமார்க்கபிள் ஃபெல்லோ. ஐ வில் டேக் கேர் ஆஃப் சங்கர சுப்ரமணியன்.'

கஸ்தூரிக்குக் கைகள் வலித்தன. அப்படிக் குலுக்கினான் மகேஷ்.

'தேங்க்ஸ்.'

கஸ்தூரி மகேஷின் அறையை விட்டு வெளியே வந்தான். சப்ராஸியை அழைத்து ஒரு டாக்சியைக் கூப்பிடும்படி சொன்னான்.

'நீங்கள் போகிறீர்களா?' என்று கேட்டாள் மீனா.

'ஆமாம்.'

'மிஸ்டர் குருமூர்த்தியைப் பார்த்தீர்களா?'

'விஷயம் முடிந்த மாதிரிதான்.'

'எனக்கு ஆச்சரியமில்லை.'

'தேங்க் யூ.'

'ஆனால்...'

'ஆனால் என்ன?'

'நீங்கள் இவ்வளவு வேகமாகப் போவதைப் பார்த்தால் பயமாக இருக்கிறது.'

'டோன்ட் பிகம் சென்டிமெண்டல். ஐ ஹேவ் ஆல்ரெடி வார்ன்ட் யூ.'

'இதில் என்ன சென்டிமெண்ட்?'

'எனக்காக நீ கவலை கொள்ளுகிறாய். அதுவே தப்பு' என்று சிரித்தான் கஸ்தூரி.

டாக்சி வந்துவிட்டது என்று சொன்னான் சப்ராஸி.

பெட்டியையும் ஹோல்டாலையும் எடுத்துக்கொண்டு புறப் பட்டான் கஸ்தூரி.

அப்பொழுது கபூர் வந்தான்.

'குட். புறப்பட்டாகி விட்டதா?'

‘எஸ். உங்களுக்கு ஏதாவது ஆட்சேபணை உண்டா?’

‘நான் ஏன் ஆட்சேபிக்க வேண்டும்? இவளையும் வேண்டு மானால் அழைத்துப் போங்கள் நீங்கள் விரும்பினால்...’ என்று மீனாவைச் சுட்டிக் காட்டினான் கபூர்.

‘ஷட் அப்! என்றாள் மீனா.

‘வாட் ‘ஷட் - அப்’? ஐ வாஸ் நாட் பார்ன் எஸ்டர்டே’- என்று சொல்லிவிட்டு மகேஷின் அறையை நோக்கிச் சென்றான் கபூர்.

மீனாவும் கஸ்தூரியும் ஒருவரையொருவர் பார்த்துக் கொண்டார் கள். அப்படியென்றால் கபூருக்குத் தெரிந்து விட்டதோ? சந்தியா சொல்லியிருக்க வேண்டும்.

‘நான் வருகிறேன்’ என்று சொல்லிக்கொண்டே, ஆபீஸை விட்டு வெளியே வந்தான் கஸ்தூரி.

பூஸா ரோட் வீடு இரண்டு பெட் ரூம்களைக் கொண்ட அழகிய பங்களா. வாடகை ரூ.700-க்கு மேலே இருக்குமென்று பட்டது கஸ்தூரிக்கு. மகேஷ் தன்னிடம் எவ்வளவு நம்பிக்கை வைத்திருக் கிறான் என்று அவனுக்குத் தெரிந்தது. ஒரு பெரிய ட்ராயிங் ஹால். விருந்துபசாரம் செய்வதற்கான ஏற்பாடு. பார்க்கப் போனால் இந்த வீட்டு வாடகையும் மகேஷைப் பொறுத்த வரையில் ஒரு இன்வெஸ்ட்மெண்ட்தான். பலனைத் தருவது தன் பொறுப்பு.

மீனா சொன்னது அவன் நினைவுக்கு வந்தது. ‘நீங்கள் போகும் வேகத்தைப் பார்த்தால், பயமாக இருக்கிறது.’ வீட்டையும் ஃபர்னிச்சரையும் பார்த்தபோது அவனுக்கும் கொஞ்சம் அச்சம் ஏற்படத்தான் செய்தது. இவ்வளவும் எதற்காக?

தோட்டத்தைக் கவனித்துக்கொண்டிருந்த மாலி யாரோ ஒருவனை கூட்டிக்கொண்டு வந்தான்.

‘இவன்தான் முன்னே இங்கு வேலை பார்த்த வேலைக்காரன். நம்பிக்கையானவன்’ கஸ்தூரிக்கு ஹிந்தி பேச வராவிட்டாலும் அவன் சொன்னது புரிந்தது. அவனை தொடர்ந்து வேலைக்கு வைத்துக்கொள்வதில் தடையில்லை என்பதற்காகத் தலையை ஆட்டினான். வேலைக்காரன் முகத்தில் நன்றியுணர்வு வெளிப் படையாகத் தெரிந்தது.

கஸ்தூரிக்குத் திடீரென்று ஒரு களைப்பு ஏற்பட்டது. அவன் சோபாவில் சாய்ந்து கொண்டான்.

வாழ்க்கையில் செய்கின்ற காரியங்களைப் பற்றிய கணக் கெடுக்கும் விவகாரம் அவனுக்குப் பிடிக்காது. ஆனால் கடந்த இரண்டு நாள்களில் அவனுக்கேற்பட்ட அனுபவம் அவனை சிந்திக்கத் தூண்டியது.

இரண்டு நாள்களில் இரண்டு வருஷங்களில் ஏற்படக்கூடிய அனுபவம்! அவனை ஸ்டேஷனில் சந்தித்து கோல் மார்க்கெட்டில் தம் வீட்டுக்கு அழைத்துப்போன அன்பரின் நினைவு, அவர் மனைவியின் பாதரட்சை ஒலி, சூடோ-இன்டெலக்சுவல் பாலுவின் ஹை ப்ரோ பேச்சுகள், சடகோபனின் எண்ணெய் தேய்த்துக் குளியல், விஜயனின் அப்பாவித்தனமான பிரச்னைகள், மீனாவின் தொடர்பு... எல்லாம் சேர்ந்து, கனவு காண்கின்றோமோ என்ற ஒரு பிரமையை அவனுக்கு உண்டாக்கின.

கும்பகோணத்தில் தன் சன்னதித் தெரு வீட்டு மொட்டை மாடியில் காணும் கனவோ? விழித்துப் பார்த்தால் எல்லாம் பொய் என்று தெரியும். வாசலில் முனிசிபல் குழாயடியில் நடக்கும் தண்ணீர்ச்சண்டைதான் சாசுவதம். கீழே ஊஞ்சலில் படுத்துக்கொண்டு அப்பா குறட்டை விடுவதுதான் உண்மை. துளசி மாடத்தருகே நின்றுகொண்டு அம்மா பூஜை செய்வதுதான் நிஜம். அவனுக்கு ஒன்றும் புரியவில்லை. அந்த மயக்க நிலையில் அப்படியே தூங்கிவிட்டான்.

அவன் கண்களை விழித்துப் பார்த்தபோது நன்றாக இருட்டி விட்டது.

முகத்தைக் கழுவிக்கொண்டு ட்ராயிங் ஹாலில் வந்து நின்றான்.

வேலைக்காரன் அப்பொழுது அங்கு வந்தான். 'கானா சாஹேப்?'

'நான் போகிறேன்' என்று சொல்லிவிட்டு, வீட்டை விட்டு வெளியே வந்தான் கஸ்தூரி.

ராகவன் மெஸ்ஸில் இரவுச் சாப்பாட்டுக்காக நல்ல கூட்டம். டைனிங் ஹாலில் உட்கார இடமில்லை. கஸ்தூரி விஜயன் அறைக்குச் சென்றான்.

'வாங்கோ வாங்கோ' சடகோபன் வரவேற்றார்.

விஜயன் ஏதோ புத்தகம் படித்துக்கொண்டிருந்தான்.

'நீங்க அந்த வீட்டை காலி பண்ணிட்டேளாமே?' என்று கேட்டான் விஜயன்.

'ஆமாம். பூஸா ரோட்லே வீடு கொடுத்துட்டா கம்பெனியிலே.'

'வெரிகுட். நத்திங் லைக் தட். சாயந்திரம் உங்களை அங்கே பார்க்கப் போனேன். நீங்க போயாச்சுன்னான் வீட்டுக்காரன்.'

'வேற ஏதாவது சொன்னானா?'

'இல்லே. ஏன்?'

'இல்லே, கேட்டேன்.'

'பூஸா ரோட்னா, எக்கச்சக்கமாக இருக்குமே வாடகை' என்றார் சடகோபன்.

'வாடகையைப் பத்தி இவருக்கென்ன கவலை? கம்பெனியிலே தரா' என்றான் விஜயன்.

'நமஸ்காரம், விஜயன்.'

உள்ளே வழுக்கைத் தலையாக ஒருவர் நுழைந்தார். சிறிய உருவம். குரல் ஒரு பெண்ணின் குரல் போலிருந்தது.

'வாங்கோ, மிஸ்டர் சாமி.' விஜயன் வரவேற்றான். கஸ்தூரியை அவருக்கு அறிமுகம் செய்துவைத்தான்.

'பூஸா ரோட் பங்களாவிலே இருக்கார்!' என்று அதையும் சேர்த்துச் சொன்னான்.

மிஸ்டர் சாமியின் கையில் நோட்டீஸ்களும், ரசீதுப் புத்தகங்களும் இருந்தன.

'வெரி குட், உங்களைப் பார்த்ததிலே...' சாமி கஸ்தூரியிடம் நோட்டீஸை நீட்டினார்.

'ஏதோ பஜனை நடத்தப் போகிறார்களாம். அதற்கு நிதி வசூல்.'

கஸ்தூரி நோட்டீஸைத் திருப்பிக் கொடுத்தான்.

'இல்லே, வச்சுக்கோங்க.'

‘சாமி தமிழ் இலக்கியமெல்லாம் நல்லா படிச்சுருக்கார். திருமுருகாற்றுப்படை, பெரிய புராணம், திருப்புகழ், அது இதுன்னு வெளுத்துக் கட்டுவார்!’ என்றான் விஜயன்.

‘என்னப்பா ஒரேயடியா கதை பண்றே! ஏதோ கொஞ்சம் படிச்சிருக்கேன்...’

‘மிஸ்டர் கஸ்தூரியும் பிஸனஸ் லைன்லே இருந்தாலும் நன்றாகப் படிச்சவர்னுதான் தோணறது’ என்றான் விஜயன்.

‘தமிழ் லிட்டரேச்சர்லே இன்ட்ரெஸ்ட் உண்டோ?’ என்று கேட்டார் சாமி.

கஸ்தூரி பதில் சொல்லவில்லை. பர்ஸைத் திறந்து இரண்டு ரூபாயை எடுத்துக் கொடுத்தான். சாமி இதை வாங்கிக்கொண்டு ரஸீது கிழித்தார்.

‘இன்னொன்று, ஒரு சாவெனீர் போடறோம். உங்க கம்பெனி அட்வர்டைஸ்மெண்ட் இருந்தா தேவலை..’

‘ஐ ஆம் சாரி. நான் வேலைக்குச் சேர்ந்து இரண்டு நாள்தான் ஆறது.’

‘பரவாயில்லே பரவாயில்லே. முடிஞ்சா பாருங்கோ. அடுத்த வாரம் எங்க சங்கத்தோட கூட்டம் நடக்கப் போறது. உங்களை வைஸ் - பிரெசிடெண்ட்டா போடறதிலே ஆட்சேபணை இல்லியே?’

‘என்னது, என்னது!’ கஸ்தூரி திடுக்கிட்டான்: ‘பஜனை சங்கத்தின் வைஸ் - பிரெஸிடெண்ட்டாகவா?’

‘சும்மா போடுங்கோ. சரியான ஆள்தான்!’ என்றார் சடகோபன்.

‘வேண்டாம். உண்மையா சொல்லப்போனா எனக்கு இந்தப் பஜனை விவகாரத்திலே அவ்வளவா நம்பிக்கை கிடையாது.’

‘அதென்ன இவ்வளவு படிச்சவா இப்படிச் சொல்லிட்டேள்.. வயத்தைக் கழுவ என்னென்னவோ பிடிக்காத வேலையெல்லாம் செய்யறோம். பஜனைங்கறது ஒரு ஆத்ம திருப்திக்குத்தானே?’

‘தயவு செய்து வேண்டாம்.’

'நான் இன்னொன்னு சொல்லட்டுமா? நீங்க பிஸினஸ் லைன்லே இருக்கேள். நீங்க வைஸ் - பிரெசிடெண்ட்டா இருந்தா லௌகீகமா எங்க சங்கத்துக்குப் பல சவுகரியங்கள் உண்டு. எங்க சங்கத்திலே இருக்கிற அத்தனை பேருக்கும் பஜனையிலே நம்பிக்கை இருக்குன்னு அர்த்தமா? செகரட்டரி யாருங்கறேள், வோல்டாஸ் சங்கர நாராயணன். முதல் நம்பர் அயோக்கியன். பார்க்காத பொண்கள் கிடையாது.'

'நான் அயோக்கியன்கிறதினாலே வேண்டாங்கலே... யோக்கி யன்கிறதினாலேயே வேண்டாங்கிறேன்...' என்றான் கஸ்தூரி புன்னகையுடன்.

'நோ நோ அதுக்குச் சொல்லலே சார். பஜனையிலே நம்பிக்கை கிடையாதுன்னேளே, அதுக்குச் சொன்னேன்.'

'ஏன் சாமி. பொம்பிளையை ஒருத்தன் பாத்தான்னா, அயோக்கி யனா?' என்று கேட்டார் சடகோபன்.

'தாராளமா பாருங்கோ, யார் வேண்டாம்னா! பிற பொம்ம னாட்டியைப் பாக்காமெ இருக்கிறதும் ஒரு ஆண்மைன்னார் திருவள்ளுவர். என்ன சார், நான் சொல்றது சரிதானே?'

'அப்போ பொம்மனாட்டிக மத்த ஆம்பிளையைப் பாக்காமெ இருக்கிறது? அது ஆண்மையா பெண்மையா?' என்று கேட்டுவிட்டுச் சிரித்தார் சடகோபன்.

'அந்தக் காலத்திலே இந்தப் பிரச்னை இருந்ததாத் தெரியலே' என்றார் சாமி.

'ஏன் இல்லை? நம்ம புராணக் கதைகள் முழுவதிலும் பெண் களுடைய கற்பு என்பது ஒரு மேக்னிஃபிஷன்ட் அப்செஷன்? தாழ்வு மனப்பான்மையினால் அவஸ்தைப்பட்ட ஆண்கள் பெண்களுக்குத் தர்ம வேலியிட்டு தங்கள் தங்கள் குறைகளை மூடி மறைத்த கதைகள்தாமே புராணக் கதைகள்! ஒரு மனைவியை மணந்து அதே நெறியில் மூர்க்கத்தனமான வேகத்தோடு நின்ற இராமனும், பிறர் மனைவியை நோக்காத ஆண்மையைப் பேசும் வள்ளுவரும், உண்மையில் பார்க்கப் போனால், அந்த காலத்துப் 'புரட்சிவாதிகள்!'

'என்ன பேசாமெ இருக்கேள்?' என்று கஸ்தூரியைக் கேட்டார் சடகோபன்.

'சம்மதம்னு சொல்லுங்கோ. நான் மிஸ்டர் குருமூர்த்திகிட்டே சொல்லி ஏற்பாடு பண்ணிடறேன்.'

'யாரு?'

'மிஸ்டர் குருமூர்த்தி ஐ.சி.எஸ். அவர்தான் எங்க சங்கத்துப் பிரெசிடெண்ட்.'

'ஐ ஸீ.'

'நீங்க போட்டுடுங்கோ. அவர் மறுக்க மாட்டார்.' என்றான் விஜயன்.

கஸ்தூரி ஒன்றும் பேசவில்லை. யோசித்துக்கொண்டிருந்தான்.

# 7

யோசித்துக்கொண்டு, கட்டிலில் படுத்துக் கொண்டிருந்தானே ஒழிய, கஸ்தூரி தூங்கவில்லை. கோடைக்காலங்களில் எவ்வளவு சீக்கிரம் பொழுது புலர்ந்து விடுகிறது! கைக் கெடிகாரத்தில் மணியைப் பார்த்தான் கஸ்தூரி. ஐந்தேகால். ஜூன் மாதம் எட்டாம் தேதி. டில்லிக்கு வந்து இன்றோடு ஆறு மாதங்களாகின்றன.

அப்பொழுது டெலிபோன் ஒலித்தது. கட்டிலுக்கருகே இருந்த போனைக் கையில் எடுத்தான் கஸ்தூரி.

*'மிஸ்டர் கஸ்தூரி?'*

*'ஸ்பீகிங்?'*

'மகேஷ் பேசுகிறேன். நேற்று எல்லாம் நல்லபடியாக ஆயிற்றா?'

'குட்மார்னிங், சார்..'

'ஐ ஆம் சாரி. குட் மார்னிங். நேற்றிரவு என்ன நடந்தது?'

'நேற்றிரவு நான் தூங்கப் போகும்போது, இல்லை... இன்று காலை நான் தூங்கப் போகும்போது மணி இரண்டு. மினிஸ்டிரியிலிருந்து நாம் எதிர்பார்த்தவர்கள் எல்லாரும் வந்து விருந்தில் கலந்துகொண்டார்கள். காரியம் ஆன மாதிரிதான்.'

'குட். நான் மேலே கவனித்துக் கொள்கிறேன். உங்கள் தூக்கத்தைக் கெடுத்ததற்கு மன்னிக்கவும். தனியாகத்தானே தூங்குகிறீர்கள்?'

கஸ்தூரி பதில் சொல்லவில்லை. சிரித்தான். மகேஷ் சிரிப்பதும் அவனுக்குக் கேட்டது.

கதவு லேசாகத் திறந்தது. வின்சென்ட் காபி கொண்டு வந்தான்.

'குட் மார்னிங், சார்.'

'குட் - மார்னிங்.'

வின்சென்ட் திருச்சியைச் சேர்ந்தவன். ஸ்பென்ஸரில் வேலை கற்றுக்கொண்டாலும், பயல் பிரமாதமாகச் சமைக்கிறான். காபியின் மணம் அவனை எழுந்து உட்காரச் செய்தது.

எவ்வளவு சுறுசுறுப்பு! நேற்றிரவு அவன் தூங்கப் போகும்போது மணி மூன்றிருக்கலாம். காலையில் இவ்வளவு சீக்கிரம் எழுந்திருந்து காபி தயாரித்துக்கொண்டு வந்துவிட்டானே!

'கொஞ்ச நேரம் தூங்கியிருக்கலாம் நீ' என்றான் கஸ்தூரி.

வின்சென்ட் பதில் கூறாமல் புன்னகை செய்தான்.

'பேப்பர் பார்க்கிறீங்களா, கொண்டு வரட்டுமா?'

'கொண்டு வாயேன்.'

செய்தித் தாளில் விஷயம் ஒன்றுமேயில்லை. திரும்பத் திரும்ப மந்திரிகளின் வாய்ப் பந்தல்கள், எதிர்க்கட்சித் தலைவர்களின் விதூஷகப் பேச்சுக்கள், இரண்டொரு கொலைகள், 'மணமகன் தேவை, மணமகள் தேவை...' இவைதாம்.

அவன் செய்தித் தாளை மடித்து, டெலிபோனருகே வைத்து விட்டு, எழுந்திருந்து சோம்பல் முறித்தான்.

அப்பொழுது திடீரென்று அவன் நினைவுக்கு வந்தது. மதுரையிலிருந்து நம்பீசன் இன்று வருகின்றார். மை காட்! மறந்தே போய்விட்டது. ஸ்டேஷனுக்குப் போகவேண்டும்.

மதுரையில் ஒரு முக்கியத் தொழிலதிபர் நம்பீசன். மூன்று மாதத்துக்கு முன்னால் ஒரு வர்த்தகக் கூட்டத்தில் அவரைப் பார்த்தான். தன் கம்பெனிக்குச் சில முக்கியமான காரியங்களை அவர் மூலம் சாதித்துக்கொண்டான் கஸ்தூரி. ஆகவே அவர் டில்லி வரும்போதெல்லாம் கஸ்தூரியின் விருந்தாளியாக இருக்க வேண்டுமென்பது தொழில் நடைமுறைகளில் ஒன்று.

நம்பீசன் ஒரு விசித்திரமான மனிதர். அவருக்குப் பிடித்தமான விஷயங்கள் மூன்று: 1. பணம் 2. நமசிவாயம் 3. தமிழ். நெற்றியில் திருநீறும் உதட்டில் திருப்புகழும், சட்டைப் பையில் செக் புக்குமில்லாமல் அவரை எப்பொழுதும் பார்க்கவே முடியாது. ஏதோ தேவாரம் சொல்லிக்கொண்டிருக்கிறாரென்று நினைக்க முடியாது. திடீரென்று நுணுக்கமான தொழில் பிரச்னையை எடுத்து புள்ளி விவரங்களோடு அலசுவார்.

'குட் மார்னிங் சார்' விஜயன்.

'குட் மார்னிங். ஸ்டேஷனுக்குத்தானே விஜயன்?'

'ஆமாம்.'

விஜயன் தன்னுடைய வேலையை ராஜிநாமா செய்துவிட்டு இவனிடம் வந்துவிட்டான். அவனுக்கு மிகவும் சந்தோஷம். கஸ்தூரி அவனை தன்னிடம் வேலைக்கு வருகின்றாயா என்று கேட்டபோது சடகோபன் கூட, 'எதிர்காலம் அது இது'வென்று எவ்வளவோ சொல்லிப் பார்த்தார். அவன் கேட்கவில்லை. 'நல்ல சம்பளம், நல்ல மனுஷன்' - விஜயன் கஸ்தூரியிடம் வேலைக்கு வருவதற்கு இவையே காரணங்கள்.

ஆனால் விஜயன் மனத்தில் ஒரு குறை இருந்தது. கஸ்தூரி குடிப்பதையும் பெண்கள் சகவாசத்தையும் விட்டுவிட வேண்டுமென்று அவனுக்குத் தோன்றியது. 'தொழில் முறையில் இவை அவசியங்கள்' என்று கஸ்தூரி சொன்னபோதிலும், அவனுக்கு இதில் இயல்பாகவே ஈடுபாடு உண்டோ என்று

விஜயனுக்குச் சந்தேகம். முதல் நாள் அவனைக் கண்டபோது அவனை ஒரு இலட்சிய இளைஞனாகவே உருவகப்படுத்திக் கண்ட அவன் கற்பனைக்கு இது ஓர் அதிர்ச்சி.

கஸ்தூரி பல்லை விளக்கிவிட்டு உள்ளே வந்தான்.

'நீங்க வரணுமா? நான் போய் கூட்டிண்டு வரேனே.'

'நான் வேண்டாங்கிறேளா?'

'ஆமாம் உடம்பு அசதியா இருந்தா...'

விஜயன் இதை எதற்காகச் சொல்லுகிறான் என்று கஸ்தூரிக்குப் புரியாமலில்லை. இரவு நடந்த விருந்தைக் குறிப்பிட்டுச் சொல்லுகிறான். அவன் இவ்விருந்துகளில் கலந்து கொள்வ தில்லை. எப்பொழுதோ ஒரு தடவை விஸ்கியைக் கொஞ்சம் சாப்பிட்டவுடன், அவனுக்கு அவன் அம்மா நினைவு வந்து விட்டது. வீட்டிலும் அப்பாவைவிட அம்மாதான் செல்வாக்கு போலிருக்கிறது. உடனே பயந்துகொண்டு விருந்துக்கு வந்திருந்தவர்களிடத்திலெல்லாம் தன்னுடைய காதலுக்கு அம்மா சம்மதிப்பாளாவென்று கேட்கத் தொடங்கி விட்டான். அவனைத் தேற்றிப் படுக்கவைப்பதற்குள் பெரும்பாடாகி விட்டது. அழத்தொடங்கிவிட்டான். அன்று முதற்கொண்டு கஸ்தூரி அவனை விருந்தில் கலந்து கொள்ளும்படி வற்புறுத்து வதில்லை. ஆனால் விஜயனுக்குக் கஸ்தூரி 'கெட்டழிந்து' கொண்டிருக்கிறானென்ற எண்ணம் பலமாக வேரூன்றி விட்டது. கஸ்தூரியைக் கஸ்தூரியிடமிருந்தே காப்பாற்றுவது தன் வாழ்க்கை லட்சியங்களில் ஒன்று என்பதுபோலப் பேசுவான்.

'அசதி ஒண்ணுமில்லே.'

'ராத்திரி தூங்கறப்போ மணி மூணு இருக்குமா?' கஸ்தூரி பதில் சொல்லாமல் தன்னுடைய ட்ரெஸ்ஸிங் கவுனைக் கழற்றினான்.

விஜயன் அங்கே கிடந்த செய்தித்தாளை எடுத்து புரட்டிக் கொண்டே கேட்டான்: 'நேத்திக்கு மீனா வரல்லியாமே?' அவன் மிக இயல்பான இந்தக் கேள்வியைக் கேட்க மிகவும் கஷ்டப்படுகின்றான் என்பதை கஸ்தூரி உணர்ந்தான்.

'வரல்லே.' வின்சென்ட், விஜயன் இவர்கள் தன்னைக் காணாத போது என்ன பேசிக் கொண்டிருக்கிறார்கள் என்பதை அவன் அறிந்திருந்தான்.

'நேத்திக்கு அவளை கபூரோடு பார்த்தேன்.'

'ஐ. ஸீ.!'

'இன் ஃபாக்ட் உங்ககிட்டே சொல்லச் சொன்னா, விருந்துக்கு வரமுடியாது, ஒரு முக்கியமான காரியம் இருக்குன்னு.'

'இன் ஃபாக்ட் அவளை நான் விருந்துக்குக் கூப்பிடவே இல்லையே. எதுக்காகப் பொய் சொல்றேள்?'

விஜயன் முகம் சுருங்கியது. கஸ்தூரிக்கும் மீனாவுக்குமிடையே யுள்ள தொடர்பு அவனுக்குப் பிடிக்காத விஷயங்களிலொன்று. மீனாவைப் பற்றி அடிக்கடி இப்படி ஏதாவது சொல்லிக் கொண்டிருப்பான். ஆனால் பொய் சொல்லி மாட்டிக்கொண்டு விட்டோமே என்று அவனுக்கு வெட்கமாகப் போயிற்று.

'நீங்க அவகிட்டே ஜாக்கிரதையா இருக்கணும்னு எனக்குப் படறது. அவள் என்கிட்டே பேசலேங்கிறது வாஸ்தவந்தான். ஆனா கபூரோட போயிண்டிருந்தா.'

'போனா என்ன?' கஸ்தூரி பைஜாமாவைக் கழற்றிவிட்டு பாண்ட்டைப் போட்டுக்கொண்டான்.

'போனா என்னவா? அவளுக்கு காரெக்டரே கிடையாது.'

கஸ்தூரி ட்ரெஸ்ஸிங் டேபிளருகே எதிரே நின்று முகத்தைத் துடைத்துக்கொண்டே புன்முறுவல் செய்தான்.

'அவளை உங்களோட வரச் சொல்லட்டுமா?' என்றான் கஸ்தூரி.

விஜயன் முகம் சிவந்தது. 'என்ன இப்படிப் பேசறேள்?'

'இல்லே, உங்க கோபம் என்னன்னு புரியலியே.'

'அப்போ இதான் நீங்களும் அவளுக்கு வைச்சிருக்கற ரெஸ்பக்ட்டு?'

கஸ்தூரி இதை அவனிடமிருந்து எதிர்பார்க்கவில்லை. ஒரு நிமிஷத்தில் தன்னை வீழ்த்தி விட்டான்! மீனாவைப் பற்றி இப்படித் தன் விருப்பம் போல் பேசுவது நியாயம்தானா?

ஆனால் அவன் எவ்வளவு எச்சரிக்கை செய்தும் மீனா உணர்ச்சி பூர்வமாகவும் தன்னை அவனுடன் பிணைத்துக்கொள்ள

முற்பட்டு விட்டாள். அவன் ஒதுங்கிப் போக முயன்றான். டாமிட்! தன் பயம்தான் இதற்குக் காரணம் என்று அவன் உணர்ந்தபோது... இமாலய உயரத்திலிருந்து மற்றவர்களைப் பற்றிப் பேசவும் அபிப்பிராயம் கொள்ளவும் தனக்கு என்ன அதிகாரம் இருக்கிறது?

'ஐ ஆம் சாரி. இஃப் ஐ ஹேவ் அஃபென்டட் யூ.'

'நோ, நோ. என்னைப் பூமி மட்டத்துக்குக் கொண்டுவந்து என் முகத்தை நானே பார்க்கும்படி செய்ததற்குச் சந்தோஷம். சரி, போகலாமா?'

நீண்ட அரைக் கை காம்ராஜ் சட்டையுடன், முகத்தில் திருநீறும், புன் சிரிப்பும் விளங்க வண்டியிலிருந்து இறங்கிய நம்பீசனை 'வணக்கம்' சொல்லி வரவேற்றான் கஸ்தூரி.

'வாங்க, வணக்கம்.' என்றார் நம்பீசன். காரில் போய் உட்கார்ந்ததும், விஜயனைப் பார்த்து, 'தம்பியும் நம்ப ஊர் தானா?' என்று அவர் கேட்டார்.

'ஆமாம். ஐ ஆம் ஹிஸ் செக்ரட்டரி' என்றான் விஜயன்.

'நல்லது' என்று ஆமோதிப்பது போல் அவர் தலையை ஆட்டினார்.

'பிரயாணம் சவுகரியமாக இருந்ததா?' என்று கேட்டான் கஸ்தூரி.

'பிளேன்லே வரலாம்னுதான் இருந்தேன். பிளட் பிரஷரு, போகக் கூடாதுன்னு தடுத்துட்டாரு டாக்டர்' என்று ஒரு ஹாஸ்யத்தை உதிர்த்துவிட்டது போல் அவர் சிரித்தார்.

'ஆமாமாம். பிளட் பிரஷர்னா ப்ளேன் ட்ராவல் கூடாது' என்றான் விஜயன்.

'உங்க பஸ் ரூட்டை சர்க்காரே எடுத்துண்டாச்சாமே?'

'ஆமாம். சோஷலிஸம் இல்லே. பானையிலே சோத்தைக் காணோம். பகிர்ந்து சாப்பிடுவோம்னு வெறுங்கை முழம் போட்டுக்கிட்டு, ஊரை ஏமாத்தற சோஷலிஸம்! பிச்சைக்காரத் தொழில்லே நாலு காசு வந்திச்சுன்னு தெரிஞ்சா, அதையும் நேஷனலைஸ் செஞ்சிடுவாங்க இந்த நாட்டாமைக்காரங்க.'

'செஞ்சிடுவாங்கன்னு ஏன் சொல்றீங்க! செஞ்சுகிட்டு இருக்கோம்! தேச தேசமா பிச்சை எடுக்கிறதுக்குத்தான், என்ன பேரு? நேஷனலைஸா?! இன்டெர் நேஷனலைஸா? என்று கேட்டான் கஸ்தூரி.

'நல்லாச் சொன்னீங்க. இவ்வளவு திறமையும் பஞ்சாபிக்காரன் ஒருத்தன் 'பாங்க் கணக்கிலே' ஏறுதுன்னு குறை எனக்கு இல்லாமெ இல்லே.'

நம்பீசன் கஸ்தூரியை ஏற்கெனவே தம்மிடம் வந்துவிடும்படி கூறியிருந்தார். டில்லியில் அவர் தொடங்க இருந்த அலுவலகத்தில் நிர்வாகப் பொறுப்பை ஏற்கும்படி அவர் பன்முறை கடிதம் எழுதிப் பார்த்து விட்டார். முதல் முதலாகக் கஸ்தூரியைக் கண்டபோதே அவனுடைய ஆற்றலை அவர் எடை போட்டுவிட்டார். ஆனால் கஸ்தூரி பிடிவாதமாக மறுத்து விட்டான்.

'பாத்தீங்களா? பிடி கொடுத்துப் பேசினாரா? வியாபாரத்துக்கு இதான் வேணுங்கிறது!' என்றார் நம்பீசன் விஜயனிடம்.

கார் நின்றது.

'இதான் முதல் தடவை உங்க வீட்டிலே வந்து தங்கறது' என்றார் நம்பீசன், வீட்டைப் பார்த்துக்கொண்டே.

'ஆமாம். போன தடவை ஹோட்டல்லே சந்திச்சோம்'என்றான் கஸ்தூரி.

சிற்றுண்டி முடிந்த பிறகு சோபாவில் சாய்ந்துகொண்டார் நம்பீசன்.

'என்னதான் இருந்தாலும், ஒரு 'கிரஹ லட்சுமி' இருந்தாத்தான் வீட்டுக்கு லட்சணம்' என்றார் அவர், கஸ்தூரியைப் பார்த்து,

'நம்ப பொழைப்புக்கு அதெல்லாம் ஒத்து வருங்கிறீங்களா?'

'என்ன பொழைப்பு? இந்த மாதிரி எத்தனை நாள் இருக்க முடியும்? ஓடிக்கிட்டே இருந்தா, கொஞ்சம் உட்கார்ந்துகிட்டு, ஆகாசத்தைப் பார்க்கலாம்னு தோணாதா? இதோ பாருங்க. பணம் சம்பாதிக்கிறேன், வாஸ்தவந்தான். பயித்தியம் பிடிக்காம இருக்க, கொஞ்சம் ரிலிஜன், தமிழ் அது இதுன்னு நான் வைச்சுகிட்டு இருக்கேன். வீட்டுக்குப் போனா, பேரக்

குழந்தைங்க சிரிக்குது. அந்தச் சிரிப்பை எந்த பாங்க்கிலே போட முடியும் சொல்லுங்க.'

எத்தனை பெரிய விஷயங்களை எவ்வளவு லாகவமாகப் பேசுகிறார்! அற்புதமான உண்மைகளைப் பெரிய பெரிய புத்தகங்களைப் படித்துவிட்டுத்தானா பேசமுடியும்? தர்க்க ஜாலங்கள் செய்து, ஆராய்ச்சி மூலம் ஆரவாரமாகச் சொல்லும் அகாதெமி தத்துவங்களைச் சுலபமாக கேப்சூல் கணக்காகப் பிட்டுப் பிட்டு வைக்கும் இந்த ஆற்றல்தான், நம் நாட்டின் தொன்மைப் பண்பாட்டின் இயல்பான 'ஆதி' அறிவு! இவருடைய பிள்ளைகள் மேல் நாடுகளுக்குச் சென்று படித்தும் பட்டம் பெற்றும் வந்திருக்கலாம். ஆனால் இவரைப் போல் இப்படி உணர்ந்து பேசமுடியுமா? நாட்டின் 'ஆத்மா, ஆத்மா' என்கிறார்களே, அது இதுதான்.

'யாரோ வந்திருக்காங்க' என்றான் வின்சென்ட், உள்ளே வந்து.

'யாரைப் பார்க்கணுமாம்?' என்று கேட்டான் கஸ்தூரி.

'ஐயாவை' என்று நம்பீசனைச் சுட்டிக் காட்டினான்.

'என்னையா?' என்று சோபாவில் அவர் நிமிர்ந்து உட்கார்ந்தார். 'யாரு அவங்கன்னு கேளு.'

வின்சென்ட் வெளியே போய் விசாரித்துவிட்டு மீண்டும் வந்தான்.

'ஏதோ பேரு சொன்னாரு புரியலே.'

'பஞ்சாபியா?' என்றான் விஜயன்.

'இல்லீங்க, தமிழர்தான். ஏதோ தமிழ்ப் பேர்தான் சொன்னாரு. எனக்கு விளங்கலே.'

'உள்ளே கூப்பிடு' என்றான் கஸ்தூரி.

வந்தவருக்கு முப்பது முப்பத்தைந்து வயதிருக்கலாம். சற்று தடித்த உருவம். ஜிப்பா, வேஷ்டி அணிந்திருந்தார்.

'ஐயாவுக்கு வணக்கம்.'

நம்பீசன் அவரை உற்றுப் பார்த்தார். அவர் யார் என்று புரிந்து கொண்டதாகத் தெரியவில்லை. பதிலுக்கு வணக்கம் சொல்லி விட்டு, 'உட்காருங்க,' என்றார்.

'இளஞ்சேட்சென்னிங்கிற பேரிலே கவிதை எழுதறேன்.' அவர் கையிலிருந்த ஐந்தாறு புத்தங்களை நம்பீசனிடம் கொடுத்தார். 'இவற்றையெல்லாம் என்னுடைய கவிதைத் தொகுப்புகள்.'

நம்பீசன் புத்தகங்களை வாங்கிப் பார்த்தார். 'உங்க பேரு?'

'அதான்.'

'அதான்னா?'

'இளஞ்சேட்சென்னிதான். கிருஷ்ணமூர்த்தின்னு பழைய பேரு. தமிழார்வத்தினாலே மாத்தி வச்சுக்கிட்டேன். இந்தப் பக்கம் வந்துகிட்டு இருந்தேன். ஐயா வந்திருக்காருன்னு யாரோ சொன்னாங்க. அப்படியே பாத்துட்டுப் போகலாம்னுட்டு...'

'இங்கே வந்திருக்கேன்னு யாரு சொன்னாங்க?' நம்பீசனுக்கு ஆச்சரியமாக இருந்தது. தம்முடைய நடவடிக்கைகளை யார் கண்காணிக்கின்றார்கள்?

'ஐயாவுக்கு யாரையும் தெரியாமலே இருக்கலாம். ஆனா நம்ப ஊர் ஆளுக எவ்வளவு பேர் இந்த ஊரிலே இருக்காங்க. இவங்க ளோட காரிலே பார்த்ததா ஒரு நண்பர் சொன்னாரு. நானும் இந்தப் பக்கம் வரும்படியா இருந்தது. அப்படியே உங்களை யும்...'

'டில்லியிலே இருந்துகிட்டு இப்படிப் பேரெல்லாம் வச்சிக்கிட்டு இருக்கீங்களே, ஆச்சரியந்தான்' என்றார் நம்பீசன்.

'தமிழர்கள், தமிழ்ப் பேரு வச்சுக்கிட்டிருக்கிறது ஆச்சரியமாப் போயிடுச்சிங்கிறீங்க, அப்படித்தானே?' என்றார் இளஞ்சேட் சென்னி.

'எங்கே வேலை பார்க்கிறீங்க?' என்றார் நம்பீசன், புத்தகத்தைப் புரட்டிக் கொண்டே.

'மத்திய அரசு விளம்பரத் துறையில் தமிழ்ப் பிரிவிலே பணியாற்றி வரேன்.'

'அதான் குடும்பக் கட்டுப்பாடு பத்தியெல்லாம் பாட்டு எழுதியிருக்கீங்க' என்றார் நம்பீசன், கையிலிருந்த புத்தகத்தின் ஒரு பக்கத்தைப் பிரித்து வைத்துக்கொண்டு,

‘ஆமாம். நாட்டுக்குத் தேவையான எல்லாவற்றையும் எழுதறது தானே கவிஞன் பணி?’

‘சோஷலிஸம் பத்தி எழுதியிருக்கீங்களா?’ என்று கேட்டான் கஸ்தூரி.

‘ஜனநாயக சமதர்ம சோஷலிஸம் பத்தி ஒரு நூலே எழுதியிருக் கேன். அச்சிலே இருக்குது...’

நம்பீசன் புத்தகங்களையெல்லாம் அடுக்கி பக்கத்தில் வைத்துக் கொண்டார்.

‘சரி, இதெல்லாம் என்ன ஆவுது விலை?’

‘ஐயா தப்பா நினைச்சிக்கிட்டாங்க போலிருக்கு. நான் இந்த நூல்களை விக்க வரலே. என்னுடைய சிறு காணிக்கை.’

‘அப்படிங்களா? மன்னிக்கணும். நான் எதையும் காணிக்கையா எடுத்துக்கிறதில்லே. நான் வியாபாரி. ஏதோ சிரமப்பட்டு இவ்வளவு புத்தகம் போட்டிருக்கீங்க. விலைக்கு வாங்கறதுதான் நியாயம். சும்மான்னா எனக்கு வேண்டாம்.’

‘விஜயன், புத்தகத்து விலையெல்லாம் கூட்டி எவ்வளவு ஆறதுன்னு சொல்லுங்க. ஐயாவுக்கு மட்டுமல்ல, எனக்கும் ஒரு செட் கொடுங்க, வாங்கிக்கிறேன்’ என்றான் கஸ்தூரி.

‘மிகவும் நன்றி. உங்களை ஒரு தடவை செந்தமிழ்ச் சங்கம் நடத்திய திரைப்பட நட்சத்திர விழாவிலே பார்த்தேன், பேச வாய்ப்பில்லே’ என்றார் இளஞ்சேட்சென்னி கஸ்தூரியிடம்.

‘செந்தமிழ்ச் சங்கம் திரைப்பட நட்சத்திர விழாவா நடத்தி னாங்க?’

‘ஆமாம். போன மாசம் சில தமிழ் நடிகைகள் இங்கே வந்தாங்க. அவங்களுக்கு சங்கம் ஒரு வரவேற்பு கொடுத்தது.’

‘அப்போ தமிழ் நாட்டிலேருந்து வர தமிழறிஞர்களுக்கு யார் வரவேற்பு கொடுக்கிறாங்க? அதுக்காக ஏதாவது திரைப்படச் சங்கம் இங்கு இருக்குதா?’ என்று கேட்டார் நம்பீசன்.

இளஞ்சேட்சென்னி பலமாகச் சிரித்தார். தினவெடுத்த அவருடைய பெரும் தமிழ்த் தோள்கள் பயங்கரமாகக் குலுங்கி ஓய்ந்தன.

'ஐயா, நல்லா காலை வாரி விடறாங்க.'

'பதினாறு ரூபா எழுபது பைசா' என்று புத்தகங்களின் விலையை கூட்டிச் சொன்னான் விஜயன்.

'வெரி குட்.' என்று சொல்லிக்கொண்டே பர்ஸிலிருந்து பணத்தை எடுத்தான் கஸ்தூரி.

'உங்களுக்கும் சேர்த்துக் கொடுத்துடறேன். அப்புறம் உங்க கிட்டே வாங்கிக்கிறேன்.'

'என்ன இப்படி? பணம் வாங்கிக்கணும்னு வற்புறுத்தறீங்க? சரி. உங்க பிரியம். உங்க நூல் செட்டை சாயந்திரம் கொண்டுவந்து தரேன்.'

'அவசரமில்லே. சவுகரியப்பட்டபோது கொண்டு வாங்க.'

'கொஞ்சம் வாதிக்கலாம்னு வந்தவனை வியாபாரியா ஆக்கிட்டீங்க!' என்றார் இளஞ்சேட்சென்னி, பணத்தை வாங்கிப் பையில் போட்டுக்கொண்டே.

'எதைப் பத்தி விவாதிக்கணும்?'

'ஐயா, சைவ இலக்கியங்களைக் கரை கண்டவங்க. ஏதானும் கேட்டுட்டுப் போகலாம்னு வந்தேன்.'

'உங்க செந்தமிழ்ச் சங்கத்திலே ஒரு கூட்டம் போடுங்களேன். ஐயா வந்து பேசறாரு' என்றான் விஜயன்.

'அதேதான் சொல்லலாம்னு நினைச்சேன். நீங்க சொல்லிட் டீங்க.'

'கூட்டம் கீட்டம்லாம் வேண்டாங்க. நான் பேசற வழக்கம் இல்லே' என்றார் நம்பீசன்.

'அப்பொ இப்படி வச்சுக்கலாமா? உங்களைச் சந்திக்க ரொம்பப் பேர் இங்கே பிரியப்படுவாங்க. திருவாசகத்தைப் பத்தி ஒரு கருத்தரங்கு ஏற்பாடு செய்யறேன். நீங்க தலைமை தாங்குங்க.'

'நான் பிஸினஸ் விஷயமா வந்திருக்கேன். விஞ்ஞான் பவன்லே ஒரு செமினார் நடக்கப் போவுது. இந்த இதிலே எனக்கு எப்பொ டயம் கிடைக்கும்னு சொல்ல முடியாது.'

'இன்னிக்கு வெள்ளிக்கிழமை. ஞாயிற்றுக்கிழமை சாயங்காலம் வச்சுக்கலாமா?'

'வச்சுக்கங்க' என்றான் கஸ்தூரி.

'நீங்க என்னாங்க ஒரு பக்கம்?' என்று புன்முறுவல் செய்தார் நம்பீசன்.

'ஐ.டி.ஸி. ஷெட்யூல்ட், இண்டியன் கஸ்டம்ஸ் டாரிஃப்னு பேசிண்டிருக்கப்போ, திருவாசகத்தைப் பத்திச் சொல்றதும், கேட்கிறதும் ஒரு ரிலாக்ஸேஷன்தானே?'

'அப்போ ரொம்ப நன்றிங்க. நான் வரேன்...' வின்செண்ட் அப்பொழுது கண்ணாடித் தம்ளர்களில் ஜூஸ் கொண்டு வந்து வைத்தான்.

ஒரு தம்ளரை எடுத்து இளஞ்சேட்சென்னியிடம் கொடுத்தான் கஸ்தூரி.

'இது என்னாங்க?'

'மாங்காய்ச் சாறு.'

'உங்களுக்கும் தமிழார்வம் வந்துட்டாப்லே இருக்குதே' என்றார் நம்பீசன்.

'அது என்ன ஒரு தொத்து நோய் மாதிரி பேசறீங்க!' என்றான் கஸ்தூரி.

இளஞ்சேட்சென்னி தம்ளரைக் காலி செய்துவிட்டு கீழே வைத்தார்.

'அப்போ நான் வரேன். எல்லோருக்கும் வணக்கம்.'

இளஞ்சேட்சென்னி போனவுடன் நம்பீசன் கேட்டார் : 'இந்த ஆளு இங்கு எதுக்கு வந்தாரு?'

'இவரைப் பல கூட்டங்கள்ளே பார்த்திருக்கேன். நாஸ்தீகக் கூட்டத்திலேயும் பேசுவாரு. பஜனையிலும் கலந்துப்பாரு. மெட்ராஸ்லேருந்து வர யாரும் இவர் பார்வையிலேருந்து தப்ப முடியாது.' என்றான் விஜயன்.

'ஆமாம். இப்பக்கூட ஞாபகம் வருது. போன வருஷம்கூட மதுரைக்கு வந்து என்னைப் பார்க்கிறதா கடிதம் போட்டிருந்தாரு.

நான் ஊரிலே இல்லே. பேரை யார் கவனிச்சாங்க? இளங்சேட் சென்னி, முதுகுடுமிப் பெருவழுதி, அப்படி இப்படின்னு என்னென்னவோ பேரெல்லாம் இப்ப வச்சுக்கறாங்க.'

'நானும் இங்கே இரண்டு மூணு சங்கங்களுக்கு வைஸ்பிரெசிடெண்ட். நம்ம தொழிலுக்கு அனுசரணையா எது இருந்தாலும் நான் வேண்டாங்கிறதில்லை. என்னாலே அவங்களுக்கு லாபம், சாவெனீர் போட்டோ அட்வர்டைஸ்மெண்ட் அது இதுன்னு எனக்குக் கான்டாக்ட்!' என்றான் கஸ்தூரி.

அப்பொழுது டெலிபோன் ஒலித்தது. விஜயன் டெலிபோனருகே சென்றான்.

'ஒரு பஞ்சாபிக்கு இப்படி உழைக்கிறீங்க. நம்மகிட்டே ஏன் வர மாட்டேங்கிறீங்க?'

கஸ்தூரி பதில் கூறாமல் புன்னகை செய்தான்.

'மிஸ்டர் கஸ்தூரி' என்று கூப்பிட்டான் விஜயன்.

கஸ்தூரி டெலிபோனை வாங்கிக் கொண்டான்.

'கஸ்தூரி... உடனே எங்க ஹாஸ்டலுக்கு வரமுடியுமா? அவசரம்!' என்று குரலில் பதட்டத்துடன் கூறினாள் மீனா.

# 8

கஸ்தூரி போனில் பேசிவிட்டு தன்னிருப்பிடத்துக்கு வந்தான்.

'யாருங்க போன்? ஒரு மாதிரி இருக்கிறீங்க?' என்றார் நம்பீசன்.

'ஒரு ஃப்ரெண்ட். நான் உடனே போகவேண்டும். நீங்க சாப்பிட்டுட்டு ரெஸ்ட் எடுத்துக்குங்க.

'ஹூம். ரொம்ப முக்கியப் பட்ட ஆளாகத்தான் இருக்கும் போலிருக்கு!' என்று புன்னகை செய்தார் நம்பீசன்.

தன் முகத்திலேற்பட்ட மாறுதல் காட்டிக் கொடுத்திருக்க வேண்டும். எவ்வளவு முயன்றாலும் தன்னால் மறைக்க முடியவில்லை. நம்பீசனுக்கும் கூர்ந்தறியும் ஆற்றல் இருக்க வேண்டும். தொழில் முறையில் அவர் வெற்றிக்கும் இதுவே காரணம்.

'சரி, வரட்டுமா?' என்றான் கஸ்தூரி.

'சரி...' என்று இழுத்தார் நம்பீசன்.

கஸ்தூரி மீனாவுக்காக ஹாஸ்டல் வாசலில் காத்திருந்தான். மீனா வந்தாள். அவள் முகத்தில் கலவரம் வெளிப்படையாகத் தெரிந்தது. அவள் மேக் அப் இல்லாமலிருந்தாள்.

'உங்களுக்கு ஓய்வு இருக்கின்றதா?' என்று கேட்டாள் மீனா. அவள் கீழ்க் குரலில் பேசினாள். குரல் உடைந்திருந்தது. அவள் அழுதிருக்க வேண்டுமென்று தோன்றியது கஸ்தூரிக்கு.

'ஏன், என்ன விஷயம்?'

'இர்வின் ஆஸ்பத்திரி போக வேண்டும்.'

'எதற்காக?'

'கபூருக்கு ஆக்சிடெண்ட்டாம். இப்பொழுது டெலிபோன் வந்தது.'

'மை காட்! என்ன ஆக்சிடெண்ட்?'

'தெரியவில்லை. உடனே போய்ப் பார்க்கவேண்டும்.'

'சரி, புறப்படு.'

காரில் போகும்போது சிறிது நேரம்வரை இருவருமே பேசவில்லை. பெரிய ஆக்சிடெண்ட்டாகத்தான் இருக்க வேண்டுமென்று தோன்றியது கஸ்தூரிக்கு. மீனா அழுதிருக்கிறாள்.

கபூர் மீது ஓர் அடிப்படையான வெறுப்பு அவளுக்கு இருந்தாலும், அவன் செய்த உபகாரத்தை அவளால் மறக்க முடியவில்லை. இந்த எளிமையின் நாணயத்துக்கு முன்னால், போலித்தனமான வேறு எந்தப் பண்பாட்டு வேஷங்களுக்குத்தாம் அர்த்தமுண்டு?

'இஸ் ஹீ ஸீரியஸ்?' என்று கேட்டான் கஸ்தூரி.

மீனா மெதுவாகத் தலையை ஆட்டினாள்.

கார் இர்வின் ஆஸ்பத்திரி முன்னால் நின்றது. அப்பொழுது ஆம்புலன்ஸ் வீரென்று கஸ்தூரியின் காரை உராய்ந்துகொண்டு போயிற்று.

‘எனக்கு ஆஸ்பத்திரி என்றாலே பயம்’ என்றாள் மீனா.

‘மரணத்தை ஓர் உண்மையாக ஏற்று அதைத் துணிவுடன் நோக்கும் பக்குவம் யாருக்குத்தான் இருக்கிறது?’ என்றான் கஸ்தூரி.

அவன் ஒரு சிகரெட்டைப் பற்றவைத்துக் கொண்டான்.

‘இப்படி அடிக்கடி தத்துவம் பேசுவதே உங்களை ஏமாற்றிக் கொள்ளவோ என்ற சந்தேகம் எனக்கு உண்டு.’

‘எதற்காக ஏமாற்றிக்கொள்ள வேண்டும்?’

‘எனக்குச் சொல்லத் தெரியவில்லை. ஒருவேளை உங்களை மாதிரிப் படித்திருந்தால் சொல்லலாம்.’

கஸ்தூரி மீனாவைப் பார்த்தான். இவ்வார்த்தைகள் அவள் உள்ளத்திலிருந்து வந்தன. அவள் அவனைப் பற்றிச் செய்த நிர்ணயம் சரியானது என்று அவனுக்கு அப்பொழுது பட்டது. தத்துவம் பேசுவது தன்னைத் தானே ஏமாற்றிக் கொள்ளவா? பிறப்பு, இறப்பு என்று இந்த இரண்டு உண்மைகள்தாம் சரித்திரம் தொடங்கியதிலிருந்து மனிதனின் கவனத்தை ஈர்த்த செய்திகள். மனிதனின் தத்துவ விசாரணைக்கே இவைதான் காரணம். இவ்விரண்டுக்கும் இடைப்பட்ட நிகழ்ச்சியாகிய வாழ்க்கை, தொடர்ந்து நிகழ்ந்து கொண்டிருக்கும் மரணமா அல்லது புதிது புதிதாக அன்றாடம் ஏற்பட்டுக் கொண்டிருக்கும் ஜனனமா? தொடர்ந்து நிகழும் மரணம் என்று கொண்டுவிட்டால், பௌதீக ரீதியாகக் காலத்தில் உறையும் அந்தச் சம்பவம் அதிர்ச்சியைத் தர வேண்டிய அவசியமில்லை. அன்றாடம் தோன்றும் ஜனனம் என்றாலும், இறப்பைக் கண்டு அஞ்ச வேண்டியதில்லை. பிறப்பிலேயே இறப்புண்டு. இறப்பிலேயே பிறப்புமுண்டு.

கஸ்தூரிக்குச் சிரிப்பு வந்தது. மீனா சொல்வது வாஸ்தவந்தான். இத்தகைய மனத்துக்குள் எழுகின்ற விவாதங்கள்தாம் அல்லது சொல்லில் வடிக்கப்படும் தத்துவங்கள்தாம், மரணம் என்ற நிகழ்ச்சி தரும் அதிர்ச்சியில் தீவிரத்தைக் குறைக்க உதவுகின்றன. தன்னைத்தானே ஏமாற்றிக்கொள்வதைத் தவிர இது வேறென்ன? அழுதுகொண்டு செத்தால் என்ன? ஆராய்ந்து கொண்டு செத்தால் என்ன? செத்துப்போகப் போவது உண்மை.

‘பூச்தாச்சில் விசாரிக்கிறீர்களா?’ என்றாள் மீனா.

கஸ்தூரி விசாரித்தான். விடை கிடைத்துவிட்டது.

மீனா ஒரு மரத்தின் நிழலில் ஒதுங்கியிருந்தாள். அங்கு இரண்டு குழந்தைகள் சண்டை போட்டுக் கொண்டிருந்தன. அவள் சுவாரசியமாகக் கவனித்துக் கொண்டிருந்தாள். அவள் முகத்தில் ஒரு புன்னகை தோன்றியது.

கஸ்தூரி மீனாவிடம் சொல்லாமல் போய்விடலாமா என்று நினைத்தான். மீனா அவனை விசாரிக்கச் சொல்லிவிட்டு வேண்டுமென்றே தள்ளிப்போயிருக்க வேண்டுமென்று தோன்றியது கஸ்தூரிக்கு. உண்மையை நோக்க அவளுக்குத் தைரியமில்லை. கபூருக்கும் அவளுக்கும் என்ன தொடர்பு? உலகில் யார் யாருக்குத்தான் என்ன தொடர்பு? தனக்கே, இந்தச் செய்தியை எதிர்பார்த்தும், அது சொல்லப்பட்டபோது இவ்வளவு அதிர்ச்சியைத் தந்தது என்றால், கபூரை ஒரு பெண் அறிய வேண்டிய முறையில் அறிந்த இவளுக்கு எப்படியிருக்கும்?

ஐம்பதாண்டுகள் வாழவேண்டிய வாழ்க்கையை முப்பதே ஆண்டுகளில் வாழ்ந்துவிட்டான் கபூர். தனக்கு அவனைக் கடந்த ஆறு மாதங்களாகத்தான் தெரியும். இரவுக்கும் பகலுக்கும் அவனுக்கு வித்தியாசம் தெரியாது. தன் மீது அவன் ஓரளவு பொறாமை கொண்டிருக்கலாம், மகேஷ் தன்னை அதிகமாக ஆதரிக்கின்றானென்று. ஆனால் அதை அவன் கடைசிவரை சொல்லவேயில்லை.

கஸ்தூரியைப் பார்த்ததுமே மீனாவுக்கு விளங்கிவிட்டது. அவள் அவனை ஒன்றும் கேட்கவில்லை.

இருவரும் ஒன்றும் பேசாமல் சிறிது நேரம் நின்றனர்.

'அவனுக்கு உறவினர்கள் இங்கு இருக்கிறார்களா?' என்று கேட்டான் கஸ்தூரி.

'இருப்பதாகத் தெரியவில்லை' அவள் குரல் கம்மியிருந்தது.

'சரி. நீ பார்க்க விரும்பாவிட்டால் ஹாஸ்டலுக்குப் போ. மேலே ஆக வேண்டிய காரியங்களை நான் பார்த்துக் கொள்கிறேன். மகேஷ்...' என்று சொல்லிவிட்டுச் சிறிது நிறுத்தினான் கஸ்தூரி. 'அவனுக்கு நீயே போன் செய்துவிடு.'

'நானும் பார்க்கவேண்டும்.'

கஸ்தூரி அவளை உற்று நோக்கினான். அவள் கைப் பையைத் திறந்து கண்களைத் துடைத்துக்கொண்டாள்.

'ஆக்சிஜன் கொடுக்க எடுத்துச் சென்றிருக்கிறார்கள்... அதற்குள் நேர்ந்துவிட்டது. போஸ்ட்மார்ட்டம் செய்ய வேண்டுமென் கிறார்கள்.'

'போய்ப் பார்க்கலாம்.'

மண்டையில் உள்ளே பலத்த அடி. ஹெமரேஜ் ஏற்பட்டு விட்டது. இரத்தம் வடியவில்லை. உறைந்துவிட்டது.

ஆக்சிடெண்ட்டாக இருந்தாலும் உடம்பின் எந்தப் பாகத்தையும் ஊனப்படுத்தவில்லை. அவனுடைய இயற்கையான கம்பீரம் அப்படியே இருந்தது. கண்கள் மூடியிருந்த நிலை, தூங்குவதைப் போலத்தான் இருந்தது.

'ஐ திங்க் ஹி ஈஸ் பிளஃப்பிங். ஹி ஈஸ் நாட் டெட்.' என்றாள் மீனா.

கஸ்தூரி அவள் கைகளை இறுகப் பிடித்துக்கொண்டான். 'வா, போகலாம்.'

அப்பொழுது ஒரு டாக்டர் அங்கு வந்தார்.

'நீங்கள் இவருக்கு உறவினரா?'

'இல்லை. நண்பன்தான்.'

'நாங்கள் இவருடைய வீட்டு விலாசத்துகடு ஒரு தந்தி அனுப்பி னோம். ஒருவரும் வரவில்லை, இதுவரையிலும்.'

'இவன் தனியாகத்தான் இருக்கிறான். கல்யாணமாகவில்லை. பெற்றோர்கள் கிடையாதென்று நினைக்கிறேன்.'

'ஆபீசுக்கும் தகவல் அனுப்பியிருக்கிறோம். இவர் டைரியில் கண்ட விலாசம்.'

'தேங்க் யூ.'

சொன்ன பிறகுதான், தேங்க் யூ சொல்லியிருக்க வேண்டிய தில்லை என்று பட்டது கஸ்தூரிக்கு.

மீனா கபூரையே பார்த்துக் கொண்டிருந்தாள். 'உடம்பு அசைவது மாதிரி இல்லை?' என்று கேட்டாள் மீனா.

'போஸ்ட் மார்ட்டம் தேவையா?' என்று கேட்டான் கஸ்தூரி.

'ஆக்சிடெண்ட். போலீஸ் கேஸ். தவிர்க்க முடியாது.'

அப்பொழுது மகேஷ் உள்ளே நுழைந்தான்.

அவன் கபூரருகே சென்று நின்றான். ஒன்றுமே பேசவில்லை.

டாக்டர், மகேஷைப் பார்த்துவிட்டு, கஸ்தூரியை 'யார் இவர்?'என்று கேட்பது போல் நோக்கினார்.

கஸ்தூரி யாரென்று சொல்ல விரும்பவில்லை. இந்தத் தகவல்கள் அந்த இடத்தில் அவசியமில்லை என்று அவனுக்குத் தோன்றியது.

'மேலே ஆக வேண்டியது என்ன?' என்று கேட்டான் மகேஷ், கஸ்தூரியைப் பார்த்து.

'போஸ்ட் மார்ட்டம் செய்ய வேண்டுமாம்.'

மகேஷ் டாக்டரிடம் வந்தான். 'நான்தான் மகேஷ். பாட்டர்ஸன் கம்பெனி. கபூர் எனக்காக வேலை செய்தார்.'

'நான் டாக்டர் திரிவேதி. இது உங்களுக்குப் பெரிய நஷ்டமென்று நினைக்கிறேன் எங்களுக்கு ஆச்சரியம். இவருக்கு உறவினரே கிடையாதா?'

மகேஷ் தோள்களைக் குலுக்கிக் கொண்டான். மீனாவைப் பார்த்தான்.

மீனா கபூரின் உடலை வெறிக்க வெறிக்கப் பார்த்துக் கொண்டிருந்தாள்.

மீனா கபூரின் மீது இவ்வளவு பாசத்தையா வைத்துக் கொண் டிருந்தாளென்று நினைத்தான் கஸ்தூரி. அல்லது 'இந்த உடம்பை அவளுக்கு எவ்வளவு நன்றாகத் தெரியும்.' இப்பொழுது அது செயலற்றுக் கிடக்கின்றது என்ற உண்மை அவள் மனத்தில் சூன்யத்தை விரித்திருக்க வேண்டும்!

'மீனா! நீ போகலாம்' என்றான் மகேஷ்.

அப்பொழுது அங்கு சந்தியா, அவளைத் தொடர்ந்து இன்னும் நாலைந்து பெண்கள் உள்ளே நுழைந்தனர்.

'கூட்டத்தைத் தவிர்க்க விரும்புகிறேன்' என்றார் டாக்டர் திரிவேதி, மகேஷைப் பார்த்து.

'இது போலீஸ் கேஸ்... ஆக்சிடெண்ட். தயவுசெய்து ஆஸ் பத்திரிக்குத் தொந்தரவு கொடுக்காதீர்கள்' என்றான் மகேஷ், சந்தியாவைப் பார்த்து.

'நாம் போகலாமென்று நினைக்கிறேன்' என்றான் கஸ்தூரி.

'எஸ்' என்று சொல்லிவிட்டு மகேஷ் டாக்டரைப் பார்த்தான். 'இவருக்கு உறவினர் இருப்பதாகத் தெரியவில்லை. நீங்கள் செய்யவேண்டியதெல்லாம் செய்து முடித்த பிறகு, எனக்கு டெலிபோன் செய்யுங்கள். (மகேஷ் பையிலிருந்து கார்டை எடுத்துக் கொடுத்தான்) மேலே ஆகவேண்டிய காரியத்தை நான் கவனித்துக்கொள்கிறேன். தேங்க் யூ, டாக்டர்.'

கஸ்தூரி, மகேஷ், மீனா மூவரும் வெளியே வந்தனர்.

'நான் செத்தாலும் இப்படித்தான்' என்றான் மகேஷ்.

'ஒரு வித்தியாசம்!' என்றான் கஸ்தூரி.

'என்ன?'

'உங்களிடம் பணம் இருக்கிறது. உறவினர்கள் ஏற்பட்டு விடுவார்கள்.'

'அதுவும் எனக்கல்ல, என் பணத்துக்கு.'

ஆஸ்பத்திரியை விட்டு மூவரும் வெளியே வந்தனர்.

'மீனா! உனக்கு அவன் மீது இவ்வளவு அக்கறையா?' என்று கேட்டான் மகேஷ்.

மீனா குனிந்தபடி இருந்தாள்.

'ஐ திங்க் ஷீ ஈஸ் மூவ்ட் பை ஹிஸ் டெத்' என்றான் கஸ்தூரி.

'இன் ஃபாக்ட் ஹூ ஈஸ் நாட்?' என்றான் மகேஷ்.

அவன் இதைச் சொன்ன வேகம் அவன் சிறிது உணர்ச்சி வயப் பட்டிருக்கிறான் என்பதைக் காட்டியது.

மகேஷ் ஒன்றும் பேசாமல் சிறிது நேரம் நின்று கொண்டிருந் தான். பஸ்கள், கார்கள், ஸ்கூட்டர்கள் யாவும் போட்டிப் பந்தயம் நடப்பதுபோல் விரைந்துகொண்டிருந்தன. ஒரு கிழப் பிச்சைக் காரனின் பக்கத்திலிருந்து மூன்று வயதுக் குழந்தையொன்று அவன் மொட்டைத் தலையைத் தடவிக் கொண்டிருந்தது. இயற்கை அளித்த ஆடையைத் தவிர வேறொன்றுமறியாத அக்குழந்தையின் ஸ்பரிச சுகத்தில் மெய்மறந்து கண்களை மூடிக்கொண்டிருந்தான் அப்பிச்சைக்காரன்.

'கபூருக்கு வேண்டியவர்கள் வேறு ஒருவரும் இல்லை என்று நிச்சயமாகத் தெரிந்துவிட்டால், போஸ்ட் மார்ட்டம் முடிந்த வுடன் எல்லா ஏற்பாடுகளும் நாமே செய்து விடலாம்' என்றான் மகேஷ்.

'பம்பாயில் யாரோ இருக்கிறார்கள் என்று நினைக்கின்றேன்' என்றாள் மீனா. வெகு நேரத்துக்குப் பிறகு பேசிய காரணத்தால் அவள் குரல் கமறியது.

'அட்ரெஸ்?'

'அட்ரெஸ் தெரியாது.'

மகேஷ் தோள்களைக் குலுக்கிக் கொண்டான்.

'கபூரைக் கண்டு நான் பொறாமைப்படவில்லை.'

அவன் திடீரென்று கஸ்தூரியைக் கேட்டான். 'உங்களுக்குப் பெற்றோர்கள் இருக்கிறார்களா?'

'இருக்கிறார்கள்.'

மகேஷின் முகத்தில் ஆச்சரியம் தெரிந்தது. பாட்டர்ஸன் கம்பெனியில் வேலை செய்கின்றவர்கள் எல்லாருமே ரிஷிமூலப் பேர்வழிகள் என்று அவன் நினைத்திருக்க வேண்டும் போலிருக் கிறது.

'நான் இப்பொழுது வீட்டுக்குப் போகவேண்டும். ஒரு விருந்தாளி வந்திருக்கிறார்.'

'நீங்கள் போகலாம்... நான் உங்களுக்கு டெலிபோன் செய் கிறேன். நாம் எல்லாரும் சாயந்திரம் சந்தித்தால் போதுமென்று நினைக்கிறேன்.'

கஸ்தூரி தன்னுடைய காரருகே சென்றான்.

'மீனா, நீ எங்கு போக வேண்டும்?' என்று கேட்டான் மகேஷ்.

'ஹாஸ்டலுக்கு. நான் அவருடன் போகிறேன்' என்று கஸ்தூரியை இவள் சுட்டிக் காட்டினாள்.

கஸ்தூரி காரை ஸ்டார்ட் செய்ததும் கேட்டான். 'நீ ஹாஸ்டலுக்குத்தானே?'

'இல்லை, உங்களுடன் வருகிறேன்.'

'என்னுடனா?' என்று கொஞ்சம் தயங்கினான் கஸ்தூரி.

'ஏன்?'

மீனாவைப் பார்த்தால் நம்பீசன் என்ன நினைப்பாரென்று ஒரு கணம் யோசித்தான். பாவம், கபூரின் எதிர்பாராத மரணம் இவளைப் பாதித்திருக்கிறது என்று கஸ்தூரிக்குப் பட்டது. இந்நிலையில் ஹாஸ்டலுக்குத் தனியாகப் போக அவள் விரும்பவில்லை. நம்பீசன் தன்னைப் பற்றி என்ன அபிப்பிராயம் கொண்டால் என்ன? மற்றவர்கள் தன்னைப் பற்றி என்ன அபிப்ராயம் கொள்ள வேண்டுமென்று முயன்று வாழ்வதே நம்முடைய உள் வளர்ச்சிக்குச் செய்யும் அநியாயம் உலகத்தில் மாரல், இம்மாரல் என்று வேறொன்றும் கிடையாது. வேஷம் போடுவதுதான் இம்மாரல்.'

'உங்களுடன் வரலாம் இல்லையா?'

'தாராளமாக' என்றான் கஸ்தூரி.

அவன் வீட்டை அடைந்தபோது, நம்பீசன் ஏதோ புத்தகம் படித்துக் கொண்டிருந்தார். கஸ்தூரியையும் மீனாவையும் மாறி மாறிப் பார்த்தார்.

'மிஸ்டர் நம்பீசன், மிஸ் மீனா பராண்டே' என்று அறிமுகம் செய்து வைத்தான் கஸ்தூரி.

நம்பீசன் கைகளைக் கூப்பினார்.

'இவங்க எங்க ஆபீஸ்லே வேலை செய்யறாங்க. எங்க ஆபீஸ்லே கபூர்னு ஒருத்தர் இருந்தாரு. ஆக்சிடெண்ட்லே பாவம்

போயிட்டாரு. அதுக்காகத்தான் இந்த அம்மா போன் பண்ணாங்க - ஆஸ்பத்திரிக்குப் போய்ப் பார்த்துட்டு வந்தோம். மறுபடியும் சாயந்திரம் போகணும். எடுக்கப் போறாங்க.'

'அடப் பாவமே!' என்றார் நம்பீசன். விஜயன் அப்பொழுது அங்கு வந்தான்.

'பாவம் கபூர் போயிட்டானா?' என்று கஸ்தூரியைக் கேட்டான். அவன் மீனா இருக்கும் பக்கம் திரும்பவேயில்லை.

'ஆமாம்' என்று தலையசைத்தான் கஸ்தூரி.

மீனா சோபாவில் உட்கார்ந்தாள். நம்பீசன் சிறிது நேரம் அவளை உற்று நோக்கினார்.

'கபூர் இந்த அம்மாவுக்கு உறவோ?' என்று கேட்டார்.

'இல்லை'

'ரொம்ப கவலைப்பட்டிருப்பாங்க போலிருக்கு. கண்ணைப் பார்த்தாத் தெரியுது' என்றார் நம்பீசன்.

'அப்படின்னா இந்த அம்மா எல்லாருக்குமே உறவு!' என்றான் விஜயன்.

'அப்படியா? அதுவும் தெரியுது' என்று சிரித்தார் நம்பீசன்.

கஸ்தூரி விஜயனை கோபத்துடன் பார்த்தான்.

'உலகத்திலே புனிதமான விஷயங்கள் இரண்டு. பிறப்பது, இறப்பது. இந்தச் சந்தர்ப்பத்திலே நீங்கள் இப்படிப் பேசறது நல்ல ரசனை இல்லே' என்றான் கஸ்தூரி விஜயனிடம்.

'ஐ ஆம் ஸாரி' என்றான் விஜயன். நம்பீசன் எதிரே கஸ்தூரி இப்படிப் பேசி விட்டானே என்று அவனுக்கு எரிச்சலாக இருந்தது. ஆனால் ஒன்றும் பேச முடியவில்லை.

'மிஸ்டர் நம்பீசன் ஒருபெரிய தொழிலதிபர்!' என்றான் கஸ்தூரி மீனாவிடம்.

அவள் வறட்சியான புன்னகையொன்று செய்தாள்.

முகத்திலிருந்து புன்னகை வந்த வேகத்தில் மறைந்தது.

'நீங்கள் சாயந்திரம் நானும் வரவேண்டுமென்று நினைக்கின் றீர்களா?'

'ஏன்?'

'என்னால் அதைப் பார்க்க முடியாது.'

கஸ்தூரி பதில் சொல்லவில்லை.

வின்செண்ட் அப்பொழுது உள்ளே வந்தான். 'சாப்பாடு?' என்று கேட்டான்.

'ஆல்ரைட், இதோ வந்துட்டேன். மீனா! வேண்டுமென்றால் சாப்பிட்டுவிட்டு இங்கேயே இரு. நீ அங்கு வர வேண்டாம்.'

கஸ்தூரி எழுந்திருந்தான்.

'நான் சாப்பிட்டாச்சு' என்றார் நம்பீசன், சிரித்துக்கொண்டே.

'குட். உங்க வீடு மாதிரி நினைச்சுக்கங்க. மன்னிக்கணும், நீங்க வந்திருக்கிற சமயத்திலே இப்படி...'

'அதனாலென்ன, பரவாயில்லிங்க. நீங்க போய் குளிங்க. இந்த அம்மா இங்கேதான் இருக்கப்போறதா..'

'ஆமாம். மீனா! சாப்பிட்டுவிட்டு நீ ஓய்வு எடுத்துக்கொள். கம் ஆன்.' இருவரும் அறையை விட்டு வெளியே சென்றனர்.

'இந்த அம்மா என்ன பஞ்சாபியா?' என்று கேட்டார் நம்பீசன், விஜயனைப் பார்த்து.

'இல்லே. கோவாவைச் சேர்ந்தவங்க.'

'கல்யாணம் ஆனவங்களா?'

விஜயன் பதில் சொல்லவில்லை.

'என்ன பேசாமெ இருக்கீங்க? சொல்லக்கூடாதோ?'

'அதான் பார்க்கிறீங்களே, ஒரு மாதிரி...' என்று கீழ்க் குரலில் பதில் சொன்னான் விஜயன். கஸ்தூரி மீதிருந்த கோபம் இப் பொழுது ஓரளவு தணிந்தது போலிருந்தது அவனுக்கு.

'ஹூம். பாத்தா அப்படித்தான் தோணிச்சு. உங்களவரு கல்யாணம் கட்டிக்காமெ இருந்தா சரி' என்று புன்முறுவல் செய்தார் நம்பீசன்.

கஸ்தூரி திரும்பி வந்து பார்த்தபோது நம்பீசன் உறங்கிவிட்டார்.

விஜயன் ஏதோ புத்தகத்தைப் புரட்டிக் கொண்டிருந்தான்.

'ஏதாவது டெலிபோன் வந்ததா?' என்று கேட்டான் கஸ்தூரி.

'இல்லை.'

'என்னுடன் வா' என்றான் கஸ்தூரி. விஜயன் புறப்பட்டான்.

'நம்பீசன் எழுந்து விட்டால்?' என்று கேட்டான் விஜயன்.

'மீனா இருக்கிறாள். ஷீ வில் டேக் கேர் ஆஃப் ஹிம்' என்றான் கஸ்தூரி.

கபூரின் காரியங்கள் முடிந்த பிறகு கஸ்தூரி திரும்பி வந்தபோது மீனா மட்டும் இருந்தாள். நம்பீசனைக் காணவில்லை.

'அவர் எங்கே?' என்று கேட்டான் கஸ்தூரி.

'உங்கள் ஆசார சீலர் விஷமம் செய்ய ஆரம்பித்தார். அவருக்கு அவரிடத்தைச் சுட்டிக் காட்டினேன். வீட்டை விட்டே போய்விட்டார்' என்றாள் மீனா நிதானமாக.

# 9

அன்றிரவு கஸ்தூரிக்குத் திடீரென்று விழிப்பு ஏற்பட்டது. மீனா தூங்காமல் உட்கார்ந்து கொண்டிருந்தாள். ஜன்னல் வழியாக உள்ளே பரவிய நிலவொளியில் அவள் முகம் களங்கமற்றுத் தெரிந்தது.

'இன்னும் நீ தூங்கவில்லை?' என்று கேட்டான் கஸ்தூரி.

'நான் இங்கேயே தங்கி விடலாமா? ஹாஸ்டலுக்குப் போக விருப்பமில்லை!' என்றாள் மீனா.

'எப்பொழுதுமேவா?'

'ஆமாம்.'

கஸ்தூரி தன் சிகரெட் டப்பாவைத் தேடி ஒரு சிகரெட்டைப் பற்றவைத்துக் கொண்டான்.

‘சந்திர ஒளியில் உன் முகம் அழகாக இருக்கிறது!’ என்றான் கஸ்தூரி.

‘நான் இங்கேயே தங்கிவிடலாமா?’ என்று கேட்டாள் மீனா.

கஸ்தூரி கட்டிலை விட்டு இறங்கி ஜன்னலருகே போய் நின்றான். அவசர அவசரமாக வீட்டுக்கு விரையும் காரின் சத்தம் மிகத் தொலைவிலிருந்து கேட்டது.

‘உங்களுக்கு ஆட்சேபணை உண்டா?’

‘இது எங்கு கொண்டு போய்விடும், தெரியுமா?’ என்று கேட்டான் கஸ்தூரி.

‘எது?’

‘நீ இங்கே தங்குவது’

‘எங்கு கொண்டுபோய் விடும்?’

‘கல்யாணத்தில். அந்தத் துர்பாக்கியமான சம்பவம் ஏற்பட்டுத்தான் ஆக வேண்டுமா?’

மீனா சிரித்தாள். ‘சில சமயம் நீங்கள் வேடிக்கையாகப் பேசுகிறீர்கள்.’

‘வேடிக்கையா? உனக்கு வேடிக்கையாகப் பட்டால், அது என் துர்பாக்கியந்தான்.’

கஸ்தூரி அவளருகில் வந்து உட்கார்ந்தான்.

‘கபூரின் மரணம் உன்னை மிகவும் கலக்கிவிட்டது என்று நினைக்கிறேன்.’

மீனா பதில் சொல்லவில்லை. ஜன்னல் வழியே வெளியே பார்த்தாள்.

‘நீ என்னதான் இல்லை என்று மறுத்தாலும் நீ அவனைக் காதலித்தாய் என்றுதான் நினைக்கிறேன். உன் மனம் உனக்கே புரியவில்லை.’

‘உங்களுக்கு அவன் மேல் பொறாமைதானே?’ என்று கேட்டாள் மீனா.

கஸ்தூரி சிரித்தான். 'நீ உன்னையே பாராட்டிக் கொள்கிறாய். நான் உன்னைக் காதலித்தால்தானே, அவன் மீது பொறாமை ஏற்பட?'

மீனா திடீரென்று கட்டிலிலிருந்து இறங்கினாள்.

'நான் ஹாஸ்டலுக்குப் போகிறேன்.'

'இந்த நேரத்திலா?'

'ஆமாம்.' மீனா பாத்ரூமை நோக்கி நடந்தாள்.

'டோன்ட் பி ஸில்லி' என்றான் கஸ்தூரி.

மீனா திரும்பிப் பார்த்தாள்.

'உங்களுக்கும் கம்ப்யூட்டருக்கும் வித்தியாசம் கிடையாது.'

'உண்டு.'

என்ன உண்டு?'

'வித்தியாசம். கம்ப்யூட்டரிடமிருந்து கொஞ்சம் மனிதத்தன்மையை எதிர்பார்க்கலாம்.'

மீனாவின் முகத்தில் புன்னகை தோன்றியது.

'நான் ஒன்று சொல்லட்டுமா?' என்றாள்.

'நீ என்ன சொன்னாலும் அதை நான் வரவேற்கின்றேன்' என்றான் கஸ்தூரி.

'யூ ஆர் அஃப்ரெய்ட் ஆஃப் யுவர் செல்ஃப். யூ ஆர் எ கவர்ட்.'

ஒவ்வொரு சொல்லையும் நிதானித்துச் சொன்னாள் மீனா.

கஸ்தூரி இதை எதிர்பார்க்கவில்லை. அவன் சிறிது நேரம் வரை மீனாவையே பார்த்துக்கொண்டிருந்தான்.

மீனா அவனருகில் வந்து உட்கார்ந்தாள். 'உங்களுக்குக் கோபமா?'

'நீ அப்படிச் சொல்லக் காரணம் என்ன?'

'எதற்கும் காரணம் வேண்டுமா?' எனக்குத் தோன்றியது. சொன்னேன்.'

தன்னைக் கண்டு தனக்கே பயமா? கஸ்தூரிக்கு அந்தக் கணத்தில் மீனா சொன்னது வாஸ்தவம் போல் பட்டது. தான் மேற்கொண்டிருப்பது எல்லாமே பாவனையா? தானே நம்ப வேண்டுமென்று போட்டுக்கொண்டிருக்கும் வேஷமா?

மீனா விளக்கை அணைத்தாள்.

'தூங்குங்கள்' மீனாவின் குரல் இருட்டில், வெகு தூரத்துக்கு அப்பாலிருந்து ஒலிப்பது போல் கேட்டது. ஆனால் மூச்சு அவன் மீது பட்டது.

'நீ இங்கு இருப்பதில் எனக்கு ஆட்சேபணை கிடையாது. ஆனால் கணவன் - மனைவியாகத்தான் இருக்க வேண்டுமா? ஒரு ஆணும் பெண்ணுமாக இருக்கலாமல்லவா?'

'நான் மனைவியாக ஏற்றுக்கொள்ளப்படும் அளவுக்குத் தகுதி இல்லாதவள் என்றுதானே அர்த்தம்?'

'பொருளாதாரப் பாதுகாப்புக்கான சட்டபூர்வமான ஏற்பாடு மனைவி என்ற ஸ்தானமென்றால், சட்டத்தைத் திருப்திப்படுத்த வேண்டுமென்ற ஒரு அல்ப விஷயத்துக்காக, நம்முடைய இருவர் கழுத்திலும் லைசென்ஸை மாட்டிக்கொண்டு திரிய வேண்டுமா?'

'அப்படியென்றால், நீங்கள் கல்யாணமே செய்துகொள்ளப் போவதில்லையா?'

'இல்லை.'

'நான் உங்கள் மனைவியாக இல்லாமல், ஒரு பெண்ணாக இந்த வீட்டில் இருந்தால் - மற்றவர்கள்... மீனா முடிக்கவில்லை. கஸ்தூரி இடைமறித்தான். மற்றவர்கள்... நம்மை நாமாக இருக்கவிடாமல் தடுப்பதே இந்த மற்றவர்கள் என்ன நினைப் பார்கள்?' என்ற எண்ணம்தான். அடுத்த மனிதன்தான் நம்முடைய மனசாட்சிக்குத் தர்மகர்த்தா?'

மீனா சிறிது நேரம் வரை பேசவில்லை. அவள் சிந்தித்துக் கொண்டிருக்கிறாள் என்று தோன்றியது கஸ்தூரிக்கு.

'மனப் போராட்டமா?' என்று சிரித்துக்கொண்டே கேட்டான் கஸ்தூரி.

‘லைசென்ஸ் என்கிறீர்களே. அது இல்லாத காரணத்தினால்தானே உங்களுடைய ஆசார சீலரான நண்பருக்கு நான் அவ்வளவு எளிமையாகத் தோன்றினேன். லைசென்ஸ் என்று சொல்லி பாரதப் பண்பாட்டைக் காப்பாற்றி இருப்பாரல்லவா?’

நம்பீசன் நினைவு வந்ததும் கஸ்தூரிக்குக் கொஞ்சம் எரிச்சல் ஏற்பட்டது. அந்த எரிச்சல் அவனுக்கு நியாயமானதாகப் பட வில்லை. மீனாவைப் பற்றி விஜயன் ஏதாவது கூறியிருக்க வேண்டும். ‘உங்கள் வீடு போல் நினைத்துக் கொள்ளுங்கள்’ என்பதை முழு அர்த்தத்தில் எடுத்துக்கொண்டு விட்டார் போலிருக்கிறது!

‘நம்பீசன் என்ன செய்தாரென்று நீ சொல்லவில்லையே’ என்றான் கஸ்தூரி.

‘நீங்கள் போன பிறகு நான் சிறிது நேரம் தூங்கினேன். கண் விழித்துப் பார்த்தபோது நம்பீசன் இன்னும் எதிரேயே உட்கார்ந்து கொண்டிருப்பது தெரிந்தது. ‘நல்ல தூக்கமா?’ என்று கேட்டார். ஆமாமென்று தலையசைத்தேன். அவர் பர்ஸிலிருந்து கற்றை கற்றையாக கரன்ஸி நோட்டுகளை எடுத்து எண்ணிக் கொண்டிருந்தார். ஒருவேளை நோட்டுகளைப் பார்த்ததும் அவர் மடியில் போய் விழுவேனென்று எதிர்பார்த்தாரோ என்னவோ? நான் பேசாமலிருந்தேன். மகேஷ் எனக்கு எவ்வளவு சம்பளம் தருகிறாரென்று கேட்டார். நான் பதில் சொல்லவில்லை. தம்மால் அதைவிட இரண்டு மடங்கு சம்பளம் தர முடியுமென்று சொல்லிக்கொண்டே பர்ஸை அலட்சியமாக சோபாவில் விட்டெறிந்தார். ‘இவ்வளவு பணத்தை எதற்காகப் பர்ஸில் வைத்துக் கொண்டிருக்கிறீர்கள்?’ என்று கேட்டேன். ‘என் வியாபாரம் அரசாங்க உத்தியோகஸ்தர்களுடன்!’ என்று சொல்லிவிட்டு, சிறிது நேரத்துக்குப் பிறகு, ‘நீ விரும்பினால் உன்னுடனும் கூடத்தான்!’ என்று சிரித்தார்.

மீனா சொல்வதை நிறுத்திவிட்டு கட்டிலிலிருந்து இறங்கி பெட்ரூம் விளக்கைப் போட்டாள்.

‘கேன் ஐ ஹேவ் சம்திங்?’ என்றாள் ஃப்ரிஜ்ஜைச் சுட்டிக்காட்டி,

கஸ்தூரி தலையை அசைத்தான். மீனா அலமாரியிலிருந்து ஒரு சிறிய கண்ணாடித் தம்ளரை எடுத்துக்கொண்டு ஃப்ரிஜ் அருகே சென்றாள்.

‘உங்களுக்கு வேண்டுமா?’

‘வேண்டாம்.’

மீனாவின் மனம் மிகவும் வேதனையுற்றிருக்கிறது என்று கஸ்தூரி உணர்ந்தான்.

வாயைத் துடைத்துக்கொண்டு மீனா கட்டிலில் வந்து உட்கார்ந்தாள்.

‘பார்க்கிறவர் யாவரும் கூப்பிடும்படியான அளவுக்குக் கவுரவத்துடன் வாழ்கிறேன்’ என்று சொல்லிவிட்டு அவள் சிரித்தாள்.

‘அவர் கூப்பிட்டார், நீ மறுத்துவிட்டாய். இதற்கு மேல் இதில் என்ன பிரச்னை இருக்கிறது?’

‘நான் உங்களுடைய மனைவியாக இருந்திருந்தால் கூப்பிட்டிருப் பாரா? அவர் கூப்பிட்டதைப் பார்த்தால், எனக்கு இன்னொரு சந்தேகமும் தோன்றுகிறது.’

‘என்ன?’

‘என்னைப் பற்றி நீங்கள் அவரிடம் பேசியது உண்டா?’

கஸ்தூரியின் முகம் கோபத்தால் சிவந்தது. ‘என்னைப் பற்றி நீ என்ன அபிப்பிராயம் கொண்டிருக்கிறாய் என்று தெரிந்து விட்டது.’

‘ஏன்?’

‘இந்தச் சந்தேகம் உன் மனத்தில் தோன்றியதே, என்னைப் பற்றிய உன் நினைவுக்குச் செய்யும் அவமானம்.’

‘நான் உங்களைப் பற்றி என்ன அபிப்பிராயம் கொண்டிருக் கிறேனென்று உங்களுக்குத் தெரியும்? - யூ ஆர் வெரி பிரிசம்ச்சுவஸ், மிஸ்டர் கஸ்தூரி.’

கஸ்தூரிக்கு தன் மீதே கோபம் வந்தது. தன்னைப் பற்றி அவள் எந்தவிதமான அபிப்பிராயம் கொண்டிருப்பாளென்று தானாகவே ஏன் நினைக்க வேண்டும்? அவள் ஏதாவது அபிப்பிராயம் கொள்ள வேண்டுமென்பதற்காகத்தான் பாடுபடு

கிறோமா ? தான் தானாக இருப்பதற்கு எவ்வளவு தடைகளென்று சொல்லத் தனக்கு என்ன உரிமை இருக்கின்றது? மீனா, 'யூ ஆர் வெரி பிரிசம்ச்சுவஸ்' என்று சொல்லுமளவுக்கு ஜாக்கிரதை யில்லாமல் பேசிவிட்டோம் என்று அவனுக்குப் பட்டது.

'ஐ ஆம் சாரி. இஃப் ஐ ஹேவ் அஃபென்டெட் யூ.'

கஸ்தூரி புன்னகை செய்தான். 'இல்லை என்று சொன்னால் உனக்கு வருத்தமாக இருக்குமா?' என்று அவன் கேட்டான்.

'என்ன சொல்லுகிறீர்கள்?'

'என் மனத்தில் தைக்க வேண்டுமென்பதுதானே உன் எண்ணம்?' அவன் குரல் கொஞ்சம் ஓங்கி ஒலித்தது. சுபாவமாகப் பேச அவன் நினைத்தான், முடியவில்லை.

மீனா மிக மெதுவாகக் கூறினாள். 'நான் ஹாஸ்டலுக்குத் திரும்பி விடுவதே நல்லது என்று நினைக்கிறேன்.'

கஸ்தூரி ஒன்றும் பதில் சொல்லவில்லை.

மீனா ட்ரெஸ் செய்துகொள்வது நிலா வெளிச்சத்தில் தெரிந்தது. அவன் அவளைத் தடுக்கவில்லை.

திடீரென்று விளக்கு எரிந்தது.

'நான் ஹாஸ்டலுக்குப் போகிறேன்.'

கஸ்தூரி அவளை ஏற இறங்கப் பார்த்தான். பிறகு சிரித்துக் கொண்டே சொன்னான் : 'நம்மால் முதல் இரவிலேயே ஒத்துக் கொண்டு போக முடியவில்லை இல்லையா...?'

'முதல் இரவா?'

'ஆமாம். ஆணும் பெண்ணுமாக இந்த வீட்டில் நாம் இருக்கலா மென்று நான் சொல்லி வாய் உலரவில்லை. நீ கிளம்பி விட்டாய்!'

'ஏன் தெரியுமா?'

'ஏன்?'

'நீங்கள் உங்களைத் தவிர வேறு எவரையும் பற்றி நினைப்ப தில்லை.'

'அதுதானே நாணயமான நினைவு?'

'நான் கிளம்பிப் போவது உங்களுக்குச் சம்மதம்தானே?'

'இல்லை என்று எனக்குப் பொய் சொல்லத் தெரியாது.'

'ஆல்ரைட்.' மீனா தன் கைப் பையை எடுத்துக் கொண்டாள்.

'நான் கொண்டுபோய் விடுகிறேன்' கஸ்தூரி கட்டிலை விட்டு இறங்கினான்.

'நோ ப்ளீஸ். உங்கள் உதவி இல்லாமல் பல இரவுகள் நான் தனியாக ஹாஸ்டலுக்குத் திரும்பிச் சென்றிருக்கிறேன்.'

'இது என் பொறாமையைத் தூண்டவில்லை.'

'உங்கள் பொறாமையைத் தூண்ட வேண்டுமென்பதற்காக நான் சொல்லவில்லை. நீங்கள் தவிர்க்க முடியாதவரல்ல என்று சொல்ல வந்தேன்.'

கஸ்தூரி மறுபடியும் கட்டிலில் உட்கார்ந்தான்.

'குட் நைட்.'

'குட் நைட்.'

மீனா போன பிறகு கஸ்தூரிக்குத் தூக்கம் வரவில்லை. புரண்டு புரண்டு படுத்தான். தான் அவளிடம் நடந்துகொண்ட முறை சரியா என்று அவன் மனத்தை அரித்தது. ஏதோ ஓர் இடத்தில் பலஹீனமடைந்துவிட்டது போல் அவனுக்குத் தோன்றியது. காரியத்தைச் செய்துவிட்டு அது சரியா தப்பா என்று இதுவரை அவன் ஆராய்ந்ததில்லை.

அவன் எழுந்திருந்து வாசலுக்கு வந்தான். மீனா போய்விட்டாள்.

பால் குடத்தைச் சரித்து விட்டது போல், தெருவெல்லாம் சந்திரனுடைய லாவண்யம். அவன் 'லான்ஸ்' அருகே போய் நின்றான். அப்பொழுது அலரத் தொடங்கியிருந்த மல்லிகையின் மணம். நன்றி செலுத்துவது போல், அவன் ஆகாயத்தைப் பார்த்தான். அப்பழுக்கற்ற துல்லிய நீலப் பட்டு. இந்தக் கணத்தில் வாழ்வதே வாழ்க்கை முழுவதும் வாழ்ந்துவிட்டது போலாகு மென்று தோன்றியது கஸ்தூரிக்கு.

கபூர் நினைவு அவனுக்கு வந்தது. என்றைக்காவது தலையை உயர்த்தி ஆகாயத்தைப் பார்த்திருப்பானா அவன்? இது விசித்திரமான எண்ணம்தான். சாயந்திர நாடகத்தில் அவசர அவசரமாக நடித்துவிட்டு, இரவு விமானத்தில் பறந்து செல்லுகிற நடிகனைப்போல், பிறந்து, படித்து, மிக வேகமாகக் காசு சம்பாதித்து, அதை விட இரட்டிப்பு வேகத்தில் செலவழித்து, காதல் என்ற அசட்டுத்தனமில்லாத ஆண் - பெண் தொடர்புகள் பல கொண்டு கடைசியில் அவனோடு பழகியவர்களுக்கெல்லாம் அவனைப் பற்றிய நெஞ்சின் சுமை கண்ணீராகப் பூக்க... போய்விட்டான்! நன்றியைக் கண்ணீராக மாற்றிப் பெருக்கிய வர்கள், முகத்தைக் கைக்குட்டையினால் துடைத்துக் கொண்டு, அவரவர்கள் தங்களுடைய எதிர்காலப் பாதுகாப்பையும், ஆதரவை யும் நாடிச் சென்றிருப்பார்கள். வேறு என்னதான் செய்ய முடியும்? 'கொண்ட பெண்டிர், மக்களுற்றார், சுற்றத்தவர் பிறரும் கண்ட தோடு பட்டதல்லால், காதல் மற்று யாதுமில்லை.' ஊரில் அவன் அப்பா காலையில் எழுந்து நீராடிவிட்டுத் திருவாய் மொழியைச் சேவிக்கும் குரல் அவன் காதுகளில் மிக அருகில் கேட்டது.

அப்பொழுது அவனை எண்ணம் திடீரென்று தாக்கியது. தான் இச்சமயம் நினைப்பதைப் போலத்தானே முன்பும் எல்லாரும் நினைத்துப் பாட்டாய்ப் பாடிச் சென்றிருக்கிறார்கள்! நிலையாமை என்பது உலகத்து எல்லாக் கவிஞர்களின் கற்பனையையும் தொன்றுதொட்டுக் கவர்ந்து வரும் பிரச்னை. நிலையாமையை உண்மையாக, அதனளவிலே ஒரு முடிவாக ஏற்றுக்கொண்டு விட்டால், எது நிரந்தரம் என்று விடையைத் தேடி, தத்துவ ஜாலங் கள் செய்து ஒருவர் மயிரை ஒருவர் பிய்த்துக் கொள்ள வேண்டிய அவசியமில்லை. எது நிரந்தரம் என்று நாடி அலைவதே, மனிதன் வாழ்க்கை உண்மைகளை நேருக்கு நேர் சந்திக்க மறுக்கின்ற பிடிவாதம். சொல்லப்போனால், கோழைத்தனம்.

'காலந்தோறும் வியப்புகள் பல புதிய தோன்றும்.' பளபளத்த வெள்ளி அழுக்கு சேர்ந்து, புலர்ந்தும் புலராத விடியற்காலை யாயிற்று. கிழக்கே ஆகாயத்தில் கோலம் போடத் தொடங்கியாகி விட்டது.

கஸ்தூரி வீட்டுக்குள் நுழைந்தான்.

'குட் மார்னிங், சார்' வின்சென்ட் சொல்லிக்கொண்டே சமைய லறையை நோக்கிச் சென்றான்.

அன்று மீனா ஆபீசுக்கு வரவில்லை. போன் செய்து பார்க்கலாமா என்று ஒரு வினாடி யோசித்தான் கஸ்தூரி. செய்யவில்லை.

மகேஷ் அன்று அவனை அழைத்து வெகு நேரம் பேசிக் கொண்டிருந்தான். அந்நியச் செலாவணி விஷயமாக, சென்ட்ரல் பீரோ ஆஃப் இன்வெஸ்டிகேஷன் அவனைக் கண்காணித்து வருகிறார்கள். கஸ்தூரி இது பற்றிக் கவனிக்க முடியுமா?

மகேஷ் கபூரை அறவே மறந்து விட்டான். அவனைப் பற்றி ஒரு வார்த்தை பேசவில்லை.

கஸ்தூரிக்கு என்ஃபோர்ஸ்மெண்ட் டைரக்டரேட் டைச் சேர்ந்த ஒரு உயர்தர அதிகாரியைத் தெரியும். மந்திரிகளுடைய உறவினர்களின் 'பொருளாதாரச் சிக்கல்'களை அவர்தான் தீர்த்து வைக்கின்றாரென்பதும் அவன் அறிந்த விஷயம்.

கஸ்தூரி அவரைப் பார்க்கச் சென்றான்.

மகேந்திர குமார் ஓபராய்க்கு ஐம்பது வயது என்றால் யாரும் நம்ப மாட்டார்கள். நல்ல உயரம், ஆகிருதி, தலை மயிர் ஒன்றுகூட நரைக்கவில்லை. அரசாங்க உத்தியோகத்திலிருந்தும் அவர் எப்படிச் சந்தோஷமாக இருக்கிறாரென்பது ஒருவருக்கும் பிடிபடாத விஷயம்.

கஸ்தூரியைப் பார்த்ததும், பழங்காலத்து ரோமன் கிளாடியேடரைப் போல் பாய்ந்துகொண்டு வந்து, கைகளைக் குலுக்கினார் ஓபராய்.

'உலகம் இப்பொழுதுதான் பிரகாசமாகத் தெரிகின்றது' என்றான் கஸ்தூரி.

'ஏன்? உங்களுக்கு உலகம் எப்பொழுதுமே பிரகாசமாகத்தானே தெரியும்?'

'ஐ ஆம் நாட் இன் தி லான்ட் ஆஃப் மிட் நைட் சன்ஸ்' என்றான் கஸ்தூரி.

ஓபராய் சிரித்தார்.

'ப்ளீஸ் ஹெல்ப் யுவர் செல்ஃப்' அவர் ஒரு உயர்தரச் சுருட்டை எடுத்து நீட்டினார்.

கஸ்தூரி சுருட்டைப் பற்றவைத்துக் கொண்டு நாற்காலியில் உட்கார்ந்தான்.

'நீங்கள் அமர்ந்திருக்கும் நாற்காலியின் அதிர்ஷ்டத்துக்குக் காரணம் என்ன?' என்று கேட்டார் ஓபராய்.

'காவிய காலக் கதாநாயகராக இருக்க வேண்டியவர் நீங்கள். இருண்ட இடங்களிலெல்லாம் பூதக் கண்ணாடி போட்டுக் கொண்டு பணம் தேடுவது உங்கள் துர்பாக்கியந்தான்.'

'இருண்ட இடமா? அது எங்கே இருக்கிறது?' என்றார் ஓபராய்.

'வாஸ்தவந்தான்... இருட்டு, வெளிச்சம் எல்லாம் சர்க்கார் தயவைப் பொறுத்தது.'

ஓபராய் ஆள்காட்டி விரலை மூக்கின் மேல் வைத்து 'ஹுஷ்' என்றார்.

கஸ்தூரி சுருட்டின் சாம்பலை ஆஷ் - டிரேயில் தட்டினான். 'ஐ ஆம் சாரி, ஐ ஃபர்காட் ஐ ஆம் டாக்கிங் டு எ லாயல், கவர்ன்மெண்ட் ஆபீசர்.'

ப்ளீஸ் ரிசர்வ் யுவர் சர்காஸம். வாட் ஈஸ் யுவர் ப்ராப்ளம்?'

'மகேஷின் அயல் நாட்டுச் செலாவணி விவகாரம்.'

ஓபராய் பதில் சொல்லவில்லை. நாற்காலியைப் பின்புறமாகச் சாய்த்துக்கொண்டே சிறிது நேரம் கழித்துக் கேட்டார்.

'டாலர் ஆர் ஸ்டெர்லிங்?'

'டாலர்.'

'குட். இரண்டு நாள்கள் கழித்து என்னை வீட்டில் பார்க்கி றீர்களா?'

கஸ்தூரி எழுந்திருந்து கைகளை நீட்டினான். 'இதுதான் உண்மை யான நட்புக்கு அடையாளம்' என்றான்.

'நட்புதானா?' என்றார் ஓபராய்.

'யு நோ மீ. அண்ட் யு வில் கம் டு நோ மகேஷ்.'

ஓபராய் சிரித்தார். 'அடுத்த வாரம் அமெரிக்காவுக்குப் போகப் போகிறேன்' என்றார் அவர்.

'குட். ஹௌ லாங்?'

'பெரிய இடத்து விவகாரம்.'

'சின்ன இடத்தையும் மறந்து விடாதீர்கள்' என்றான் கஸ்தூரி.

கஸ்தூரி அவர் ஆபீஸை விட்டு வெளியே வந்ததும், மீனாவைப் போய்ப் பார்க்கலாமாவென்று நினைத்தான். 'நான் பலஹீன மானவன்!' என்று சொல்லிக்கொண்டே, ஆக்சிலேட்டரைப் பலமாக உதைத்தான்.'நோ. ஐ வில் நாட் ஸீ ஹெர்.'

நம்பீசன் எங்கு போயிருப்பார்? ஏதாவது ஹோட்டலில் போய்த் தங்கியிருக்கலாம். அசோகா அல்லது ஓபராய் ஹோட்டலுக்குப் போன் செய்து பார்க்கலாமா? சே! நான் யாருக்காகக் கவலைப்பட வேண்டும்?

அவன் வீட்டுக்குச் சென்றபோது சங்கர சுப்ரமணியன் போன் செய்ததாக விஜயன் சொன்னான்.

விஜயன் டைப் செய்து கொண்டிருந்தான்.

கஸ்தூரி சோபாவில் உட்கார்ந்தான்.

'நம்பீசன் போய்விட்டார். தெரியுமா?' என்று கேட்டான் கஸ்தூரி.

'ஐ ஸீ.'

'உங்களுக்கு இது ஏன் ஆச்சரியமாக இல்லை?'

விஜயன் டைப் செய்வதை நிறுத்திவிட்டு அவனைத் திரும்பிப் பார்த்தான்.

'மீனாவைப் பற்றி அவரிடம் என்ன சொன்னீர்கள்?'

'என் மனத்தில் பட்டதைச் சொன்னேன். ஒளிவுமறைவில்லை.'

'யூ ஆர் எ கன்ஸிஸ்டெண்ட் இடியட்' என்றான் கஸ்தூரி.

'ஐ ஆம் சாரி.'

விஜயன் டைப் செய்திருந்த பேப்பரை அவனிடம் நீட்டினான். ஒரு மாசம் விடுமுறை கோரியிருந்தான் விஜயன்.

'ஒரு மாசமா?'

'ஆமாம். கல்யாணம்.'

கஸ்தூரி கையை நீட்டினான். 'எந்தப் பெண், முடிவாகி விட்டதா?'

'ஊர்ப் பெண்தான்.'

'டெல்லிப் பெண்?'

விஜயன் பதில் சொல்லவில்லை.

'டெல்லிப் பெண்ணுக்குக் கல்யாணமாகிவிட்டதா?' என்று கேட்டான் கஸ்தூரி.

'டெல்லிப் பெண்களைக் கண்டாலே எனக்குப் பயமாக இருக்கு.'

கஸ்தூரி தோள்களைக் குலுக்கிக் கொண்டான். 'இன்னும் கொஞ்ச நாள் போனா, உங்க நிழலைக் கண்டாலே பயம் வந்துடப் போறது' என்று சொல்லிக்கொண்டே கையெழுத்திட்டான், விஜயன் கொடுத்த காகிதத்தில்.

'நம்பீசன் ஜன்பத் ஹோட்டலில் இருக்கிறார்' என்றான் விஜயன்.

'சொல்லிக் கொள்ளாமெ போனவர்களைப் பத்தி எனக்கு அக்கறை கிடையாது. அவர் போடற வேஷமே அவரை விடாமெ துரத்தறது.'

விஜயன், கஸ்தூரி கையெழுத்திட்ட காகிதத்தை ஒரு ஃபைலில் வைத்தான்.

'விஜயன்... என்னைக் கண்டா உங்களுக்குப் பிடிக்கலே, இல்லியா?'

விஜயன் மவுனமாக இருந்தான்.

'சொல்லுங்க. ஆனா நீங்க செய்யறது ஒண்ணும் எனக்குப் பிடிக்கா விட்டாலும், ஐ லைக் யூ.'

விஜயன் அவனெதிரே வந்து நின்றான். அவன் முகம் சிவந்திருந்தது. அழுது விடுவான் போலிருந்தது.

'ஒண்ணு சொல்லட்டுமா?' என்றான் விஜயன்.

'ப்ளீஸ், டூ.'

‘உங்க பேரிலே எனக்கு அக்கறை இருக்கிறதினாலே சொல்றேன். நீங்க தேர்ந்தெடுத்துக்கிற வாழ்க்கை உங்க படிப்புக்கும் அறிவுக்கும், அடிப்படையான நல்ல குணத்துக்கும் கொஞ்சம் கூடப் பொருத்தமில்லே.’

‘நான் என்ன பண்ணணும்கிறீங்க? காலேஜ் வாத்தியாரா போய் நீதி உபதேசம் செஞ்சுண்டே, வர பெண்களை ரகசியமாகக் கெடுக்கணுமா?’

விஜயன் முகம் இன்னும் சிவந்தது.

ஞாயிற்றுக்கிழமை சாயந்திரம் செந்தமிழ்ச் சங்கத்துக்குப் போகத் தீர்மானித்தான் கஸ்தூரி. நம்பீசன் திருவாசகக் கூட்டத்துக்குத் தலைமை தாங்குகிறார். தன்னைப் பார்த்ததும் அவர் எப்படி நடந்துகொள்ளுகிறாரென்று அறிய ஒரு குரூரமான ஆவல்.

கஸ்தூரியைக் கண்டதும் சங்கச் செயலாளருக்கு மிகுந்த ஆச்சரியம்.

‘வழி தவறி வந்துட்டீங்களா?’

கஸ்தூரி பதில் சொல்லவில்லை. புன்னகை செய்தான்.

நம்பீசனுக்காகக் காத்துக்கொண்டிருந்தது கூட்டம்.

கூட்டம் பொங்கி வழிந்தது. சங்கக் கட்டடத்தில் பதினைந்து பேருக்கு மேல் உட்கார முடியாது. பதினாறு பேர் வந்திருந் தார்கள். அதில் பன்னிரண்டு பேர் பேச்சாளர்கள். மாணிக்க வாசகரை அக்கு வேறு ஆணி வேறாகப் பிரித்துக் காட்ட அவர்கள் நாக்கு துடிதுடித்துக் கொண்டிருந்தது. டிசெக்ஷன் டேபிளில் கிடத்தப்பட்டிருப்பது போல், மேஜையில் ஒரு திருவாசகப் புத்தகம் வைக்கப்பட்டிருந்தது.

தலைவர் வந்தார், அரை மணி நேரம் தாமதமாக. அவர் கூட ஒரு தலைவியுமிருந்தாள்.

கஸ்தூரி பிரமித்துப் போய் உட்கார்ந்திருந்தான். அந்தத் தலைவி வேறு யாருமில்லை, மீனா. கஸ்தூரியைப் பார்த்துப் புன்னகை செய்தாள்.

# 10

நம்பீசனுடன் மீனா வந்தது, கஸ்தூரிக்கு மட்டுமல்ல, அனைவருக்குமே ஆச்சரியத்தைத் தந்தது. அவள் புடைவை கட்டியிருந்தாலும், பார்த்தால் தமிழ் நாட்டுப் பெண் அல்ல என்று நன்றாகத் தெரிந்தது. இவளை எப்படி அழைத்து வந்தார்? எல்லார் மனத்திலும் இந்தக் கேள்வி எழுந்தது.

நம்பீசன் கஸ்தூரியைப் பார்த்துக் குறுநகை செய்தார். 'வாங்க. உங்களை நான் எதிர்பார்க்கலே, இந்தக் கூட்டத்துக்கு வருவீங்கன்னு!'

கஸ்தூரி பதில் சொல்லவில்லை. அவன் மீனாவையே பார்த்துக்கொண்டிருந்தான். 'என் பொறாமையை நீ தூண்டவில்லை என்று சொன்னதற்குச் சவாலா?'

நம்பீசன் நாற்காலியில் உட்கார்ந்தார். 'தேம்பழச் சோலை பயிலும் சிறு குயிலே, இது கேள் நீ' என்று ஒருவர் கட்டைக் குரலில், குயில் பயப்படும்படியாக இறை வணக்கம் பாடினார்.

நம்பீசன் பேச ஆரம்பித்தார் : 'இந்த அம்மாவுக்கு...' அவர் மீனாவைச் சுட்டிக் காட்டினார். 'தமிழ் தாய்மொழி அல்ல. இருந்தாலும் தமிழ் படிக்கணும்னு ஆர்வத்தோட இருக்கிறாங்க. இன்னிக்கு நான் இங்கே பேசப் போறேன்னு தெரிஞ்சுக்கிட்டு என்னை வந்து பார்த்து இப்படிச் சொன்னாங்க. தமிழ் பேரிலேயும் தமிழ்ப் பண்பாடு பேரிலேயும் அவ்வளவு ஈடுபாடு இந்த அம்மாவுக்கு. நீங்க இந்தூர்க்காரங்க - தமிழ் படிக்க வகை பண்ணணும். நம் கலாசாரத்தைப் பரப்பறதுதான் அயலூர்லெ இருக்கிற நாம செய்யக்கூடிய தொண்டு. அதனாலே நீங்க தமிழ் சொல்லிக் கொடுக்கிறதுக்கு ஏற்பாடு பண்ணுங்க.

'திருவாசகம் ஒரு நல்ல நூல். மாணிக்கவாசகரு அப்படியே உருகி உருகிப் பாடியிருக்காரு. அந்த நூலைப் பத்திப் பன்னிரண்டு பேர் பேச இருக்காங்க. நான் சொல்றதுக்கு என்ன இருக்கு? ஆகையினாலே...' அவர் நிகழ்ச்சி நிரலில் காணப்பட்ட முதல் பெயரைப் பேச அழைத்தார்.

மீனா, நம்பீசன் ஜன்பத் ஹோட்டலில் தங்கியிருப்பது தெரிந்து அங்கு போயிருக்கிறாள். விஜயனை விசாரித்திருக்க வேண்டும். ஆனால் விஜயன் தன்னிடம் இதைப்பற்றி ஒன்றும் சொல்ல வில்லை. 'தமிழ் படிக்க வேண்டும் என்ற ஆர்வம்' - இந்தக் கதை மீனா நம்பீசனை ஏமாற்றக் கட்டிய கதையா அல்லது இந்தக் கதையை நம்புவதாக நம்பீசனும் நடிக்கிறாரா அல்லது இருவரு மாகச் சேர்ந்துகொண்டு தன்னை முட்டாள் ஆக்குகிறார்களா? மீனா எப்படி நம்பீசனைப் போய்ச் சந்தித்தாள்? இதற்குக் காரணம் தான்தானா? - நம்பீசன் புன்னகையில் வெற்றி உணர்வு நிழலிடுவது போல் தோன்றுகிறதே. சே! எல்லாம் தன் மனப்பிரமை. தன் பலகீனத்தில் விளைந்த மயக்கம்!

நம்பீசனுக்குத் தன் மீது கோபம் ஏற்படக் காரணம் என்ன? தன்னுடன் தங்குவதற்காக வந்தவர், சொல்லிக்கொள்ளாமல் போய்விட்டாரே! தன் வேஷத்தை மீனா கலைத்து விட்டாளே என்பதினால் ஏற்பட்ட எரிச்சலா? இவனுக்கு எளிமையாக இருப்பவள், தமக்கு ஏன் இல்லை என்ற பொறாமை உணர்வா? அல்லது தவறு செய்து விட்டோம் என்ற குற்ற மனப்பான்மையில்

ஏற்பட்ட தன்னிரக்கமா? தானும் அவரைப் போய்ச் சந்திக்க வில்லை, அவரும் அவனைப் பார்க்க முயலவில்லை. இருவர்க்குமிடையே ஒரு குறுக்குச் சுவர் எழும்பிவிட்டது.

கஸ்தூரி எழுந்து போகலாமாவென்று நினைத்தான். போனால், தன் தோல்வியை ஒப்புக்கொள்வது போலாகும். அவன் சிறிது நேரம் பேச்சைக் கவனிக்கலாமென்று முயற்சி செய்தான். அப்பொழுது வழுக்கைத் தலை சாமி - பெண்ணின் குரலில் பேசிக்கொண்டிருந் தார். அவர் பேசும்போது கஸ்தூரியையே பார்த்துக்கொண்டு பேசினார். அதுதான் அவனுக்குப் பிடிக்கவில்லை. 'பூவார் சென்னி மன்னன் எம் புயங்கப் பெருமான், சிறியோமை...' இந்த வரிகளை இரண்டு தடவை திரும்பத் திரும்பச் சொன்னார். அடுத்த வரி மறந்துவிட்டது போலிருக்கிறது. அவருக்கு உதவி செய்ய யாரும் முன்வரவில்லை. மேஜையின் மீதிருந்த திருவாசகப் புத்தகத்தை எடுத்துச் சிறிது நேரம் தேடினார். அவருக்குக் கிடைக்கவில்லை. கொஞ்சம் தண்ணீர் குடித்தார். கூட்டத்தில் யாரோ ஒருவர் கொட்டாவி விடும் சத்தம் கேட்டது.

'இளஞ்சேட் சென்னிக்குத் தெரிந்திருக்கலாம்' என்றார் பரிதாபமாக.

இளஞ்சேட்சென்னி அவருக்கு உதவி செய்வதாக இல்லை. அடுத்த பேச்சாளர் அவர். சாமிக்கு உதவி செய்தால், அவர் இன்னும் அரைமணி ஓயமாட்டாரென்று அவருக்குத் தெரியும். தாமே அரை மணி பேசுவதாக இருந்தார் போலிருக்கிறது. கஸ்தூரிக்குச் செந்தமிழ்ச் சங்க விவகாரங்கள் அத்துப்படி.

கூட்டம் முடியும்போது மணி 9.30. இரவுச் சாப்பாடு ஏற்பாடு செய்திருந்தார்கள் நம்பீசனுக்கு. கஸ்தூரியையும் சாப்பிட்டுப் போகும்படி வேண்டினார்கள். நம்பீசன் செயலாளரிடம் மீனாவையும் சாப்பிடக் கூப்பிடும்படி சொன்னார்.

சாப்பிடும்போது சாமி சொன்னார்: 'நாங்க ரொம்ப நாளாகவே தமிழ் வகுப்பு நடத்த முனைஞ்சுண்டு வர்றோம்.'

'அப்படியா?' என்றார் நம்பீசன்.

'நான்தான் இந்தச் சங்கத்தை ஆரம்பிச்சவன் - சொல்லப் போனா, நான் ஏற்கெனவே தமிழ் வகுப்பு நடத்தத் திட்டம் போட்டு கொஞ்சநாள் நடத்தியும் வந்திருக்கேன்' என்றார் கோபால்சாமி.

'நீங்கதான் ஆரம்பிச்சீங்களா?' என்றார் நம்பீசன்.

'நான் தமிழ் வகுப்பு நடத்தினது ஒரு வேடிக்கை!' என்று கூறிக் கொண்டே பாயசத்தை மூன்றாம் தடவையாகத் தம்ளரில் வாங்கிக்கொண்டார் கோபால்சாமி.

'என்ன வேடிக்கை?' என்று கேட்டார் நம்பீசன்.

'நான் இந்தூர்க்காரர்களுக்குத் தமிழ் சொல்லித் தரேன்னு ஆரம்பிச்சவுடனே, சங்கத்திலே நாற்பது பேர் வந்து பேரைக் கொடுத்தா. ஆனா நாள் ஆக ஆக, கழுதை தேஞ்சு கட்டெறும்பு ஆன மாதிரி, நாற்பது பேர் பத்துப் பேராகி, நாலு பேராகி, அப்புறம் ஒருத்தன் மட்டும் விடாமெ வந்துண்டிருந்தான். நானும் ஒருத்தனாவது இப்படி ஆர்வத்தோடு வரானேன்னு அவனுக்குச் சொல்லிக் கொடுத்திண்டிருந்தேன்.'

இதைச் சொல்லிவிட்டு அவர் விடாமல் சிறிது நேரம் சிரித்தார். கஸ்தூரிக்குச் கொஞ்சம் எரிச்சலாக இருந்தது. அதோடு மட்டுமல்லாமல், அவன் பக்கத்திலிருந்த இளஞ்சேட்சென்னி, குடும்பக் கட்டுப்பாட்டைப் பற்றித் தாம் பாடியிருந்த சில பாடல்களை ராகம் போட்டு பாடிக் காட்டிக் கொண்டிருந்தார். கஸ்தூரி மீனாவைப் பார்த்தான்.

அவள் இலையில் போடப்பட்டிருந்த உணவை ஸ்பூனினால் நாசூக்காகச் சாப்பிட்டுக் கொண்டிருந்தாள். நம்பீசன் இடை இடையே எப்படிச் சாப்பிட வேண்டுமென்று அவளுக்குச் சொல்லியவாறு இருந்தார்.

'அப்புறம் என்ன ஆச்சு, சொல்லுங்கோ' என்றார் வேதகிரி. அவருக்கும் கோபால்சாமி சிரித்தது பிடிக்கவில்லை என்று பட்டது கஸ்தூரிக்கு.

'சொல்லிக் கொடுத்திண்டிருந்தேனா... ஒருநாள் அந்தப் பிள்ளை யாண்டான் வந்து சொல்றான்: 'சார் ஒரு விஷயம்'னான். அவன் மண்டையைச் சொரியற போதே எனக்குச் சந்தேகம். என்ன விஷயம்னேன். 'நான் ஏன் இப்படி விடாம தமிழ் கத்துக்கிறேன் தெரியுமா?'ன்னான். 'தமிழ் பேரிலே ஆசையினால்தானே!'ன்னு கேட்டேன். 'அது மட்டுமல்ல. ஒரு தமிழ்ப் பெண் பேரிலே ஆசை. கரோல் பாக்கிலே இருக்கா!'ன்னான்.'

எல்லாரும் சிரித்தார்கள். மீனா ஒன்றும் புரியாமல் சுற்றுமுற்றும் பார்த்தாள். சாமி ஆங்கிலத்தில் மொழி பெயர்த்துச் சொன்னார். மீனாவும் சிரித்தாள்.

'சரின்னு, களவு, கற்புன்னு அவனுக்குச் சொல்லிக்கொடுக்க ஆரம்பிச்சேன்' என்று தொடர்ந்தார் கோபால்சாமி.

'அந்தப் பெண்ணை இழுத்துக்கிட்டு ஓடிப் போயிட்டானோ அவன்?' என்றார் நம்பீசன்.

'இழுத்துக்கிட்டு ஓடிப்போனால்தான் தேவலையே. முட்டாள்! கல்யாணம் பண்ணிண்டான்' என்றார் கோபால்சாமி.

'ஏன்யா கல்யாணம் பண்ணிண்டா முட்டாளா?' என்று கேட்டார் வேதகிரி.

'அதுக்குச் சொல்லலேய்யா. கல்யாணம் பண்ணப்புறம்தான் தெரிஞ்சுது. அந்தப் பொண்ணு தெலுங்குப் பொண்ணுன்னு. இந்தப் பய, மதராஸி, மதராஸின்னா தமிழ் ஒன்னுதான்னு நினைச்சிண்டிருக்கான்.'

'ஆமாம், ஆமாம். இந்திக்காரர்களுக்கு, டில்லிக்குத் தெற்கே இருக்கிற எல்லாமே மதராஸிதான்! என்றார் வேதகிரி.

'அப்புறம் தெலுங்கு கத்துண்டானா?' என்றார் சாமி.

'ஒரு பெண்ணைப் புரிஞ்சுக்கிறதுக்குப் பாஷை எதுக்குய்யா ஒரு ஆணுக்கு?' என்றார் நம்பீசன். அவர் மீனாவைப் பார்த்தார். அவளுக்குப் பாயசம் பிடித்திருந்தது போலிருக்கிறது. ரஸித்துச் சாப்பிட்டுக்கொண்டிருந்தாள்.

'ஏன் கஸ்தூரி பேசாமல் இருக்கிறார்?' என்றார் இளஞ் சேட்சென்னி.

'பெர்காப்ஸ் ஹி ஈஸ் எ ஸ்ட்ராங், ஸைலன்ட் மேன்!' என்றாள் மீனா.

கஸ்தூரி அவளைப் பார்த்தான். அவள் அவனைப் பார்க்காமல் கீழே குனிந்து புன்னகை செய்துகொண்டிருந்தாள். கஸ்தூரிக்கு வேகமாக எழுந்து சென்று அவள் கைகளை வேகமாகப் பற்றிக் கொண்டு வெளியே ஓடி விடலாமென்று தோன்றியது.

சாப்பிட்டு முடிந்தவுடன் எல்லாரும் வெளியே வந்தார்கள்.

மணி பதினொன்றுக்கு மேலாகி விட்டது. கனாட் பிளேசில் கார்களின் நடமாட்டம் குறைந்திருந்தது.

கஸ்தூரி மீனாவைக் கேட்டான்: 'நீ எங்கே போக வேண்டும்?'

'ஜன்பத் ஹோட்டல்.'

கஸ்தூரிக்கு உடம்பு கொதித்தது. இந்தப் பெண்ணுக்கு எவ்வளவு வீம்பு, பிடிவாதம்.

அப்பொழுது குளுமையான இளங் காற்று வீசியது.

'என்னுடன் வருகிறாயா?' என்று கேட்டான் கஸ்தூரி.

'நோ. ப்ளீஸ்...'

மீனா நம்பீசன் அருகில் போய் நின்றாள்.

'என்னங்க கஸ்தூரி, வாங்க இப்படி' என்றார் நம்பீசன்.

கஸ்தூரிக்குப் போக இஷ்டமில்லை. தன்னுடைய ஈகோ பாதிக்கப்பட்டுவிட்டது என்று அவன் காட்டிக்கொள்ள விரும்ப வில்லை. அவன் கஷ்டப்பட்டு ஒரு புன்னகையை வரவழைத்துக் கொண்டு அவரிடம் போய் நின்றான்.

'என்ன சொல்லிக்காமெ புறப்பட்டு வந்திட்டீங்க. என் வீட்டி லேருந்து?' என்றான் கஸ்தூரி. முதலில் கேட்க வேண்டாமென்று நினைத்தான். ஆனால் அவரைப் பழிவாங்க வேண்டுமென்ற நியாயமான, மனித உணர்ச்சி தலை தூக்கி நின்றது.

நம்பீசன் இந்தக் கேள்வியை எதிர்பார்க்கவில்லை. அவர் மீனாவைப் பார்த்தார். அவளுக்கோ கஸ்தூரி தமிழில் கேட்டது புரியவில்லை. ஆனால் நம்பீசனுக்கு ஒரு சங்கடமான நிலைமை என்று புரிந்துகொண்டாள்.

'போகலாமா?' என்று கேட்டாள் மீனா.

அந்தக் கூட்டத்திலிருந்தவர்களுக்கும் - நம்பீசனுக்கும் மீனா வுக்குமிடையே என்ன தொடர்பு என்று அறிய ஆவல். மீனாவின் தமிழ் கற்றுக்கொள்ள வேண்டுமென்ற ஈடுபாடு மட்டுமே இந்தப் பிணைப்புக்குக் காரணம் என்று அவர்கள் நம்பத் தயாராக இல்லை.

கஸ்தூரி மீனாவைக் கேட்டான்: 'நீங்கள் எங்கே போக வேண்டும்?'

'இவங்க... சொல்ல மறந்துட்டேனே. நான் என் செகரட்டரியைக் கூட்டிக்கிட்டு வல்லே. எனக்கு இந்த செமினார் விஷயமா உதவி செய்யறதுக்குன்னு இங்கே இருக்கிறவங்க ஏற்பாடு பண்ணி யிருக்காங்க. இந்த அம்மா பேரு மீனா. பேரைக்கூட பாருங்க, நம்ப ஊர்ப் பெண் மாதிரி இருக்குல்லே?'

'நீங்கள் வேறு எங்காவது வேலையாக இருக்கிறீர்களா?' என்று கஸ்தூரி மீனாவைக் கேட்டான்.

'ஆமாம். ஒரு கம்பெனியிலே இருக்காங்க' என்றார் நம்பீசன்.

'இல்லை. எங்கும் வேலையாக இல்லை.' என்றாள் மீனா, நம்பீசன் சொன்னதைப் புரிந்துகொள்ளாமல்.

'நிச்சயமாகவா?' என்றான் கஸ்தூரி.

'இருந்தேன். ராஜிநாமா செய்துவிட்டேன்!' என்றாள் மீனா.

கஸ்தூரி தோள்களைக் குலுக்கிக் கொண்டான். 'இட் ஈஸ் யுவர் ஃப்யூனரல்!' என்றான். மெதுவாக ஒன்றும் பேசாமல் தன் காரை நோக்கிச் சென்றான். மீனா அவன் செல்வதைச் சிறிது நேரம்வரை பார்த்துக்கொண்டிருந்தாள்.

கஸ்தூரிக்கு நேராக வீட்டுக்குச் செல்ல பிடிக்கவில்லை. மனம் போனபடி காரில் செங்கோட்டை, இந்தியா கேட் ஆகிய இடங்களையெல்லாம் சுற்றிவிட்டுத் தன்னிருப்பிடம் திரும்பினான். அவன் வீடு போய்ச் சேர்ந்தபோது மணி மூன்று.

கண்களைக் கசக்கிக்கொண்டே, கதவைத் திறந்தான் வின்சென்ட்.

'ஏதாவது வேணுமா சார்?'

'வேண்டாம்.'

கஸ்தூரிக்குத் திடீரென்று தன்னை ஒரு தனிமை உணர்வு ஆட்கொள்ளுவதற்குக் காரணம் என்னவென்று புரியவில்லை. இதுவரை எல்லா விஷயங்களும் அவன் விரும்பியபடி நடந்து வந்தன. ஆனால் இன்று ஒரு பெண், தன்னை அவனிடம் எந்த

வித நிபந்தனையுமில்லாமல் ஒப்படைத்துக் கொண்டதாக அவன் நினைத்த ஒரு பெண், உதாசீனம் செய்து விட்டாள். இதுதான் தன் தனிமை உணர்வுக்குக் காரணமோ?

அவனுக்கு இதுவரை இந்த உணர்வு - மற்றவர்கள் தன்னை வேண்டவில்லை என்ற காரணத்தால் விளைந்த, உலகம் தானில்லாமலே எந்தவிதக் குழப்பமுமில்லாமல் இயங்குகிறது என்பது தன் தவிர்க்க முடியாத தனிமையைத் தீவிரமாக உணர்த்தும் வேறுபாட்டு உணர்வு - ஏற்பட்டதேயில்லை - ஆனால் இப்பொழுது அந்த உணர்வு தனக்கு ஏற்படவில்லை. என்று அவனால் தன்னை ஏமாற்றிக்கொள்ளவும் முடியவில்லை.

மீனா, சொல்வது போல் தான் தவிர்க்க முடியாதவன் அல்ல. சே! இது தாழ்வு மனப்பான்மை. மகேஷ் எதற்கும் தன்னை எதிர்பார்க்கிறான். நம்பீசன் கூடத் தன்னை மகேஷிடமிருந்து விலைக்கு வாங்க முயன்றார். ஆனால் 'தன்னை' என்று சொல்வது எவ்வளவு தூரம் பொருந்தும்? தன் 'திறமையை' 'சாமர்த்தியத்தை' எல்லாரும் எதிர்பார்க்கின்றார்களே அன்றி 'தன்னை' அல்ல. 'தான்' என்பது தன் 'சாமர்த்தியத்தினின்றும் வேறுபட்டதா? கம்ப்யூட்டருக்குச் 'சாமர்த்தியம்' இருக்கின்றது, 'தான்' இருக்கின்றதா? கம்ப்யூட்டர் பயனற்றுப் போனால் என்ன செய்வார்கள்?

கபூர் இறந்து போன பிறகு அவனைப் பற்றி ஏதாவது ஒரு வார்த்தை பேசினானா மகேஷ்? அடுத்த நாளே மறந்து விட்டான் அப்படியென்றால்... அப்படியென்றால்... இந்தத் 'தானை', 'தானா'க்கும், 'உணர்ச்சி'களுக்கு உரிய இடம் வகுக்க மறுக்கும் தன் பிடிவாதம், முட்டாள்தனமல்லாமல் வேறென்ன? முட்டாள் தனமல்ல, கோழைத்தனம். முன்பெல்லாம் மனிதன் தெய்வமாக மாற முயன்றான். இப்பொழுது மனிதன் கம்ப்யூட்டராக மாற முயலுகின்றான்! இது டெக்னலாஜிகல் யுகத்துக்கு ஏற்ற, சூழ்நிலை மட்டும் மாறிய, ஆனால் அடிப்படையாக நோக்கினால், ஒரே விதமான கதை. மனிதன் மனிதனாக இருப்பதில் என்ன தவறு?

மனிதன் மனிதனாக இருக்கவேண்டுமென்றால் என்ன செய்ய வேண்டும்? - ஜன்பத் ஹோட்டலுக்குப் போய் மீனாவைக் கூந்தலைப் பற்றி இழுத்துக்கொண்டு வந்து, 'என்னை விட்டு எப்படிப் போனாய்? நம்பீசனிடம் நீ பார்த்ததாகச் சொன்ன

அத்தனை கரன்ஸி நோட்டுகளும் உன்னை இழுத்துச் சென்று விட்டனவா?' என்று கேட்டு அவளை அடிக்க வேண்டும். அப்பொழுது அவனுக்குக் கும்பகோணத்தில் நடந்த ஒரு சம்பவம் நினைவுக்கு வந்தது:

ஐந்தாறு குழந்தைகளுக்குத் தாயான ஒரு பெண்ணுக்கும் அவள் கணவனுக்கும் சண்டை. அவன் அவளை அடித்து நொறுக்கி விட்டான். அது ஒரு கூட்டுக் குடும்பம். அவன் தாய், சகோதர சகோதரிகள், மற்றைய பெண்கள், தெருவாசிகள் எல்லாரும் வேடிக்கை பார்த்தார்கள். ஒரு அனுதாபச் சொல்லோ அல்லது சமரஸம் செய்யும் முயற்சியோ ஒன்றும் காணோம். அன்றிரவு எல்லாரும் தூங்கிக் கொண்டிருந்தபோது, அந்தப் பெண் எதிர்த்த வீட்டுத் திண்ணையில் படுத்திருந்த எவனோ ஒருவன் - அவளுக்கே அவன் யாரென்று தெரியாது - பக்கத்தில் படுத்துக் கொண்டு விட்டாள். இதை ஒரு கிழவி பார்த்துவிட்டாள். அவ்வளவுதான். அவளருகில் இருந்த 'அரிக்கேன் விளக்கு' பெரிதாகியது. விஷயம் தெரிந்ததும் ஊரைக் கூட்டிவிட்டாள் அந்தக் கிழவி. கணவன், அந்தப் பெண்ணைக் கூந்தலைப் பற்றி இழுத்துக்கொண்டு போய், விறகுக் கட்டையால் அடிக்கத் தொடங்கினான். மறுபடியும் அவன் தாய், சகோதர, சகோதரிகள், மற்றைய பெண்கள், தெருவாசிகள் எல்லாரும் வேடிக்கை பார்த்தார்கள்.

இதுதானா நாணயமான மனித சுபாவம்? மனிதனுடைய இயல்பான, ஆதி உணர்ச்சிகளுக்கு உரிய இடமளிக்க வேண்டு மென்றால், கும்பகோணத்துக் கணவனைப் போலத்தான் நடந்துகொள்ள வேண்டும். 'மீனா எனக்கு இப்பொழுது, இந்தக் கணத்தில் தேவை. இதை இல்லை என்று என்னால் மறுக்க முடியாது.'

கஸ்தூரி கட்டிலிலிருந்து எழுந்து உட்கார்ந்தான். அருகிலிருந்த டேபிள் விளக்கைப் போட்டான். ஒரு சிறு காகிதத்தை எடுத்து எழுதினான்: 'மீனா எனக்கு இப்பொழுது, இந்தக் கணத்தில் தேவை.' ஸ்ரீராம ஜெயம் எழுதுவது போல் எழுதிக் கொண்டேயிருந்தான். திடீரென்று ஒரு வெறி அவனை ஆட்கொண்டது.

காரை எடுத்துக்கொண்டு ஜன்பத் ஹோட்டலுக்குச் சென்றான். இரவுக் கேளிக்கைகளுக்குப் பிறகு திரும்பும் ஓரிரண்டு

கார்களைத் தவிர, தெருவில் வேறு போக்குவரவோ அல்லது நடமாட்டமோ இல்லை. ஜன்பத் ஹோட்டல் வாசலில் நாலைந்து உருவங்கள் - பிச்சைக்காரர்கள் - போலீஸ் கெடு பிடியையும் தப்பிப் படுத்துக் கிடந்தன.

கஸ்தூரி ரிஸப்ஷனுக்குச் சென்று நம்பீசன் தங்கியிருக்கும் அறையைப் பற்றி விசாரித்தான்.

'இந்நேரத்திலா அவரைப் பார்க்க வேண்டும்?'

'அவரை அல்ல!' என்று சொல்ல நினைத்தான் கஸ்தூரி. ஆனால் சொல்லவில்லை, பேசாமலிருந்தான்.

'ஏதாவது முக்கியமான விஷயமா?' என்று கேட்டான் ரிஸப்ஷ னிஸ்ட்.

சே! என்ன முட்டாள்தனமான காரியம் செய்வதற்கு இருந்தோம் என்று பட்டது கஸ்தூரிக்கு. மீனாவிடம் தன் தோல்வியை ஒப்புக் கொண்டு, அவள் காலடியில் விழுந்து மன்றாடுவது போலாகும்! இரவு என்றும் பாராமல், கஸ்தூரி என்ற படிப்பு அகந்தை, தன்னைப்பற்றித் தானே நம்பும்படி கொஞ்சம் கொஞ்சமாக உருவாக்கி வந்த பர்சனாலிட்டி என்ற உள் நினைவு - எல்லாம் விசுவரூபமெடுத்து வாட்டும் இந்தக் கணத்தில், கரைந்து சூன்யமாக, பூஜ்ஜியமாக, வெட்ட வெளியாகப் போக, விரைந்து வந்தது அசட்டுத்தனமா அல்லது துளசிதாசரைப் போல் இராமாயணம் பாடவேண்டும் என்ற ஆர்வமா? சேச்சே. 'ஐ ஆம் எ ஃபூல்!' என்று முணுமுணுத்தான் கஸ்தூரி.

'என்ன முக்கியமான விஷயமோ?' என்று மறுபடியும் கேட்டான் ரிஸப்ஷனிஸ்ட்.

'இல்லை!' என்று கூறிக்கொண்டே காருக்குத் திரும்பினான் கஸ்தூரி.

'யார் அவர்?' என்று கவுண்ட்டரில் இருந்த கிளார்க் கேட்ட கேள்விக்கு, ரிஸப்ஷனிஸ்ட் சொன்ன பதில் அவன் காதுகளில் விழுந்தது. ஸம்படி ட்ரங்க்.

வீட்டுக்குப் போன பிறகுதான் அந்த ரிஸப்ஷனிஸ்ட் சொன்னதில் தவறு இல்லை என்று உணர்ந்தான் கஸ்தூரி. வின்சென்ட் அவனை ஆச்சரியத்துடன் நோக்கினான்.

'கண் பார்க்கப் பயங்கரமா இருக்கு, சார்' என்றான் வின்செண்ட்.

கஸ்தூரி கண்ணாடியில் பார்த்துக்கொண்டான். கண்கள் சிவந்து பவளமாக இருந்தன. விழிகள் எந்த நிமிஷத்திலும் வெளியே உருண்டோடி வந்து விடலாமோ என்று தோன்றியது.

அவன் கட்டிலில் படுத்துக்கொண்டான். அப்பொழுது டெலிபோன் ஒலித்தது. சிறிது நேரம் வரை அவன் டெலிபோனிடம் செல்லவில்லை.

வின்செண்ட் உள்ளே வந்து டெலிபோனை எடுத்தான்.

'எஸ். ஹை.ஹை.' என்று சொல்லிவிட்டுக் கஸ்தூரியைப் பார்த்தான்.

'யாரு?'

'மகேஷ் சார்.'

கஸ்தூரியிடம் டெலிபோனைக் கொடுததான் வின்செண்ட்.

'எஸ். கஸ்தூரி ஹியர்.'

'விடியற்காலையில் எழுப்புவதற்கு மன்னிக்கவும்.'

'மன்னிக்கவும். இது விடியற்காலையா!' கஸ்தூரி சுவர்க்கெடியாரத்தில் மணியைப் பார்த்தான். மணி நாலரை.

மகேஷ் சிரித்தான். 'என்னிடம் வேலை செய்கின்றவர்களுக்கு இரவு, பகல் தெரியாமல் இருப்பது ஆச்சரியமில்லை. சரி. ஒரு முக்கியமான விஷயம். பம்பாயிலிருந்து ஒரு ட்ரங்க் இப்பொழுது வந்தது. லூக்கஸ் இருக்கின்றானல்லவா?'

கஸ்தூரிக்கு லூக்கஸ் நினைவு வந்தது. மகேஷின் நெருங்கிய நண்பன் குறிப்பாக 'அந்நியச் செலாவணி விஷயங்களில்' அவனிடம் ஒரு செவர்லே இம்பாலா கார் இருக்கிறது. அதை விற்றுவிட்டு, புதுமாடல் இம்பாலா கார் அமெரிக்காவிலிருந்து வரவழைக்க அரசாங்க அனுமதி கோரியிருந்தான். மகேஷ் அவனுடைய பழைய காரை வாங்குவதாக இருந்தான். 'வாங்குவது' என்று சொல்வது தவறு. புத்தகக் கணக்குப்படி, மகேஷ் அவனுக்குச் செய்திருக்கும் உதவிகள், 'ஏட்டி'லடங்கா. (ஏட்டிலடங்கக் கூடாது. 'ஏட்டில்' வந்தால் அரசாங்கத்தின்

பார்வை நிச்சயமாக விழும்) ஆனால் கார் வாங்கும் விஷயத்தில் ஸ்டேட் ட்ரேடிங் கார்ப்பரேஷன் குறுக்கிட்டது. அந்நியர்கள் காரைத் தனி நபர்களுக்கு விற்க முடியாது. மகேஷ் அரசாங்க விதிகளைத் தனக்குச் சாதகமாக வளைக்க, அதற்குப் பொறுப் பான அரசாங்க உத்தியோகஸ்தர்களை வளைத்துக் கட்ட முயற்சி செய்தான். அப்பொழுதுதான் கஸ்தூரிக்கு இந்தத் தகவல்கள் தெரிய வந்தன.

'தூக்கமா?' என்று கேட்டான் மகேஷ், கஸ்தூரி பதில் சொல்லா மல் இருப்பதைக் கண்டதும்.

'நோ, நோ. லூக்கஸ் என்றதும், இம்பாலா நினைவு வந்தது.' என்றான் கஸ்தூரி.

'எஸ். எக்ஸாக்ட்லி. அவனுக்குப் புதுக் கார் வந்துவிட்டது; பம்பாயிலிருக்கிறது. அவனும் பம்பாய் போயிருக்கிறான். ஆனால் ஒரு சின்ன சங்கடம்.'

'என்ன?' அசுவாரசியமாகக் கேட்டான் கஸ்தூரி. மகேஷ் தன்னை வெளியே விரட்டப் போகிறான் என்பதை அவன் உணர்ந்து விட்டான்.

'இம்போர்ட் லைசென்ஸை அமென்ட் செய்தாக வேண்டும். அமென்ட்மெண்ட் செய்து எடுத்துக்கொண்டு காலை ப்ளேனில் யாராவது போக வேண்டும்.'

'மணி இப்பொழுது நாலரை. ஆபீஸ் பத்து மணிக்குத் திறக்கி றார்கள். கன்ட்ரோலர் ஆபீஸ் வரும் நேரமோ பன்னிரண்டுக்கு மேலாகி விடும். அமென்ட்மெண்ட் செய்து கொண்டு காலை ப்ளேனில் யாராவது எப்படிப் போக முடியும்?' என்று கேட்டான் கஸ்தூரி.

'பம்பாய்க்குத் தந்தி மூலமாக அமென்ட்மெண்ட் அனுப்புவதற்கு ஏற்பாடு செய்யலாம். இங்கிருந்து ஆள் அங்கு போய்ச் சேர்வதற்குள் அமெண்ட்மெண்ட் அங்கு போய்விடும்.'

'அப்படியென்றால் 'யாராவது' அங்கு எதற்காகப் போக வேண்டும்' என்று கேட்டான் கஸ்தூரி.

'யாராவது' என்று மகேஷ் குறிப்பிடும்போது தன்னைத்தான் சொல்லுகின்றான் என்று கஸ்தூரிக்குத் தெரியும். இருந்தாலும்,

மகேஷ் 'சொல்லின் செல்வன்.' அவனிடம் வேலை செய்கின்றவர்கள் பொறுப்புகளைத் தாமாக மேற்கொள்ள வேண்டுமென்று அவன் எதிர்பார்க்கிறான். கஸ்தூரி திரும்பத் திரும்ப 'யாராவது' என்ற சொல்லைப் பயன்படுத்துகின்றான் என்று அறிந்தும், மகேஷ் அதைக் கவனித்ததாகக் காட்டிக் கொள்ளவில்லை. இதுவும் அவன் வெற்றிக்கு ஒரு காரணம்.

'ப்ளேன் டிக்கெட்டுக்கு ஏற்பாடு செய்தாகிவிட்டது' என்றான் மகேஷ்.

'குட். யார் போகிறார்கள்?' என்றான் கஸ்தூரி.

'இம்போர்ட் கண்ட்ரோலரை இந்நேரத்தில் எழுப்பி, தந்தி மூலமாக லைசென்ஸ் அமென்ட்மெண்டை அனுப்பச் சொல்லக் கூடிய உரிமையும் தகுதியும் டில்லியில் ஒருவருக்குத்தான் உண்டு. அது உங்களுக்குத் தெரியுமென்று நினைக்கிறேன்.'

'யாருக்கு? பிரதம மந்திரிக்கா?'

'டோன்ட் பி ஸில்லி. ஸ்டார்ட் வொர்க்கிங்.'

'யாராவது' பம்பாய்க்கு எதற்குப் போக வேண்டும்?'

'பம்பாய் ஒரு துறைமுகப் பட்டினம் என்ற காரணத்தினால். லூக்கஸ் அந்நியன். அவனை நாம் மிகவும் தொந்தரவுக்கு உள்ளாக்கக் கூடாது. ஆல்ரைட். விஷ் யூ குட்லக்.' டெலிபோனைக் கீழே வைத்துவிட்டான் மகேஷ்..

'சே! என்ன பிழைப்பு...' கஸ்தூரி இதுவரை சொல்லாமல், முதன் முறையாகச் சொன்ன வார்த்தைகள் இவை.

# 11

இதுதான் முதல் தடவை கஸ்தூரி பம்பாய்க்கு வருவது. குறுக்கெழுத்து, தட்டெழுத்து கற்றுக் கொண்டு வேலையை நாடி பம்பாய்க்குச் செல்லும் இளைஞர்களை அவன் கும்பகோணத்தில் சந்தித்திருக்கிறான். ஒரு வருஷம் வேலை செய்த பிறகு, லீவுக்கு அவர்கள் கும்பகோணம் திரும்பும்போது, பை இல்லாத சட்டையுடன், கையில் கைக்குட்டை மணிபர்ஸ் சகிதம், காலில் பம்பாய் செருப்புடன் திரும்பி வந்து, பம்பாயில் 'அம்பியைப் பார்த்தேன், கிட்டாவைப் பார்த்தேன்...' என்று சொல்லிக் கொண்டிருப்பார்கள். ஏனோ அவனுக்குப் பம்பாய் போக வேண்டுமென்ற ஆசை இருந்ததேயில்லை.

அவனுக்கு ஞாபகம் வந்தது. மண்டபத்துப் பையன் ஒருவன்

பம்பாய்க்குப் போனான். 'பம்பாயில் அது இப்படி, இது இப்படி!' என்று அவன் அடுத்த வருஷம் திரும்பி வந்தபோது எல்லாரிடத்திலும் அளந்து கொண்டிருந்தான். தங்கைக்குச் செருப்பு வாங்கிக் கொடுத்தான். தம்பிகளுக்கு சட்டைத் துணி கொண்டு வந்தான். வாசலில் சாய்வு நாற்காலியில் உட்கார்ந்திருக்கும் அப்பாவுக்கு மில் வேட்டி... பிறகு அவனைப் போலீஸ் கைது செய்த போதுதான் அவன் பம்பாயில் நியூ யார்க் காட்டனில் விளையாடிக் கொண்டிருந்தானென்று தெரிய வந்தது. அநேகம் பேரிடமிருந்து பணத்தை வாங்கிக்கொண்டு அவர்களை ஏமாற்றிவிட்டு ஓடி வந்திருக்கிறான்!

கஸ்தூரி தங்குவதற்கு தாஜ்மஹால் ஹோட்டலில் ஏற்பாடு செய்யப்பட்டிருந்தது. அவனை மகேஷின் அமெரிக்க நண்பர் சந்தித்தார். லைசென்ஸை இவ்வளவு குறுகிய நேரத்தில் அமென்ட்மெண்ட் செய்துகொண்டு வந்திருக்கும் அவன் ஆற்றலைப் புகழ்ந்தார். கஸ்டம்ஸ் அலுவலகத்துக்குச் சென்று மற்றைய காரியங்களையும் அவனே விரைவில் முடித்துத் தரும்படி வேண்டினார்.

கஸ்தூரி முதலில் தயங்கினான். ஆனால் பொறுப்பை ஏற்றுக் கொண்ட பிறகு அதைத் தட்டிக் கழிப்பதை அவன் விரும்பவில்லை.

அவன் கஸ்டம்ஸ் அலுவலகத்துக்குப் போனபோது, இந்தக் குறிப்பிட்ட பிரிவைக் கவனித்துக்கொண்டிருந்த அசிஸ்டெண்ட், கஸ்டம்ஸ் விதிகளில் இன்னும் பத்துப் பன்னிரண்டை எடுத்து கஸ்தூரியின் முகத்தில் வீசினான். 'இதென்ன பலுன் கடையா, உடனே பலூனை வாங்கிக் கொண்டுபோக? கஸ்டம்ஸ் ஆபீஸ், மிஸ்டர்! கஸ்டம்ஸ் ஆபீஸ்'

கஸ்தூரி எவ்வளவோ சொல்லிப் பார்த்தான். 'இந்தக் காரைக் கறுப்புச் சந்தையில் விற்க அவர் எடுத்துக்கொண்டு போகவில்லை. கறுப்புச் சந்தையில் விற்று லாபம் சம்பாதிக்க சர்க்கார் இருக்கிறது. எஸ்.டி.ஸி. இருக்கிறது. இவற்றோடு யாராலும் போட்டியிட முடியாது.'

நாட்டுப்பற்று மிகுந்த நாணயமான ஊழியனான அந்த அசிஸ்டெண்ட்டுக்குக் கோபம் வந்துவிட்டது. 'சர்க்காரைக் குறை கூறிக்கொண்டு, திட்டிக்கொண்டு இங்கே ஏன் வருகிறீர்கள்? வேறு நாட்டுக்குக் குடி போவதுதானே?'

‘உங்கள் யோசனைக்கு நன்றி!’ என்றான் கஸ்தூரி.

அவன் வெளியே வந்தபோது அவன் தோளை யாரோ தொடுவது போலிருந்தது. திரும்பிப் பார்த்தான். ஒரு வயசான கனவான். தலை முழுவதும் நரைத்திருந்தது. பெர்ட்ராண்ட் ரஸ்ஸலைப் போலிருந்தார்.

‘எஸ்’ என்றான் கஸ்தூரி.

‘நீங்கள் கலெக்டர் ஆஃப் கஸ்டம்ஸைப் போய்ப் பாருங்கள். நல்லவர். எனக்குப் பல சமயங்களில் உதவியிருக்கிறார்.’

‘தேங்க் யூ. என் பெயர் கஸ்தூரி.’

‘என் பெயர் குல்கர்னி. விக்ரோலி அருகே எனக்கு ஒரு சிறிய தொழிற்சாலை இருக்கிறது.’

குல்கர்னி காரிலேயே கஸ்தூரி ஹோட்டலுக்குத் திரும்பினான். குல்கர்னி ஜின்னைத் தவிர வேறு எதையும் தொடுவதில்லை. ஏதோ வயிற்றுக் கோளாறு. எல்லாம் முடிந்த பிறகு, அவர் தன்னுடைய முகவரியை அவனிடம் கொடுத்தார். அவன் திரும்பிப் போவதற்குள் தன்னைக் கட்டாயம் வந்து பார்க்க வேண்டுமென்று சொல்லிவிட்டுப் போனார்.

கஸ்தூரி கலெக்டர் ஆஃப் கஸ்டம்ஸ் அலுவலகம் சென்று அவரைப் பார்த்தான். அவர் எல்லாவற்றையும் நிதானமாகக் கேட்டுவிட்டுப் புன்னகை செய்தார்.

‘சர்க்காரின் கெடிபிடி உத்தரவுகளினால் எல்லாருமே கள்ளச் சந்தைக்காரர்கள் என்ற பரவலான எண்ணம் அனைவருக்குமே ஏற்பட்டிருக்கிறதென்பதில் ஆச்சரியமில்லை. ஆனால் நிஜமான கள்ளச் சந்தைக்காரர்கள் எப்படியோ தப்பித்துக் கொண்டிருப்பது அதைவிடப் பெரிய ஆச்சரியம். ஆல் ரைட். நீங்கள் நாளைக்கு அந்த அலுவலகத்துக்குப் போங்கள். நான் ஏற்பாடு செய்கிறேன். எல்லாம் சீக்கிரம் முடிந்துவிடும்.’

கஸ்தூரிக்கு வியப்பாக இருந்தது. இவ்வளவு கற்பனையும், மற்றவர்களுடைய கருத்தையும் புரிந்துகொள்ள வேண்டுமென்ற எண்ணமும் உடைய இவர் எப்படி சர்க்கார் உத்தியோகத்தில் இருக்கிறார்? தன் அபிப்பிராயத்தை அவரிடம் சொல்ல அவன் தயங்கவில்லை. அதற்கும் அவர் சிரித்தார்.

சர்க்கார் காரியாலயம் பலூன் கடை அல்ல என்று கஸ்தூரிக்கு நினைவூட்டிய அந்த அசிஸ்டெண்ட்டுக்கு மறுபடியும் அவனைக் கண்டதும் மிகுந்த கோபம் ஏற்பட்டது. ஆனால், இது இயலாமையினால் ஏற்பட்ட கோபம்.

'என்ன கலெக்டரிடம் இதற்காகப் போக வேண்டுமா?' என்று சீறி விழுந்தான்.

'அவர்தானே பெரிய அதிகாரி?' என்று கேட்டான் கஸ்தூரி.

'ஏழைக் குமாஸ்தா ஒரு பத்து ரூபாய் வாங்கிவிட்டால் அவனைச் சித்ரவதை செய்து விடுவார்கள். ஆனால் பணக்காரர்கள் பெரிய இடமாகச் சென்று எப்படி வேண்டுமானாலும் தங்கள் காரியத்தைச் சாதித்துக் கொள்ளலாம். இந்த நாட்டுக்குக் கதி மோட்சமே கிடையாது!' என்றான் தேசபக்தியும் நாணயமும் மிகுந்த அந்த சர்க்கார் ஊழியன்.

கஸ்தூரி தன் விசிட்டிங் கார்டை எடுத்து, அதில் தாஜ்மஹால் ஹோட்டலில் தான் தங்கியிருக்கும் அறையின் எண்ணை எழுதிக் கொடுத்தான்.

'என்ன இது!'

'இங்கு வந்தால், நான் உதவி செய்யக் கூடும்.'

அந்த அசிஸ்டெண்ட் அவனைச் சந்தேகக் கண்ணுடன் பார்த்தான்.

'சந்தேகம் வேண்டாம். காட்டிக் கொடுக்கும் பழக்கம் எனக்குக் கிடையாது.'

காரியம் வெகு சுறுசுறுப்பாக நடந்தது.

இரண்டே நாள்களில் பம்பாயை விட்டு டில்லிக்குப் பயண மானான் கஸ்தூரி. அவன் விமானத்தில் திரும்பும் போதுதான் குல்கர்னி ஞாபகம் வந்தது. அவர் அழைப்பை ஏற்றுக்கொண்டு ஒரு தடவையாவது விக்ரோலி போய் வந்திருக்கலாம். ஆனால் காரியம் முடிந்த பிறகு டில்லிக்குத் திரும்பிச் செல்ல வேண்டு மென்ற எண்ணம் அவனுக்கு ஆவேசமாகத் தோன்றியது. மீனாவின்பால் தன்னுடைய அக்கறை வெறும் அகடெமிக் ரீதியானது என்று அவன் தன்னைத் தானே சமாதானப்படுத்திக் கொண்டாலும், அது அவனுக்குத் திருப்தி அளிக்கவில்லை.

யாருக்காக இந்த வேஷம்? மற்றவர்களைப் பற்றி ஆராய்ந்து ஒரு குண வரையறையில் நிர்ணயப்படுத்துவதற்கு தனக்கு என்ன உரிமை இருக்கிறது?

அவன் தன் வீட்டுக்குச் சென்றபோது, விஜயன் அவனுக்காகக் காத்துக்கொண்டிருந்தான்.

'நீங்கள் வந்ததும் போகலாம்னுருந்தேன். இன்னிக்காவது நாளைக்காவது டிக்கெட் வேணும்.'

'ஐ ஸீ. யூ ஹேவ் டிஸைடட்.'

'ஆமாம். உங்கள் ஃப்ரெண்ட் குருமணிக்குப் போன் செய்யட்டுமா, டிக்கெட்டுக்கு?'

கஸ்தூரி தலையை அசைத்தான். கல்யாணம் செய்துகொள்ள வேண்டுமென்று எவ்வளவு தீவிரம் இவனுக்கு! தான் டில்லிக்கு வந்தபோது முதல் நாள் சந்தித்த இளைஞனா இவன்? கையில் ஒரு மூன்றாம் தர ஆங்கில நவீனத்துடன், வாயில் சீழ்க்கையும், உதட்டில் சிகரெட்டுமாகத் தோன்றிய காட்சி... கஸ்தூரியை ஒரு இலட்சிய இளைஞனாக உருவம் செய்து, அவனிடம் தன்/னுடைய வாழ்க்கையின் அந்தரங்கங்களையும் பகிர்ந்து கொண்டு யோசனை கேட்ட தோற்றம்... 'ஒரு படித்த பண்புள்ள வாலிபனை கெட்டுப் போகாமல் தடுப்பது தன்னுடைய பொறுப்பு' என்று நினைத்து, மீனா விவகாரத்தில் பல சமயங்களில் அவன் குறுக்கிட முயன்ற பரிதாபம்... கடைசியில் தன்னுடைய கன்னித் தன்மையைக் காப்பாற்றிக்கொள்ள ஒரே வழி ஊரில் அசட்டு முகத்துடன் மிரள மிரள முழிக்கும் அந்தப் பெண்ணைக் கல்யாணம் செய்து கொள்வதுதான் என்று அவன் மேற்கொண்ட முடிவு... விஜயன் ஒரு சராசரி இளைஞன். பாவம், ஒரு சராசரி இளைஞன்.

'நாளைக்குக் கிடைச்சிருக்கு டிக்கெட்' என்றான் விஜயன்.

'குட். யூ வான்ட் மனி?' என்று கேட்டான் கஸ்தூரி.

விஜயன் பதில் சொல்லவில்லை. கஸ்தூரி உள்ளே சென்று பத்து நூறு ரூபாய் நோட்டுகளை எடுத்துக்கொண்டு வந்து கற்றையாக விஜயனிடம் கொடுத்தான்.

விஜயன் கண்கள் பனித்தன. 'நான் உடனே வந்துடுவேன். அதிகமாகப் போனா பதினைந்து நாள்.'

‘நோ. நோ. எவ்வளவு லீவ் எடுத்துண்டிருக்கேளோ அவ்வளவு நாள் இருந்துட்டு வரலாம். அவசரமில்லே.’

அப்பொழுது போன் ஒலித்தது. விஜயன் போனை எடுக்க விரைந்தான்.

‘எஸ். ஹி ஹேஸ் கம்.’ என்றான் கஸ்தூரியைப் பார்த்துக் கொண்டே.

‘யாரு?’

போன் வாயை மூடிக்கொண்டு, விஜயன் பதிலளித்தான்: ‘மீனா...’

கஸ்தூரி பேசாமலிருந்தான்.

‘என்ன சொல்லறது? உங்களோட பேசணுமாம்.’

வேண்டாம். வேண்டாம். விடியற்காலையில் தூக்கம் வராமல், அவள் தங்கியிருக்கும் ஹோட்டலைத் தேடிச் செல்லும் பைத்தியக்காரத்தனம் வேண்டாம். அவள் யாரோ, தான் யாரோ. உலகில் யாராலும் தன்னை உணர்ச்சி வசப்படச் செய்ய முடியாது என்பது எதற்காக வீண் வார்த்தையாகப் போக வேண்டும்? இது போலிக் கௌரவமாக இருக்கலாம் அல்லது சமய ரீதியாகப் பார்க்கப் போனால் மனக் கட்டுப்பாடாகவுமிருக்கலாம். இதைப் பெயர் சொல்லி அழைக்கவேண்டியது அவசியந்தானா? மனோதத்துவ அறிஞர்கள் தனக்கு ஈகோ அளவுக்கு மீறி இருக்கிறது என்று அலசி ஆராய்ந்து முடிவு செய்யட்டும். தனக்கு எதைப் பற்றியும் கவலையில்லை. ஐ டோன்ட் வான்ட் டு ஸீ ஹெர்.

‘என்ன சொல்லறது?’ என்று கேட்டான் விஜயன்.

‘என்ன விஷயம்னு கேளுங்கோ’ என்றான் கஸ்தூரி.

விஜயன் அவனை வியப்புடன் நோக்கினான். கஸ்தூரியின் இந்தப் பலஹீனத்தைத் தாராள மனப்பான்மையோடு அணுக அவன் தயாராக இருந்தபோது, கஸ்தூரியே மீனாவுடன் பேசத் தயங்கியதுதான் அவன் ஆச்சரியத்துக்குக் காரணம்.

‘என்ன விஷயமென்று கஸ்தூரி பக்கம் கேட்கிறார்’ என்றான் விஜயன் டெலிபோனில்.

விஜயன் கஸ்தூரி பக்கம் உடனே திரும்பினான்.

'அவ டெலிபோனைக் கீழே வைச்சுட்டா.'

'ஆல் ரைட்...'

விஜயன் போன பிறகு கஸ்தூரி மகேஷிடம் சிறிதுநேரம் போனில் பேசிவிட்டுப் படுத்தான். அவனுக்கு இவ்வளவு களைப்பு எங்கிருந்து வந்ததென்று தெரியவில்லை. அயர்ந்து உறங்கி விட்டான்.

அவன் எழுந்திருக்கும்போது... கூறப்போனால் அவன் எழுந்திருக்கவில்லை. வின்சென்ட் அவனை எழுப்பினான். பிற்பகல் மணி இரண்டாகி விட்டது.

'ஒண்ணும் சாப்பிடலிங்களா?'

'இரு. குளிச்சிட்டு வந்துடறேன்.'

ஒரு விதமான கவலையுமில்லாமல் தன் விருப்பப்படி இருந்து வந்த தனக்கு இப்பொழுது ஏதோ ஒன்று உள்ளுக்குள் நேர்ந் திருக்கிறது என்பதை அவன் உணராமலில்லை. மீனாவின் உதாசீனம் தன்னை ஏன் இப்படிப் பாதிக்க வேண்டும்? அவள் முன்பெல்லாம் தன்னுடன் கோபிக்கும் போதெல்லாம் கபூருடன் சென்று விடுவாள். அப்பொழுதெல்லாம் அதைப் பற்றி அவன் கவலைப்படுவதில்லை. ஆனால், இப்பொழுது மீனாவுடன் போனில் பேச மறுத்ததற்குக் காரணம்... அவளிடம் தனக்கேற் பட்டிருக்கும் கோபம். கோபம் எப்பொழுது ஏற்படும்?

அவன் பாத்ரூமைப் படீரென்று சாத்திக்கொண்டு திரும்பினான்.

வின்சென்ட் அவனுக்குச் சாப்பாடு கொண்டு வரலாமா என்று கேட்க வரும்போது, அவன் கண்ணாடித் தம்ளரில் ஃப்ரிஜ் அருகே நின்றுகொண்டு விஸ்கியை ஊற்றிக்கொண்டிருப்பதைப் பார்த் தான். வின்சென்ட்டுக்கு ஆச்சரியமாக இருந்தது. கஸ்தூரி சாதாரணமாகத் தனியே குடித்து அவன் பார்த்ததில்லை. பார்ட்டி யின் போதுதான் அவன் குடிப்பது வழக்கம்.

'சாப்பாடு?'

'கொஞ்சநேரம் கழிச்சுக் கொண்டா.'

கஸ்தூரி கையில் ஒரு புத்தகத்துடன் உட்கார்ந்தான். பத்துப் பக்கங்கள் புரட்டியிருப்பான். அப்பொழுதுதான் தான் ஒன்றும் படிக்கவேயில்லை என்பதை அவன் உணர்ந்தான். தம்ளர் காலியாக இருந்தது. மறுபடியும் ஃப்ரிஜ் அருகே சென்றான்.

புத்தகத்தின் பக்கங்கள் முழுவதும் புரட்டிவிட்டான். ஆனால் அவன் படிக்கவில்லை. தம்ளர் மட்டும் காலியாகிக்கொண்டே இருந்தது.

திடீரென்று அவனுக்கு அந்த எண்ணம் அப்பொழுது தோன்றி யது. தான் தேவதாஸ் என்ற நினைவோ? அந்தக் கதையை அவன் எள்ளி நகையாடியிருக்கிறான். காதலில் தோற்றுவிட்ட காரணத்துக்காக மதுவில் அடைக்கலம் புகும் மனப்பான்மை, ஃப்யூடல் சமூகத்தின் மனப்பிரதிபலிப்பாகிய கையாலாகாத் தனம்...! வாழ்க்கையை யதார்த்த ரீதியாக நோக்கினால் தேவதாஸ் போன்ற கற்பனைகளின் அசட்டுத்தனம் நன்றாகப் புலப்படும். ஆனால் தான் இப்பொழுது செய்வதென்ன?

ஒவ்வொரு மனிதனும் சிற்சில சமயங்களில் தனக்கேற்பட்டுள்ள இன்பமோ, துன்பமோ தனக்கு மட்டும் பிரத்யேகமானது என்ற மானசீகத்தில் ஈடுபட விரும்புகிறான். இதுதான் அவன் தன் ஈகோவுக்குச் செய்யக்கூடிய குறைந்தபட்சச் சீராட்டல்.

கஸ்தூரி உணவு உட்கொள்ளாமல், வீட்டை விட்டு வெளியே வந்தான். காரேஜிலிருந்து காரை எடுத்தான்.

அப்பொழுது வின்சென்ட் கேட் அருகே நின்று கொண்டிருந் தான். கஸ்தூரியின் கண்களுக்கு வின்சென்டின் உருவம் தெளி வாகப் புலப்படவில்லை.

'நான் கூட வரட்டுங்களா?' என்று கேட்டான் வின்சென்ட். அவனுக்குக் கஸ்தூரியின் நிலை புரிந்திருக்க வேண்டும்.

'வேண்டாம்.'

பூஸா ரோடில் கார்கள் விரைந்துகொண்டிருந்தன. எல்லாம் திரைப்படத்தில் நடப்பது போல் தோன்றியது கஸ்தூரிக்கு. சங்கரரின் 'மாயைத் தத்துவம்' அவனுக்கு ஞாபகம் வந்தது. பௌதீகத்தை ஒதுக்கிக்கொண்டு, சிந்தனை உலகின் இயக்கமே தன் இயக்கமாக நோக்கினால் மாயைத் தத்துவத்தின் உண்மை நன்கு புலனாகின்றது. அவ்வாறு பௌதீகத்தை ஒதுக்க மதுவோ

அல்லது சிந்தனை ஒருமைப்பாடோ காரணமாக இருக்கலாம். சங்கரருக்குச் சிந்தனை ஒருமைப்பாடு கைவந்த சாதனை. தன்னைப் போன்றவர்களுக்கு மதுவோ அல்லது மெஸ்கலினோ (யார் அதைப் பற்றிச் சொன்னார்கள்? ஆல்டஸ் ஹக்ஸ்லியோ?) தேவைப்படுகின்றது. உலகத்தின் மூன்று வகைப் பரிமாணமும் தெரிகின்றதே. மூன்று வகைப் பரிமாணம் என்னென்ன? இடம், காலம் மாயை ஐன்ஸ்டீனுக்கு மாயை பற்றி தெரியுமோ? அவருக்குக் காந்தியைப் பற்றித் தெரியும், சங்கரரைப் பற்றித் தெரியாது.

அவன் கைக்கடிகாரத்தைப் பார்த்தான்.

'மை காட்!' இன்று அக்டோபர் இரண்டாம் தேதி. காந்தி ஜெயந்தி. கம்யூனிட்டி ஹாலில் நடக்கவிருக்கும் ஒரு கூட்டத்தில் பங்குகொள்ள இசைந்திருக்கிறான். அங்கு போயாக வேண்டும்.

இந்த நிலையில் போவது சரிதானா? காந்திஜியின் உபதேசங் களைக் காற்றில் பறக்கவிட்டு, கோட்ஸே கொன்றது பொய் என்று, இருபது வருஷங்களாக அன்றாடம் அவரைக் கொன்று வரும் அவருடைய பரமானந்த சிஷ்யர்கள் காந்தியைப் பற்றி வாய்கிழியப் பேசி, அவரை விற்று வரும் நாளில் தான் ஏன் அவரைப் பேசக்கூடாது?

கம்யூனிட்டி ஹால் அருகே அவன் கார் போய் நின்றது.

'வாருங்கள், வாருங்கள்.' என்று அவனை வரவேற்றார் திருமலை அய்யங்கார். பூதாகரமான உடல். வயது ஐம்பத்தைந்துக்கு மேலிருக்கும். வட்டவடிவமான பூர்ண சந்திர வழுக்கை. வரப்புக் கட்டியதுபோல் காதருகே மட்டும் நரைத்த மயிர். அகலமான பெரிய முகம்.

திருமலை அய்யங்கார் சம்பந்தப்படாத ஸ்தாபனம் டில்லியில் ஒன்றும் கிடையாது. பல பெரிய கம்பெனிகளுக்கு லையாசன் வேலை செய்து வந்தார். செக்ரட்ரியேட்டில் நல்ல செல்வாக்கு. மத்ய மந்திரி சபையில் சோஷலிஸம் பேச நால்வரும், தனியார் துறையை ஆதரிக்க நால்வருமாக இருந்து, ஒருவரை ஒருவர் புரிந்துகொண்டு, 'இந்தப் பக்கம் பார்த்தால் கழுதை, அந்தப் பக்கம் பார்த்தால் குதிரை' என்று செயலாற்றும்போது, பெரிய கம்பெனி களுக்குச் சில்லறை மந்திரிகளால் ஏற்படும் தொல்லைகளைத் தீர்த்து வைப்பதில் வல்லவர் திருமலை அய்யங்கார்.

ஒரு புதிய உற்சாகம் நிறைந்த துணை மந்திரி ஒருநாள் திடீரென்று பார்லிமெண்டில், 'இதோ பாருங்கள், இதுதான் சிறிய காருக்கான திட்டம்!' என்று சமர்ப்பித்தார். அவ்வளவுதான். பெரிய கார்களை உற்பத்தி செய்யும் கம்பெனிக்காரர்கள் அரண்டு விட்டார்கள். திருமலை அய்யங்காரை டில்லி முழுவதும் தேடினார்கள். அவரும் அவர்களைக் கைவிடவில்லை. கஜேந்திர மோட்சம் அளிப்பதற்காக என்று காத்திருக்கும் அவர், பெரிய பெரிய காதுகளில் என்னென்னவோ கிசுகிசுத்தார். அதற்குப் பிறகு அந்தப் புதிய துணை மந்திரிக்கு, 'சின்னக் கார்' என்ற பெயரைக் கேட்டாலே அலர்ஜி என்று கேள்வி. அவர் வைத்திருந்த சின்னக் காரும் இம்பாலாவாக மாறியது.

திருமலை அய்யங்கார் ஈடுபடாத சத் காரியங்களும் கிடையாது. சனிக்கிழமை தோறும் அவர் வீட்டில் வைதிகர்கள் வெங்கடேஸ்வர பூஜை செய்துவந்தார்கள். சாயந்திரம் மட்டும் பூஜை இல்லை. திருமலை அய்யங்கார் வீட்டு 'சனிக்கிழமை இரவுகள்' டில்லி நகர் முழுவதும் பிரசித்தம்.

'மந்திரிக்காகக் காத்துக் கொண்டிருக்கிறோம்' என்றார் திருமலை.

'மீட்டிங் எப்பொழுது ஆரம்பிக்கும்?'

'ஐந்து மணிக்கு ஆரம்பிக்க வேண்டும். மந்திரி சர்க்காவில் நூற்றுக் கொண்டிருக்கிறாராம். இதோ வந்துவிடுவதாகச் சொன்னாராம். தகவல் வந்தது' என்றார் திருமலையருகே இருந்த ஒருவர்.

'நானும் நூற்றுவிட்டுத்தான் வந்தேன்' என்றான் கஸ்தூரி.

திருமலை அவனை வியப்புடன் நோக்கினார்.

'எல்லாரும் பொய் சொல்லும்போது, நான் ஏன் சொல்லக் கூடாது? வேஷம் போடுவது நம் தேசீயப் பண்பு' என்று பலமாகச் சிரித்தான் கஸ்தூரி.

திருமலை அய்யங்காருக்குப் புரிந்துவிட்டது. அவர் கஸ்தூரியின் தோளை மெதுவாகத் தொட்டார்.

'உள்ளே போய் உட்காருங்கள்' என்றார் அவர், புன்னகை செய்துகொண்டே.

# 12

கஸ்தூரி ஹாலில் போய் உட்கார்ந்தான்.

'நமஸ்காரம்.' கஸ்தூரி திரும்பிப் பார்த்தான். அஸ்வினிகுமார் போஸ். அவன் கஸ்தூரியின் கவனத்தைக் கவர வேண்டுமென்றே, தமிழில் பேசுவதாக நினைத்துக்கொண்டு, 'நமஸ்காரம்!' என்றான்.

'ஹல்லோ!' கஸ்தூரி தன் இருப்பிடத்தை விட்டு எழுந்திருந்து அவன் அருகில் போய் உட்கார்ந்தான்.

'ஹௌ ஈஸ் தி மங்கி பிஸினஸ்?' என்றான் போஸ்.

கஸ்தூரி தோள்களைக் குலுக்கிக் கொண்டான்.

போஸ் ஐந்தாறு கம்பெனிகளின் நலன்களை டில்லியில் கவனித்துக் கொண்டிருந்தான்.

பணம் கொள்ளை கொள்ளையாக வந்தது. ஆனால், பேசுவதெல்லாம் கம்யூனிஸம். அவன் தானே இப்பொழுது தனியாகத் தொழிற்சாலை யொன்று கல்கத்தாவில் ஸ்தாபிதம் செய்துவிட்டதாகக் கஸ்தூரி கேள்விப்பட்டிருந்தான். அதைப்பற்றி விசாரிக்க வேண்டுமென்று அவனுக்குத் தோன்றியது.

'நீ இப்பொழுது தனியாக உன் கடையை ஆரம்பித்து விட்டாய் என்று சொன்னார்களே' என்றான் கஸ்தூரி.

'ஆமாம்' என்று போஸ் புன்னகை செய்தான்.

'குட். எங்கே?'

'கல்கத்தாவில். இந்தப் பனியாக்களிடம் கற்றுக்கொண்ட பாடம் 'கையில் காலணா இல்லாமல் தொழிற்சாலை நிறுவி, நிர்வாகம் செய்வது எப்படி?' என்று ஒரு புத்தகமும் எழுதலாமென்றிருக் கிறேன்.'

'உன்னுடைய தொழில் ரகசியத்தை என்னிடம் சொல்லலாமா?'

'பெரிய விஷயமில்லை. ஒக்லா அருகில் ஒரு சர்தார் பெரிய பெரிய கனரக இயந்திரங்களுக்கு ஸ்பேர் பார்ட்ஸ் லைசென்ஸ் இல்லாமல் தயாரித்துக் கொண்டிருந்தான். அவனுக்கு எழுதப் படிக்கத் தெரியாது. அவனைப் பார்ட்னராகச் சேர்த்துக் கொண்டு, காமர்ஸ் மினிஸ்டிரியில் பார்க்க வேண்டியவர்களைப் பார்த்து, ஒரு லைசென்ஸ் வாங்கிக்கொண்டேன். பெரிய கம்பெனிகளின் தொழில் அதிபர்களைப் பார்த்து ஆர்டரும் அட்வான்ஸ் பணமும் பெற்றுக் கொண்டவுடன், சர்தாரின் தொழி லறிவும், அட்வான்ஸ் பணமும் இந்தப் புதிய தொழிற்சாலைக்கு மூலதனமாயிற்று.'

'அப்படிச் சொல்லாதே. காமர்ஸ் மினிஸ்டிரியில் பார்க்க வேண்டியவர்களை எப்படிப் பார்க்க வேண்டுமென்று உனக்குத் தெரியும். அதுதான் உண்மையான மூலதனம்' என்றான் கஸ்தூரி.

போஸ் சிரித்தான்.

அப்பொழுது கூட்டத்தில் ஒரு சலசலப்பு ஏற்பட்டது. மந்திரி வந்துவிட்டார் போலிருக்கிறது.

கஸ்தூரி மேடையைக் கவனித்தான். இருபது நாற்காலிகள் போடப்பட்டிருந்தன. கதர் சில்க் புடைவைகள், கதர் அச்கன்,

குர்தாக்கள்... அதோ, நடு நாயகமாக உட்கார்ந்திருக்கிறானே, ஓம்பிரகாஷ் - டில்லி விஸ்தரிப்புத் திட்டக் குழுவின் பிரதம ஆலோசகன். டில்லியின் எந்தெந்த இடத்தை அரசாங்கம் முன்னேற்றம் செய்ய இருக்கிறது என்று முன்கூட்டியே அறிந்து அவ்விடங்களை மலிவான விலைக்கு யார் யார் பேரிலேயோ வாங்கிப்போட்டு, விஸ்தரிப்புத் திட்டக் குழுவின் ஆலோசகன் என்ற முறையில், அவ்விடங்களை அதிக விலைக்கு வாங்கிய அப்பழுக்கற்ற 'காந்தியவாதி!' மகேஷ் விஷயமாக ஒரு தடவை அவனிடம் பேரம் பேச கஸ்தூரி சென்றிருக்கிறான்.

'காந்திஜி படும் பாட்டைப் பார்த்தாயா?' என்று கேட்டான் கஸ்தூரி.

'காந்திஜி பெயர் இன்னும் நூறு வருஷத்துக்கு பல பேருக்குச் சோறு போடும்' என்றான் போஸ்.

கஸ்தூரி போஸை உற்று நோக்கினான். எவ்வளவு வாஸ்தவமான கூற்று!

நம் நாட்டின் சரித்திரமே, அவ்வப்பொழுது தோன்றுகின்ற பெரியவர்களையோ, புரட்சிவாதிகளையோ கொள்கை, நியதி என்ற சிறைக்குள் தள்ளி, ஸ்தாபனம் என்ற குறுக்குச் சுவரெழுப்பி, அவர்கள் எதற்காக எதிர்க்குரல் எழுப்பி னார்களோ, அந்தக் குரலை எல்லாரும் மறந்து போகச் செய்வது தானே!

வைதீக மதத்தின் குற்றங் குறைகளை எடுத்துரைத்த புத்தரை அவதாரமாக்கி விட்டார்கள்! தீண்டப்படாதவர்களை 'திருக் குலத்தார்' என்று அழைத்து, அவர்களையும் தமது சமூகத்தில் சேர்த்துக்கொள்ள முயன்ற ராமாநுஜருடைய வைஷ்ணவ மதத்தையா இப்பொழுது நாம் காண்கின்றோம்? விஞ்ஞான உலகில் பிறந்த அதிர்ஷ்டம், காந்திஜி இன்னும் அவதாரமாக மாறவில்லை. ஆனால் அதுவும் சொல்வதற்கில்லை. இந்த நாட்டில் எது வேண்டுமானாலும் நடக்கலாம். தலை மயிரிலிருந்து விக்ரகமும் குங்குமமும் சொரிவதாகச் சொல்லித் திரியும் சுவாமிஜிகளின் பின்னால் அலைபவர் எத்தனை பேர். குறுக்கு வழியிலே சுவர்க்கத்தை நாடுவதுதான் மனித இயல்பு. இந்த சுவர்க்கத்தைத் தருவதாக வாக்களிக்கும் சுவாமிஜிகளுக்கும், அதிர்ஷ்டச் சீட்டுப் போட்டி நடத்தும் அரசாங்கத்துக்கும் எந்தவித வித்தியாசமுமில்லை. இதுதான் நம் பண்பாட்டு ரகசியம்.

கஸ்தூரி மேடையை நோக்கினான். மந்திரி பேசிக் கொண்டிருந்தார். வார்த்தைகள் எந்தவித அர்த்தமுமின்றி, பகட்டான ஆடைகளாக, அணிகின்ற உடலில்லாமல் அந்தரத்தில் தொங்குவன போல, வரிசை வரிசையாகப் பவனி வந்தன. 'காந்திஜி, சர்வோதயம், அஹிம்சை, சத்தியம், ஆதாரக் கல்வி, மதுவிலக்கு...' என்று பேசிக்கொண்டே போனார் மந்திரி. நடுநடுவே, ஓம்பிரகாஷ், அவருடைய சகாக்கள் கைத்தட்டி ஆரவாரித்தார்கள். மந்திரியின் பேச்சு வேகம் அதிகரித்தது.

கஸ்தூரிக்கு உடம்பு எரிச்சல் அதிகமாயிற்று. எழுந்து வெளியே வந்தான்.

வாசலுக்கு அவன் சென்றதும், ஒருவர் அவனிடம் ஓடி வந்தார்.

'நீங்க பேசப் போறதா சொன்னாளே...'

'தப்பா சொல்லியிருக்கா. நான் பேசலே' அவன் காரில் போய் உட்கார்ந்து கொண்டு, ஸ்டார்ட் செய்தான்.

வேஷம், வேஷம்! நம்முடைய கலாசாரமே, யார் வெற்றிகரமாக வேஷம் போடுகிறார்கள் என்பதுதான்! ஆனால் மற்றவர்களைப் பற்றிப் பேசத் தனக்கு உரிமை இருக்கிறதா?

வாழ்க்கையில் வெற்றி அடைய வேண்டுமென்பதற்காக, மகேஷ் கூறும் வேலைகளையெல்லாம் செய்துவரும் தான், மற்றவர்களுடைய வேஷங்களைப் பற்றி இவ்வளவு அருவருப்புக் கொள்வது நியாயம்தானா? இந்த அருவருப்பு உணர்ச்சி இருப்பதே, தன்னுடைய அடிப்படை இன்னும் அப்படிச் சீர்கெட்டுப் போய்விடவில்லை என்றுதான் அர்த்தம்! ஆனால், தான் யாருக்கும் உபதேசம் செய்ய முயலவில்லை. ஊருக்கு உபதேசம் செய்வது என்பது நம் தேசியப் பண்புகளில் ஒன்று!

அவன் கல்லூரியில் படிக்கும்போது, அவனுக்கு மணிமேகலை பாடமாக இருந்தது. சாதுவன் மதுவிலும், மங்கையிலும் பொருளையெல்லாம் தொலைத்த பிறகு, வெளிநாடு சென்ற போது, நாகர்களுக்கு மதுவினாலும் மங்கையினாலும் ஏற்படும் தீமைகளைப் பற்றி உபதேசம் செய்கிறான்! இதில் வேடிக்கை என்னவென்றால், சாதுவன் தான் காவிரிப்பூம் பட்டினத்தில் நடத்திய வாழ்க்கைக்கு வருந்தியதாகவே ஆசிரியர் எங்கும் தெரிவிக்கவில்லை. வெளிநாட்டிலிருந்து திரும்பி வந்தாலும் அவன் மீண்டும் தன் பழைய வாழ்க்கையையே தொடர்ந்து

நடத்திக்கொண்டிருக்கலாம். ஆனால் உபதேசம் செய்வதை, எவ்வித முரண்பாடும் இல்லாமல், மிக இயற்கையாகச் செய் கிறான்! பல திருமணங்களைச் செய்து கொண்ட ஜீவகன், வாழ்க்கை நிலையாமையைப் பற்றிப் பேசுவதுதான் சீவகசிந்தா மணி என்னும் காவியம்.

மேல்நாட்டு மக்களைப் போல், எந்தக் காரியத்தில் ஈடுபடு கின்றோமோ அதில் முழுச் சிரத்தையோடோ அல்லது மனசாட்சித் தொந்தரவில்லாமலோ, நம்மால் ஏன் இருக்க முடியவில்லை? இந்த முரண்பாடு, இக்காலத்தில் ஏற்பட்டதொன்றா அல்லது நமது சரித்திரத்திலேயே காணப்படுகின்ற செய்தியா?

இரண்டு வகையான நாகரிகங்களின் மோதலில் சிக்குண்ட சராசரி இந்தியன் - அதுவும் மேல்நாட்டில் படிப்படியாக நூற்றாண்டு நூற்றாண்டுகளாக ஏற்பட்ட மாறுதல்கள், ஒரே நூற்றாண்டில் நமது நாட்டைத் தாக்கியதன் விளைவாக அத்துடன் அனுசரித்துப் போகப் பழகாத சராசரி இந்தியன் - இப்படித் தன்னைப் போலத்தான் இருக்க முடியும். புதிய நாகரிகத்தின் விழிப்புணர்ச்சி பெறாதவர்கள், வழிவழி வந்த பண்பாட்டின்படி நடக்கின்றவர். அது வேஷம் என்று தன்னைப் போன்றவர்களுக்குப்பட்டாலும் - அதை வேஷமாக நினைக்காமல், இயற்கை நியதியாகக் கொண்டு, மனக் குழப்பமோ, பதற்றமோ இல்லாமல், சாதுவர்களாகவோ அல்லது ஜீவகர்களாகவோ இருக்க முடிகிறது. சாதுவனைப் புரிந்துகொண்டால், திருமலை அய்யங்காரைப் புரிந்துகொள்ள முடியும். அவருடைய வெங்கடேஸ்வர பக்தியையும், 'சனிக் கிழமை இரவுகளையும்' புரிந்துகொள்ள முடியும். தன்னுடைய திண்டாட்டம் - தான் அங்குமில்லை, இங்குமில்லை!

அவனுக்குத் திடீரென்று தான் எந்த வித ஆதாரமுமில்லாமல் அந்தரத்தில் தொங்குவது போன்ற உணர்வு ஏற்பட்டது. இது திரிசங்கு சொர்க்கமல்ல, திரிசங்கு நரகம். சே! எதைப் பற்றியும் சிந்திக்கக் கூடாது. விலங்குகளினின்றும் வேறுபடுத்தி, மனித னுக்குச் சிந்தனையை அளித்ததே, இயற்கையின் குரூர ஹாஸ் யம். மனிதன் விலங்கைப் போல வாழ முற்பட வேண்டும். இதுதான் அவன் தன்னுடைய பாரம்பரியத்துக்குச் செய்யும் நியாயம். 'சிந்தனையைக் கொன்றுவிடு அல்லது மூச்சை நிறுத்தி விடு.' இது யார் சொன்னார்கள்? ஒருவரும் சொல்லவில்லை. பாரதி சொன்னது இதுதான், 'மோகத்தைக் கொன்றுவிடு அல்லது மூச்சை நிறுத்தி விடு.'

'மோகம்!' மீனா போன் செய்தாளென்றால், நம்பீசனுடன் போகவில்லை என்று அர்த்தமா? நம்பீசன் சென்னைக்குப் புறப்பட்டுப் போயிருக்க வேண்டும். 'என்ன விஷயம் கேள்?' என்று தான் விஜயனிடம் சொன்னதும், அவளுக்கு எத்தனை கோபம் வந்துவிட்டது! போனைக் கீழே வைத்து விட்டாள்.

மோகத்தைக் கொன்று விடு அல்லது மூச்சை நிறுத்தி விடு! 'மூச்சை நிறுத்த வேண்டாம், மீனாவின் ஹாஸ்டலுக்குப் போய்ப் பார்க்கலாம்.' எதற்காகப் போக வேண்டும்? சே! இப்படி யெல்லாம் சிந்திப்பதுதான், நம் பாரம்பரியத்துக்குச் செய்யும் நியாயமா? 'சிந்தனையைக் கொன்று விடு!'

பூஸா ரோட்டில் தன்னுடைய வீட்டருகே காரை நிறுத்திய கஸ்தூரி, மீண்டும் காரை ஸ்டார்ட் செய்தான். ஹாஸ்டலுக்குச் சென்று மீனாவைத் தேட.

அப்பொழுது...

போர்ட்டிகோ அருகே நின்றுகொண்டிருந்த வின்செண்ட், 'சார்' என்று கூப்பிட்டுக் கொண்டு வந்தான்.

'என்ன?'

'அந்த அம்மா வந்திருக்காங்க.'

'யாரு?'

'மீனா அம்மா உள்ளே இருக்காங்க.' காரிலிருந்து சாவியை எடுத்தான் கஸ்தூரி. உள்ளே சென்ற கஸ்தூரி, சோபாவில் உட்கார்ந்திருந்த மீனாவைப் பார்த்துப் புன்னகை செய்தான். அவள் பதிலுக்குப் புன்னகை செய்யவில்லை.

'உங்களிடம் ஒன்று சொல்லிவிட்டுப் போக வந்தேன்' - அவள் குரலில் எந்தவித உணர்ச்சியுமில்லை, வறட்சியாக இருந்தது.

'எஸ்?'

கஸ்தூரி அவளருகில் உட்கார்ந்தான்.

'நான் திருமணம் செய்துகொள்ளப் போகிறேன்.'

கஸ்தூரி ஒரு சிகரெட்டை எடுத்துப் பற்றவைத்தான். அவன் யாரை என்று கேட்கலாமாவென்று நினைத்தான். கேட்க

வில்லை. இதைச் சொல்லுவதற்காகவா அவள் இங்கே வந்திருக்கிறாள்? அவன் அவளை ஏறிட்டு நோக்கினான். திடீரென்று அவள்பால் அவனுக்குப் பரிதாபம் தோன்றியது.

'உங்களோடு சிற்சில சமயங்களில் நான் அனுபவித்திருக்கக் கூடிய இனிய நேரங்களுக்கு நன்றிகூற வந்திருக்கிறேன். பார்க்கப் போனால் நான் அவ்வளவு நன்றி கெட்டவள் அல்ல.'

கஸ்தூரி பேசாமலிருந்தான். உணர்ச்சிகரமான சூழ்நிலையை உருவாக்கி தன்னைப் பலவீனப்படுத்த வேண்டுமென்ற தீர்மானத்துடன் வந்திருக்கிறாளோ? அல்லது அவள் இவ்வாறு உணர்ந்து பேசுகிறாளா?

'நம்பீசன் போன்றவர்களுக்கு அதிகமான கற்பனையோ, இல்லாவிட்டால் மற்றவர்களிடமிருந்து தாங்கள் வேறுபட்டவர்கள் என்ற பாவனையோ இல்லாமலிருக்கலாம். ஆனால் ஒன்று மட்டும் அவர்களுக்கு உறுதியாகத் தெரியும்; தங்களுக்கு எது வேண்டுமென்பது...'

கஸ்தூரி புன்னகை செய்தான்.

மீனா சொல்வதை நிறுத்திவிட்டு, அவனை உற்று நோக்கினாள்.

'முதல் நாள் உன்னை நான் சந்தித்தபோது, நீ ஒரு இரண்டாம் தரமான ஹாஸ்யப் படத்தைப் பார்த்துவிட்டு, விழுந்து விழுந்து சிரித்தாய். இப்பொழுது மனிதர்களை ஆராய்ந்து எடை போடும் அளவுக்கு உன் அறிவும் ரசனையும் வளர்ந்துவிட்டன. இதற்கும் நீ எனக்கு நன்றி செலுத்த வேண்டும்' என்றான் கஸ்தூரி.

'உங்களுடைய இந்த அலங்காரப் பேச்சு ஒரு சமயத்தில் எனக்குப் பிடித்திருந்தது என்பது வாஸ்தவம்தான். ஆனால் இப்பொழுது எனக்கு இது சுவாரசியமாக இல்லை.'

'நீ இப்பொழுது சொன்னது எனக்கு எரிச்சல் ஊட்டவில்லை என்று நான் சொன்னால், உனக்கேற்படுவது ஏமாற்றமா அல்லது கோபமா?'

'ஜஸ்ட் ஐ டோன்ட் கேர்' என்று சொல்லிவிட்டுத் தோள்களைக் குலுக்கிக் கொண்டாள் மீனா.

கஸ்தூரிக்குத் திடீரென்று இரத்தம் முகத்தில் பாய்ந்தது. அவளுடைய அந்த அலட்சிய பாவனை, அவனைப் பந்தாகச் சுருட்டி

வெளியே எறிவது போலிருந்தது - சாயந்திரத்திலிருந்து நடந்த நிகழ்ச்சிகளினால் ஏற்பட்ட கோபம், எந்தவித ஆதாரமுமில்லா மல், தான் அந்தரத்தில் நிற்கின்றோம் என்று உணர்ந்துகொண்டத னால் தன் மீதே ஏற்பட்ட கழிவிரக்கம், சில நாள்களாகத் தன் மனப்போக்கில் ஏற்பட்ட மாறுதலுக்கு அடிப்படைக் காரணமாக இருந்த பெண், ஒரு தோளசைவினால் அவனை ஒதுக்கித் தள்ளிவிட்ட உதாசீனம் - எல்லாமாகச் சேர்ந்து விலங்கைப் போல் வாழ முற்பட வேண்டுமென்று அவன் நினைத்ததை உறுதிப் படுத்துவது போல், ஒரு ராட்சச வெறியை அவன் உடம்பில் செலுத்தின. உடம்போடு ஒட்டிய ஆடையுடனும் கண்களில் சிரிப்புமாக இருக்கின்ற இந்தப் பெண், அவன் சந்தித்த முதல் நாளே தன்னைச் சுலபமாக்கிக் கொண்டுவிட்ட இந்தப் பெண் இப்பொழுது எட்ட நின்று புன்னகை செய்கின்றாள். 'ஜஸ்ட் ஐ டோன்ட் கேர்' கஸ்தூரி தன்னை மறந்தான்.

மீனாவுக்கு அவ்வளவு அசுர பலம் எங்கிருந்து வந்ததென்று தெரியவில்லை. அவள் திமிறிக் கொண்டு சோபாவிலிருந்து எழுந்திருந்தாள்.

'என்ன ஆகிவிட்டது, உங்களுக்கு?'

'யூ பிட்ச், ஐ லவ் யூ. திஸ் ஈஸ் மை ட்ராஜெடி!'

மீனா அவனையே சிறிது நேரம் உற்று நோக்கிக் கொண்டிருந் தாள். இது பாவனையல்ல என்று அவளுக்கு நன்றாகப் புரிந்தது. அவன் கண்கள் சிவந்திருந்தன. உதடுகள் துடித்தன. உடம்பு லேசாக நடுங்கிக்கொண்டிருந்தது.

அவளறிந்த கஸ்தூரி உணர்ச்சிவயப்படாமல், தன்னை ஒதுக்கிக் கொண்டு, உலகத்தை மேல் தளத்திலிருந்து கீழ் நோக்கிப் பார்க்க வேண்டுமென்பதே தன் குண இயல்பாகக் கொண்டு கம்ப்யூட்டர் நியதிகளுடன் வாழ்ந்த அறிவாளி கஸ்தூரி இப்பொழுது கொஞ்சம் கொஞ்சமாகக் கரைந்து, அவன் ஆதித் தோற்றமாகிய ரசாயன பிரகிருதி வஸ்துவாக மாறிவிட்ட அதிசயம் அவளை ஸ்தம்பிக்கச் செய்தது. இந்தச் சந்தர்ப்பத்தை எதிர்நோக்கி அவள் முன்பெல்லாம் காத்திருந்ததுண்டு. ஐ லவ் யூ அவன் சொன்ன இச்சொற்களின் பொருளில், அவளும் கொஞ்சம் கொஞ்சமாகக் கரையத் தொடங்கினாள். ஆனால், ஆனால்... அவன் இதை முன்னமே ஏன் சொல்லியிருக்கக் கூடாது?

கஸ்தூரியிடம் கொண்ட கோபம், இதன் காரணமாக நம்பீசனைத் தேடிச் சென்று, அவரிடம் இரண்டு நாள்கள் இருந்ததனால் ஏற்பட்ட அருவருப்பு, கபூரின் மரணம்... எல்லாமாகச் சேர்ந்து அவளை கேவல் கிஷன் சர்மாவை நாடச் செய்தன. சர்மா, ஒரு கார் தரகன். கபூருக்குப் 'பல விஷயங்க'ளில் உதவியவன். நாற்பத்தைந்து வயதாகியும், பிரும்மச்சாரி. மீனா தானாக வலுவில் சென்று, அவனை, தன்னை மணந்து கொள்ளும்படி கேட்டபோது, அவன் ஆனந்தத்தால் அழ ஆரம்பித்து விட்டான். அவனை இப்பொழுது ஏமாற்றத்துக்குள்ளாக்க வேண்டுமா? கஸ்தூரியின் வார்த்தைகள் அவளை மயங்கச் செய்தன.

கஸ்தூரி எழுந்திருந்து அவளருகில் நின்றான்.

'நான் இதை உன்னிடம் சொல்லியிருக்க வேண்டியதில்லை. ஆனால், சொல்லாமலிருந்தால் எல்லாரையும் போல் நானும் ஒரு வேஷக்காரன் என்று பட்டது. அதற்காகச் சொன்னேன்.'

'என்னை என்ன செய்ய வேண்டுமென்கிறீர்கள்?' என்று கேட்டாள் மீனா.

கஸ்தூரி ஃப்ரிஜ்ஜைத் திறந்தான்.

மீனா அவனைச் சிறிது நேரம் மவுனமாகப் பார்த்துக் கொண்டிருந்தாள்.

'நான் சர்மாவை மணக்கப் போகிறேன்!' என்றாள் அவள்.

கஸ்தூரி அவளை தலையைச் சாய்த்துக்கொண்டு பார்த்தான்: அவன் முகத்தில் ஆச்சரியம் வெளிப்படையாகத் தெரிந்தது.

'அந்தக் கிழவனையா?'

'நீங்களும் இப்படியே இன்னும் கொஞ்ச ஆண்டுகள் இருந்தால், சர்மா மாதிரி ஆகிவிடலாம். அப்பொழுது உங்களைப் பற்றியும் யாராவது இப்படிப் பேசக்கூடும்.'

'ஜஸ்ட் ஐ டோன்ட் கேர்' என்றான் கஸ்தூரி.

'நான், நீங்கள் இப்பொழுது நடந்துகொண்ட மாதிரி நடப்பேன் என்று எதிர்பார்க்க வேண்டாம்.'

கஸ்தூரி மறுபடியும் சோபாவில் வந்து உட்கார்ந்தான்.

‘நீ எதற்காக இங்கு வந்தாய், எனக்கொரு கடைசி வாய்ப்பைத் தருவதற்காகவா?’ என்று அவன் கேட்டான்.

‘இல்லை. ஐ லவ் யூ என்று நீங்கள் சொன்னபோது நான் ஒரு கணம் மயங்கியது வாஸ்தவம். ஆனால், நான் இங்கு வந்தது உங்களுக்கு நன்றி கூறத்தான். இதை நீங்கள் நம்பினாலும் சரி நம்பாவிட்டாலும் சரி, எனக்கு அக்கறை இல்லை.’

கஸ்தூரி தலைமயிரைக் கோதிக் கொண்டான். கால் ஷூவைக் கழற்றி கால்களை டீ - பாயின் மீது போட்டுக்கொண்டான்.

‘நான் உள்ளே வருவதற்கு முன்னால் உன்னைப் பார்க்கலாமா என்று நினைத்துக் காரைத் திருப்பப் போனேன். நீ வந்திருப்பதாக வின்செண்ட் சொன்னான்.’

மீனா பதில் சொல்லவில்லை.

‘நீ வேலையை ஏன் ராஜிநாமா செய்ய வேண்டும்?’ என்று கேட்டான் கஸ்தூரி.

‘வேலை பிடிக்கவில்லை.’

‘பிடித்த காரியத்தைச் செய்வது என்று தீர்மானித்து விட்டாய். அப்படியானால் சர்மாவைத் திருமணம் செய்துகொள்வதும் உனக்குப் பிடித்த காரியங்களில் ஒன்றா?’

‘யாரைப் பிடித்திருக்கிறது என்று தீர்மானம் செய்து திருமணம் செய்துகொள்ளும் நிலையெல்லாம் நான் தாண்டிவிட்டேன்.. எனக்குத் திருமணம் பிடித்திருக்கிறது.’

‘ஆல் ரைட். தேங்க் யூ வெரி மச்’ கஸ்தூரி எழுந்திருந்து அவளிடம் தன் வலக் கையை நீட்டினான்.

அவள் கொஞ்ச தயக்கத்துக்குப் பிறகு, தன் கையையும் நீட்டினாள்.

‘லெட் அஸ் பார்ட் ஆஸ் ஃபிரன்ட்ஸ்.’ என்று புன்னகை செய்தான் கஸ்தூரி.

‘தேங்க் யூ.’

மீனா போன பிறகு அந்த அறையில் விளக்கில்லாமல் இருட்டில் வெகுநேரம் வரை உட்கார்ந்திருந்தான் கஸ்தூரி.

அடுத்த நாள் அவன் தூங்கி எழுந்தபோது வெகு நேரமாகி விட்டதென்பதை உணர்ந்தான். இரவு வெகு நேரம் வரை உறக்கமில்லை. விடியற்காலையில்தான் நித்திரை வந்தது.

அவன் கண் விழித்தபோது, வின்செண்ட் கதவருகே நின்று கொண்டிருப்பது தெரிந்தது. இரவு முழுவதும் அப்படியே நின்று கொண்டிருந்தானோ என்ற பிரமை.

'என்ன வின்செண்ட்?'

'யாரோ பார்க்க வந்திருக்காங்க.'

'யாரு?'

'தெரியலே. நாமம் போட்டுகிட்டிருக்காங்க' கஸ்தூரி கட்டிலை விட்டு எழுந்திருந்தான்.

'ட்ராயிங் ரூம்லே உட்கார்ந்திண்டிருக்காங்களா?'

'ஆமாம்.'

'பத்து நிமிஷத்திலே வரேன்னு சொல்லு.'

கஸ்தூரி ட்ராயிங் அறைக்கு வந்தபோது சோபாவில் உட்கார்ந் திருந்த இருவர் எழுந்து கையைக் கூப்பினார்கள்.

'நமஸ்காரம்.'

'நமஸ்காரம்.'

ஒருவர் குடுமி வைத்திருந்தார். மஞ்சளுடன் கூடிய திருமண். நல்ல வைதீகம் போலிருக்கிறது. மற்றவர் கிராப்புத் தலையுடன், ஸ்ரீ சூர்ணம் மட்டும் இட்டுக்கொண்டிருந்தார். இருவரையும் அவன் பார்த்ததேயில்லை.

# 13

கஸ்தூரி அவர்களெதிரே உட்கார்ந்தான்.

கிராப்புத் தலை பேச ஆரம்பித்தார்: 'இவாளுக்குச் சொந்த ஊர் திருக்கோயிலூர். நன்னா ராமாயணம் பிரவசனம் பண்ணுவா... கடலூர் பக்கங்கள் எல்லாம் பிரசித்தம்...'

'பேரென்ன?' என்று கேட்டான் கஸ்தூரி.

'பேரைச் சொல்ல மறந்துட்டேனே! இந்த இங்கிலீஷ்காரர் பழக்கம் ரொம்பத் தேவலை. முதல்லே பேரைச் சொல்லிட்டுத்தான் மற்ற விஷயங்கள் எல்லாம் பேசுவா. நாம விஷயங்களுக்கு முக்கியத்துவம் கொடுக்கிறோம். ஆள் முக்கியமில்லே. பார்க்கப் போனா இரண்டும் ஒவ்வொரு விஷயத்திலே சிலாக்கியம்னு தான் சொல்லணும்.'

‘இவர் பேரென்ன?’ என்று கேட்டான் கஸ்தூரி.

‘மன்னிக்கணும். நான் பேசினா ஓய மாட்டேன். எங்கேயோ ஆரம்பிச்சு, எங்கேயோ அனுமார் வால் மாதிரி போயிண்டே இருக்கும்.’

‘என் பேர் ஸ்ரீநிவாசாச்சாரி.’ என்றார் குடுமி வைத்திருந்தவர்.

கஸ்தூரி அவரை நன்றி உணர்வுடன் நோக்கினான்.

‘என்ன வேணும்?’ என்று விஷயத்தைச் சுற்றி வளைக்காமல், அவரை வெளிப்படையாகக் கேட்டான் கஸ்தூரி.

‘என் பேரு இராம தேசிகன். ஃபைனான்ஸ் மினிஸ்டிரியிலே இருக்கேன். வருஷா வருஷம் தேசிகர் உற்சவத்தை, வைஷ்ணவா சங்கம், அவா இவான்னு ஒருத்தர் உதவி இல்லாமே, ஒண்டியா நடத்திண்டு வரேன். எங்கே போனாலும் பாலிடிக்ஸ்... தென்கலை, வடகலை சண்டை.’

‘நான் என்ன செய்யணும்ங்கிறேள்?’ என்றான் கஸ்தூரி கொஞ்சம் கொஞ்சமாகப் பொறுமையை இழந்தவனாக.

ஸ்ரீநிவாசாச்சாரியார் சொல்ல ஆரம்பித்தார்: ‘இங்கே ராம கிருஷ்ணபுரத்திலே வெங்கடாஜலபதி கோயிலிலே நான் பத்து நாள் உபந்நியாசம் பண்ணணும்னு ஏற்பாடு பண்ணியிருந்தா சில பேர். ஆனால் அந்தக் கோயில் நிர்வாகத்தோட சம்பந்தப்பட்ட ஜட்ஜ் ஒருத்தர், நான் தென்கலைங்கிறதினாலே அது கூடாதுன்னு தடுத்துட்டார். அந்த ஜட்ஜ்ஜோட பிள்ளை கவர்ன்மெண்ட்லே பெரிய ஆபீசரா இருக்கார்னா, உத்தியோக சம்பந்தமா உங்களுக்கு ரொம்ப சிநேகிதம்னு எல்லாரும் சொன்னா. நீங்க மனசு வைச்சா...’

உலகம் தன்னை எதிர்பார்க்கவில்லை என்று யார் சொன்னார்கள்? மகேஷின் அயல்நாட்டுச் செலாவணிச் சிக்கல் முதற்கொண்டு, தென்கலை வடகலை சண்டைவரை, எல்லாப் பிரச்னைகளையும் தீர்த்து வைக்க, உலகம் அவனைத்தான் எதிர்பார்க்கிறது...!

‘நான் உங்களை அவரோட பல சந்தர்ப்பங்களிலே பார்த்திருக் கேன். இப்பத்தான் நேரே சந்திக்கிற பாக்கியம் கிடைச்சுது’ என்றார் இராமதேசிகன்.

‘டில்லிக்கு வந்துமா இந்த வடகலை, தென்கலைச் சண்டை?’ என்று கேட்டான் கஸ்தூரி.

‘அதை ஏன் கேட்கிறேள்? மணவாள மாமுனி உற்சவம் நடத்தினாளே, அப்போ ஒரு பெரிய விஷயம் நடந்தது.’

‘இதோ பாருங்கோ... இதெல்லாம் ரொம்பச் சின்ன விஷயம். மேல் நாட்டிலே, சந்திர மண்டலத்திலே முதல்லே இறங்கப் போறது யாரு, ரஷ்யனா, அமெரிக்கனான்னு போட்டியா இருக்கு. இங்கே, நம் நாட்டிலே, மணவாள மாமுனி உற்சவத்தைப் பத்தி சம்பிரதாயப் போட்டி. எனக்கு இதைப் பத்தியெல்லாம் அக்கறையில்லை.’

‘அது சரி, அது சரி’ என்றார் இராமதேசிகன் வாயெல்லாம் பல்லாக.

‘நீங்க சொல்ற ஜட்ஜையும் தெரியும். அவர் பிள்ளையையும் எனக்கு நன்னாத் தெரியும். வாஸ்தவம் தான். அந்த ஜட்ஜைப் போய் நீங்களே கேளுங்கோ. உங்க ஆசாரத்தைப் பத்தி கஸ்தூரிக்குக் கொஞ்சம் தெரியுமாம்... அப்படியும், இப்படி தென்கலை வடகலைன்னு தலை மயிரைப் பிச்சுக்கிறது நியாயமான்னு நான் கேட்டதா சொல்லுங்கோ. நான் தனியா அவரோட பேசணுங்கிறது அவசியமில்லே.’

இதைச் சொல்லிவிட்டு கஸ்தூரி எழுந்திருந்தான்.

‘ரொம்ப தேங்க்ஸ், ரொம்ப தேங்க்ஸ்’ என்றார் இராமதேசிகன். உடனே அவர் ஸ்ரீநிவாசாச்சாரியார் பக்கம் திரும்பிக் கூறினார்: ‘பார்த்தேளா.. நான் சொன்னேனா இல்லியா, உங்களைச் சரியான இடத்துக்குக் கூட்டிண்டுபோறேன்னு... இவர் மனசு வைச்சா, நடக்காத காரியம் கிடையாதுன்னு எனக்குத் தெரியும்.’

கஸ்தூரி, அவரை இடைமறிக்கக் கைகளைக் கூப்பினான்.

இருவரும் விடைபெற்றுக் கொண்டு வெளியே சென்றார்கள்.

கஸ்தூரி தினசரித் தாளை எடுத்துக்கொண்டு மறுபடியும் சோபாவில் உட்கார்ந்தான்.

அப்பொழுது இராம தேசிகன் மறுபடியும் உள்ளே வந்தார்.

‘ஒரு சின்ன விஷயம் ஹி... ஹி... ஹி...’

'என்ன?'

'பைனான்ஸ் மினிஸ்டிரியிலே ஆறு மாசமா இருக்கேன். முன்னாலே காமர்ஸிலே இருந்தேன். குருமூர்த்திகிட்டே ஒரு வார்த்தை சொன்னேள்னா, மறுபடியும் காமர்ஸ் மினிஸ்டிரிக்குப் போயிடலாம். எனக்கு ஃபைனான்ஸ் கொஞ்சம்கூடப் பிடிக்கலே.'

கஸ்தூரி அவர் சொன்னதைக் கவனித்ததாகத் தெரியவில்லை. செய்தித்தாளைப் புரட்டிக் கொண்டிருந்தான்.

'ஹூம். சரி.' என்று அவன் இதழ்கள் முணுமுணுத்தன.

'இதனாலே ஒரு கேபினெட் க்ரைஸிஸ் வந்துடாது. ரொம்ப சின்ன விஷயம்.'

'கேபினெட் க்ரைஸிஸா? என்ன சொல்றேள்?'

'ஆமாம். தெரியாதா, உங்களுக்கு? டிஃபன்ஸ் மினிஸ்டிரி ஜாயின்ட் செகரட்ரி வேதராமன் இருக்காரோல்லியோ, அவர்கிட்ட பி.ஏ.வா ஒரு அழகான சிந்திப்பெண் இருந்தா. வேதராமன் லீவ்லே ஊருக்குப் போனார். ஹெல்த் மினிஸ்டிரி ஓம்பிரகாஷ் தாக்கூர் அவளைத் தட்டிண்டு போயிட்டான். அவ்வளவுதான். வேதராமன் லீவ்லேர்ந்து திரும்பி வந்தவுடனே ஒரு சண்டை. இரண்டு மினிஸ்டர்களுக்குமே மோதல் வந்துடுத்து. கேபினெட் க்ரைஸிஸ் வந்துடும்போலிருந்தது. அதைச் சொன்னேன்.'

'அப்புறம் என்ன ஆச்சு?'

'மத்யஸ்தம் பண்ண வந்த மூணாவது மந்திரி ஒருத்தர்கிட்டே பி.ஏ.வா இருக்கா அந்த சிந்திப் பெண்.'

கஸ்தூரி வாய்விட்டுச் சிரித்தான்.

'என்னத்தைச் சொல்றது போங்கோ. நம்ம ராஜாங்கம் இவ்வளவு ஊழலா நடக்கிறது. நம்ம விஷயம் கவனிச்சுக்கிறேளா?'

'சரி, குருமூர்த்திகிட்டே சொல்றேன்' என்றான் கஸ்தூரி.

'ரொம்ப தேங்க்ஸ்' என்று சொல்லிக்கொண்டே அவர் அகன்றார்.

கஸ்தூரி பேப்பரை மடித்து சோபாவின் மீது விட்டெறிந்தான்.

எல்லாமே பைத்தியக்காரத்தனமாக அவனுக்குப் பட்டது.

மகேஷிடம் சொல்லிவிட்டுப் பதினைந்து நாள்கள் ஊருக்குப் போய்விட்டு வரலாமா என்று அவன் ஒரு கணம் நினைத்தான். ஊருக்குப் போனால் அம்மா சும்மா விடமாட்டாள். கல்யாணம், கார்த்திகை என்று ஆரம்பித்து விடுவாள் அம்மா. இதுபற்றி தீவிரமாகச் சிந்தித்துச் சொல்வாள் என்பதற்கில்லை. உலகத்துக் காகவோ உபசாரத்துக்காகவோ சொல்லப்படுகின்ற வார்த்தைகள். அப்பா கல்யாணத்தைப் பற்றிப் பேச மாட்டாரென்று அவனுக்கு நிச்சயமாகத் தெரியும். இது அவர் அவனுடைய அம்மாவை மணந்துகொண்டதனால் ஏற்பட்ட மவுனம். அவன் அம்மாவைப் பற்றி இன்னும் அதிகமாகச் சிந்திக்க விரும்பவில்லை. அவன் பெற்றோருக்கு ஒரே பிள்ளைதான். இருந்தாலும், ஒவ்வொருவரும் அவரவர் உலகில் தனித்து இயங்கினர். கஸ்தூரிக்கு தான் பிறக்கும்போதே அனாதையாகப் பிறந்து விட்டது போன்ற உணர்வு.

அவன் ஆபீஸ் சென்றவுடன் சந்தியா அவனிடம் சொன்னாள்: நீங்கள் வந்ததும் 'மகேஷ் உங்களை அவர் வீட்டுக்கு வரச் சொன்னார்.'

'என்ன விஷயம்?'

'தெரியாது' - அவள் புன்னகை கவர்ச்சிகரமாக இருந்தது. இதைத் தான் ஏன் இவ்வளவு நாள்களாகக் கவனிக்கவில்லை என்று நினைத்தான் கஸ்தூரி.

'உன் புன்னகை இவ்வளவு அழகாக இருக்கும் என்று இதுவரை நான் உணர்ந்ததில்லை.'

'பெட்டர் லேட் தன் நெவர்.'

'அழகாக இருந்தால் மட்டும் போதாது; அழகாக இருக்கிறோமென்று உணர்ந்திருப்பதுதான் இன்னும் அழகு.'

'தேங்க் யூ' என்றாள் சந்தியா. அவள் தலையை அசைத்து, கண்களைச் சுழற்றி, குரலை இசையாக நீட்டி, வாலிப மழலையுடன் சொன்னது, அவன் உள்ளத்தைக் குறுகுறுக்கச் செய்தது. அவன் கைகள் லேசாகப் பரபரத்தன.

'யு ஆர் டீஸிங் மீ' என்றான் கஸ்தூரி.

'ஐ நோ, ஐ நோ' என்றாள் சந்தியா.

கஸ்தூரி மகேஷின் வீட்டுக்குச் சென்றான். மகேஷ் ஹாலில் உட்கார்ந்திருந்தான். அவனருகே வழுக்கைத்தலையாக - வயது ஐம்பதுக்கு மேலிருக்கும் ஒருவர் உட்கார்ந்திருந்தார். அவர் கஸ்தூரியைக் கண்டதும் முக முலர்ச்சியுடன் எழுந்திருந்து, கைகளை நீட்டினார்.

'என் பெயர் மிஸ்ரா' என்றார் அவர்.

'என் பெயர் கஸ்தூரி' என்று சொல்லிக்கொண்டே அவன் உட்கார்ந்தான்.

மகேஷ் ஒன்றும் பேசவில்லை.

மிஸ்ராவின் காரியமாகத்தான் மகேஷ் தன்னைக் கூப்பிட்டிருக்கிறானென்று கஸ்தூரி உணர்ந்தான்.

'உள்ளே போய் உட்காருவோம்' என்றான் மகேஷ்.

'ஓ எஸ்' என்றார் மிஸ்ரா.

உள்ளே போய் உட்கார்ந்த பிறகு சிறிது நேரம் அங்கு மவுனம் நிலவியது.

மகேஷின் வேலைக்காரன் மூன்று கண்ணாடிக் கோப்பைகளைக் கொண்டுவந்து வைத்தான்.

'காக்டெயில்?' என்று கஸ்தூரியைப் பார்த்துக் கேட்டான் மகேஷ்.

'இந்த நேரத்திலா?' என்றான் கஸ்தூரி.

'எந்த நேரமும் காக்டெயில் நேரம்!' என்று கூறினார் மிஸ்ரா. அவர் தங்கப் பல் கட்டியிருந்தார்.

கண்ணாடிக் கோப்பைகள் ஒன்றோடு ஒன்று உராய்ந்தன.

'என்னை காக்டெயில் சாப்பிடுவதற்காகக் கூப்பிடவில்லை என்று நினைக்கிறேன்' என்றான் கஸ்தூரி.

மிஸ்ரா அவன் முகத்தைப் பார்த்தார். அப்பார்வையில் ஒரு கொஞ்சல் இருந்தது.

'யூ மஸ்ட் ஹெல்ப் மிஸ்ரா' என்றான் மகேஷ்.

கஸ்தூரி கண்ணாடிக் கோப்பையைக் காலியாக்கிவிட்டு மேஜையின் மீது வைத்தான்.

'டோன்ட் பி ஸோ ஃபாஸ்ட்' என்றான் மகேஷ்.

'எனக்கு இனிமேல் வேண்டாம், இது போதும்' என்றான் கஸ்தூரி.

மிஸ்ரா கோப்பையினின்றும் துளித்துளியாகப் பருகிக் கொண்டிருந்தார். பையிலிருந்து ஒரு சிறிய பெட்டியை எடுத்து அதைத் திறந்து கஸ்தூரியிடம் நீட்டினார். அவன் அதிலிருந்து ஒரு சுருட்டை எடுத்துக் கொண்டான். மகேஷ் பைப்பைப் பற்ற வைத்துக் கொண்டான்.

'என்ன விதமான உதவி?' என்று கேட்டான் கஸ்தூரி.

மிஸ்ரா மகேஷைப் பார்த்தார்.

மகேஷ் சொன்னான்: 'மிஸ்டர் மிஸ்ராவின் விவகாரத்தைப்பற்றி நீங்கள் பேப்பரில் படித்திருக்கலாம்.'

'மிஸ்ரா... மிஸ்ரா...' என்று பெயரை நினைவின் கருவறையில் போட்டுப் புரட்டினான் கஸ்தூரி. ஏதோ மின்னலடிப்பது போலிருந்தது. மறுபடியும் இருண்டுவிட்டது.

'நான் டெபுட்டி ஐ.ஜி.யாக இருந்தேன். சஸ்பென்ட் செய்திருக்கிறார்கள்' என்றார் மிஸ்ரா.

கஸ்தூரிக்கு உடனே ஞாபகம் வந்தது. ஒரு கொலை கேஸில், சந்தேகிக்கப்பட்ட ஒரு பெண்ணுக்கு, 'உத்தியோக விதிகளை' மீறி உதவி செய்ய முயன்றாரென்பது அவர்மீது குற்றச்சாட்டு.

'ஆமாம், ஆமாம். இப்பொழுது நினைவுக்கு வருகிறது' என்றான் கஸ்தூரி. அவனுக்கு ஒன்றும் புரியவில்லை. தான் அவருக்கு எந்த வகையில் உதவ முடியும்?

'மிஸ்டர் மிஸ்ரா, நீங்களே சொல்லுங்கள்' என்றான் மகேஷ்.

'இது ஒரு நீண்ட கதை. உங்களுக்குப் பொறுமை இருக்குமென்று நம்புகிறேன்' என்றார் மிஸ்ரா.

அப்பொழுது உள்ளிருந்து ஒரு பெண் வந்தாள். பதினேழு

பதினெட்டு வயதிருக்கலாம். நல்ல களையான முகம். ஜீன்ஸ், ஸ்லாக். அவள் கஸ்தூரியைப் பார்த்துக் கைகளைக் கூப்பினாள்.

'இவள் என்னுடைய பெண். பிங்கி' என்றார் மிஸ்ரா.

அவள் கஸ்தூரியின் பக்கத்தில் வந்து உட்கார்ந்தாள். உயர்தர அயல்நாட்டு செண்ட்டின் நறுமணம்.

'பிங்கி இங்கு இருக்க வேண்டுமா?' என்று கேட்டான் மகேஷ்.

'பரவாயில்லை' என்றார் மிஸ்ரா.

சுருட்டின் புகையை உள்ளுக்குள் பலமாக இழுந்து, நிதானமாக வெளியே விட்டார் மிஸ்ரா.

'அங்கிள், எனக்கு ஐஸ் கிரீம் வேண்டும்' என்றாள் பிங்கி.

மகேஷ் திரும்பிப் பார்த்தான். வேலைக்காரன் ஃப்ரிஜிலிருந்து ஐஸ்கிரீமை எடுத்துக்கொண்டு வந்தான்.

'நீ இப்படி ஐஸ்கிரீம் சாப்பிட்டால் உன் விவாகம் எனக்கு ஒரு பிரச்னையாகிவிடும்!' என்றார் மிஸ்ரா.

'ஹௌ கேர்ஸ்' என்றாள் பிங்கி. அவள் தந்தையைப் பார்த்த பார்வையில் வெறுப்பு நிழலிடுவது போல் கஸ்தூரிக்குப் பட்டது.

'உங்கள் கதைக்காகக் காத்திருக்கிறேன்' என்றான் கஸ்தூரி.

மிஸ்ரா சொல்ல ஆரம்பித்தார்: 'இரண்டு வருஷங்களுக்கு முன்னால், கரோல் பாக் பிரிட்ஜ் அருகே ஒரு இளைஞனின் உடம்பு காரில் கிடந்தது என்ற செய்தியை நீங்கள் கேள்விப் பட்டிருக்கலாம் என்று நினைக்கிறேன்!'

'ஸம் ப்ளே பாய்?'

'ஆமாம். அங்கேதான் இந்தக் கதை ஆரம்பிக்கிறது.'

மிஸ்ரா அணைந்துபோன சுருட்டை மறுபடியும் பற்றவைத்துக் கொண்டார்.

'உங்கள் நேரத்தை வீணடிப்பதாக நினைத்துக்கொள்ளக் கூடாது' என்று இழுத்தார் மிஸ்ரா.

'பரவாயில்லை சொல்லுங்கள். இது என் நேரமல்ல. மிஸ்டர் மகேஷுக்குச் சொந்தமான நேரம்' என்று சொல்லிவிட்டுப் புன்னகை செய்தான் கஸ்தூரி.

மிஸ்ரா மறுபடியும் தொடங்கினார். 'நான் அப்பொழுது பஞ்சாப் பார்டரில் இருந்தேன். அப்புறம்தான் என்னைச் சண்டிகாரிலிருந்து டில்லிக்கு மாற்றினார்கள். என்னை, இந்தக் கேஸைப் பற்றி விசாரிக்கவேண்டுமென்ற காரணத்துக்காக, இங்கு கொண்டு வந்தார்கள். பொறுப்பை ஏற்றுக்கொண்டதும் நான் கேஸ் ஃபைலை ஆராய்ந்தேன்.'

'டாடி கேஸை விசாரிக்கத் தொடங்கியபோது எனக்கு மம்மி கிடையாது. பாதி விசாரணை நடக்கும்போது, எனக்கு ஒரு மம்மி கிடைத்தாள்' என்றாள் பிங்கி.

'பிங்கி, டோன்ட் பி ஸில்லி' என்றான் மகேஷ். மிஸ்ரா பெண்ணைப் பரிதாபமாகப் பார்த்தார். ஒரு சங்கடமான மவுனம் சிறிது நேரம் நிலவியது.

மிஸ்ரா தொண்டையைக் கனைத்துக்கொண்டு பேச ஆரம்பித்தார். 'அந்த இளைஞனுடைய உடம்பு கிடந்த அந்தக் கார் அவனுக்குச் சொந்தமானது என்று தெரியவந்தது. அவனுடைய உடம்பு அங்கு கிடப்பதை யாரோ ஒரு பெண் போன்மூலம் போலீஸுக்குத் தகவல் சொன்னாள். அவள் யாரென்று கண்டுபிடிக்கும் முயற்சியில் தீவிரமாக இறங்கினேன். போலீஸ், உடம்பு கிடந்த ஸ்தலத்துக்குச் சென்றபோது, சுமார் அரை பர்லாங்குக்கு அப்பால் மற்றொரு காரில், ஒரு பெண்ணும் இன்னொரு இளைஞனும் நின்று கொண்டிருந்ததாகவும், போலீஸ் வந்ததும் அவர்கள் புறப்பட்டுச் சென்றதாகவும் அங்கிருந்த சிலர் கொடுத்த வாக்குமூலம் வேறு இருந்தது. எல்லா சாட்சிகளும் டெய்ஸி என்ற ஒரு பெண்ணைச் சுட்டிக் காட்டின.'

மிஸ்ரா புன்னகை செய்தார். இது தம்முடைய கதை சொல்லும் திறமைக்குப் பாராட்டு என்று நினைத்தாரோ என்னவோ, அவர் முகத்தில் மகிழ்ச்சி வெளிப்படையாகத் தெரிந்தது.

'அந்த டெய்ஸி என்ற பெண்ணைப் போய்ப் பார்த்தேன். இறந்து போன இளைஞனுக்கு அவள் சிநேகிதியாக இருந்தது வாஸ்தவம்தான். ஆனால் எப்பொழுது அவன் அவளை மணம் செய்து கொள்ள வேண்டும் என்ற நோக்கத்துடன் பழகவில்லையோ அவள் அவனுடைய நட்பைப் புறக்கணித்தாள்.'

'இது உங்களுக்கு எப்படித் தெரியும்?' என்று கேட்டான் கஸ்தூரி.

'அப்படி அவள் டாடியிடம் சொன்னாள். அவரும் அதை நம்பினார்' என்றாள் பிங்கி.

'அவள் கதை என் மனத்தை உருக்கியது. பெற்றோரை நாட்டுப் பிரிவினையின்போது இழந்துவிட்டு மேற்குப் பஞ்சாபிலிருந்து இந்தியாவுக்கு வந்த பெண் அவள்.'

'இதுவும் அவள் சொன்ன செய்திதான்' என்றாள் பிங்கி.

'பிங்கி, ப்ளீஸ் டோன்ட் இன்டரெப்ட்!' என்றார் மிஸ்ரா.

கஸ்தூரி அந்தப் பெண்ணைப் பார்த்தான். பெண்ணிடம் பேசும்போது தந்தை ஏன் குற்றவாளியைப் போல் காணப்படுகிறாரென்று அவனுக்குப் புரியவில்லை.

மிஸ்ரா தொடர்ந்தார்: 'அந்தப் பெண்ணைப் பார்க்கும்போது, பாலைக் காட்டிலும் வெள்ளை உள்ளத்துடன் கூடிய தூய்மை யானவளென்று எனக்குப் பட்டது. சமூகத்தில் வாழ்வுக்காக எதிர்நீச்சல் போடும்போது, பல கழுகுகளும் கோட்டான்களும் வட்டமிட்டதாக அவள் அழுதாள். அவள் அத்துடன் நிற்க வில்லை. என்னைத் தேடிக்கொண்டு என் வீட்டுக்கு வந்தாள். என் தந்தை ஒரு தீவிர ஆர்ய சமாஜி. அவர் அவள் கதையைக் கேட்டு இரங்கி அவளுக்குப் புகலிடம் வேண்டுமென்றால், நான் அவளை மணந்துகொள்ள வேண்டுமென்றார். நான் அதுவரை தந்தை சொல்லை மீறியதே கிடையாது.'

'இது இரண்டு வருஷங்களுக்கு முன்னால்! அப்பொழுது எனக்கு வயது பதினேழு, அப்பாவுக்கு ஐம்பத்தொன்று' என்று சொல்லிவிட்டுப் புன்னகை செய்தாள் பிங்கி.

கஸ்தூரிக்கு இப்பொழுது எல்லாம் புரிந்தன.

'கேஸ் என்னவாயிற்று?' என்று கேட்டான் கஸ்தூரி.

'அவள் அந்தக் கொலையில் சம்பந்தப் படவில்லை என்று எனக்குத் தோன்றியது. பிறகு அது தற்கொலை என்று நிரூபண மாகியது.'

'டாடியும் அவளை மணந்துகொண்டார். தேன் நிலவுக்காக டார்ஜிலிங் போனார்கள்!' என்றாள் பிங்கி.

பிங்கியை மிஸ்ராவால் ஏன் கட்டுப்படுத்த முடியவில்லை என்று அவனுக்குப் புரிந்தது.

'டார்ஜிலிங்கிலிருந்து திரும்பி வந்ததும் அவள் போக்கு விசித்திரமாக மாறிற்று. என்னை அலட்சியப்படுத்தத் தொடங்கி னாள். எனக்குக் காரணம் புரியவில்லை. அவளை நல்லவள் என்று நம்பியது என் முட்டாள்தனம் என்று உணர்ந்தேன். அவள் ஆறு மாசத்துக்கு முன்னால் என்னிடம் சொல்லிக்கொள்ளாமல் டார்ஜிலிங் போய்விட்டாள். பிறகுதான் தெரிந்தது, அவள் ஒரு அமெரிக்கனை சிநேகிதம் பிடித்து விட்டாளென்று. இதற்குள் அவளை அந்தப் பழைய கேஸில் சம்பந்தப்படுத்திய புதிய துப்பு ஒன்று கிடைத்தது. போலீஸ் அதிகாரி என்ற முறையில், மனைவி என்றும் பாராமல், அவளைக் கைது செய்வதற்கு வாரண்ட் அனுப்பினேன்.'

'இட் லுக்ஸ் வெரி நெய்வ்' என்றான் கஸ்தூரி.

'நீங்கள் நம்பினால் நம்புங்கள், இல்லாவிட்டால் போங்கள். இதுதான் உண்மை. அவள் கைது செய்யப்பட்டு டில்லிக்குக் கொண்டுவரப்பட்டாள். அவள் கேஸை நான் விசாரிக்கக் கூடாது என்று அப்பீல் செய்தாள். முதலில் நான்தான் அவளைத் திருமணத்துக்கு வற்புறுத்தி, கேஸை வாபஸ் பெற்றுக் கொள்வ தாக வாக்களித்ததாகக் கூறினாள். டிபார்ட்மெண்டிலிருந்த என்னுடைய சில எதிரிகளும் அவளுடன் சேர்ந்து சதி செய்தனர். இதுதான் என்னை சஸ்பென்ட் செய்ததற்குக் காரணம்' என்று கூறி முடித்தார்.

'நான் இதில் என்ன செய்ய முடியும்?' என்றான் கஸ்தூரி.

'இப்பொழுது இது டிபார்ட்மெண்டல் என்கொயரி என்றளவில் இருக்கிறது. ஹோம் மினிஸ்டிரியில் கிருஷ்ணசாமி என்ற டெபுடி செகரட்ரியிடம் பேப்பர்கள் போயிருக்கின்றன. இதற்கு மேல் நான் உங்களிடம் சொல்லவேண்டியதில்லை. மிஸ்ரா நமக்குப் பல உதவிகள் செய்திருக்கிறார்.

கஸ்தூரி பேசாமலிருந்தான். அவனுக்கு எரிச்சல் ஏற்பட்டது. திட்டமிட்டு அயோக்கியத்தனம் செய்துவிட்டு அசட்டுப் பட்டத்தைச் சுமந்துகொண்டு ஒருவன் உட்கார்ந்திருக்கிறான். இவனுக்குப் போய் உதவி செய்ய வேண்டுமா? ஆர்ய சமாஜி என்ற முறையில் ஓர் அபலைப் பெண்ணுக்கு அடைக்கலம்

அளித்தானாம். 'அந்தப் பெண்ணின் அழகில் மயங்கி அவளை மணந்துகொண்டேன்!' என்று சொன்னாலாவது அது நாணயமாக இருந்திருக்கும். இவனுக்கு உதவி செய்வதைப் பற்றி யோசிக் கலாம். கொலைக் கேஸில் சம்பந்தப்பட்ட பெண்ணை விவா ஹம் செய்துகொண்டு, கேஸை அமுக்கிய பிறகு, ஐம்பத்தொரு வயதுக் கிழவனை அவள் காதலிக்கவில்லை என்றதும், அது இவனுக்கு ஆச்சரியமாக இருந்தது என்பதுதான் ஆச்சரியமாக இருக்கிறது. மடையன்!

'என்ன, கஸ்தூரி... கிருஷ்ணசாமியை உங்களுக்குத் தெரியு மல்லவா?'

'தெரியும். ஆனால் எதற்கும் ஒரு எல்லை உண்டு.'

'அப்படியென்றால்?'

'இவருக்கு எதற்காக உதவி செய்ய வேண்டுமென்ற சரியான காரணம் எனக்குத் தெரியவில்லை.'

'மிஸ்ராவுக்குக் கஸ்டம்ஸ் அலுவலர்கள் பலரைத் தெரியும் என்ற செய்தி நமக்கு அனுகூலமாக இருந்தது என்ற காரணம் போதாதா?'

'போதாது.' - அவன் குரலில் ஒரு கண்டிப்பு இருந்தது.

மகேஷ் முகம் சிவந்தது.

'உங்களுக்குக் கொடுக்கப்பட்டிருக்கும் கார், பங்களா, இன்னும் பல சலுகைகள்...'

கஸ்தூரி நிதானமாகச் சொன்னான்: 'ஒவ்வொருவருக்கும் வாழ்க்கையில் தீர்மானமாக ஒரு முடிவு செய்ய வேண்டுமென்ற நிர்ப்பந்தம் ஏதாவது ஒரு சமயம் ஏற்படும், சித்தார்த்தனுக்கு ஏற்பட்டதுபோல. அது இப்பொழுது எனக்கு ஏற்பட்டிருக் கிறது.'

# 14

கஸ்தூரி எழுந்திருந்தான். மகேஷைப் பார்த்துப் புன்னகை செய்தான். 'ஸோ தேங்க் யூ, மிஸ்டர் மகேஷ்.'

'உங்களுக்குப் பைத்தியம் பிடித்துவிட்டதா?' என்று கேட்டான் மகேஷ்.

'ஒரே இடத்தில் ஒண்டிக் கொண்டிருந்தால் மனசு வளராது என்பார்கள். இன்று நம் உறவை ஒரு க்ரைஸிஸ் அளவுக்குக் கொண்டு செலுத்திய மிஸ்டர் மிஸ்ராவுக்கு என் நன்றி. உங்களுடைய கார், பங்களா இன்னும் பல சலுகைகளை நீங்கள் திரும்ப எடுத்துக் கொள்ளலாம்.'

'ஐ ஆம் சாரி... என்னால் உங்கள் உறவு' என்று ஆரம்பித்தார் மிஸ்ரா.

'நீங்கள் அப்படிப் போக முடியாது, மிஸ்டர் கஸ்தூரி.

கம்பெனி விதிகளின்படி நோட்டீஸ், அது இது என்ற பல சட்ட விவகாரங்கள் உண்டு என்று உங்களுக்குத் தெரியுமென்று நம்புகிறேன்.'

'தெரியும். கம்பெனியிலிருந்தே எனக்கு நிறைய கமிஷன் பணம் வர வேண்டுமென்று உங்களுக்குத் தெரியுமென்று நம்புகிறேன். இது மூன்று மாதச் சம்பளத்துக்கு மேலிருக்கும். அப்படி அதிகமாக இருந்தால், அது கம்பெனிக்கு என்னுடைய நன்கொடையாக இருக்கட்டும்.

மகேஷின் முகம் கோபத்தால் சிவந்தது. கஸ்தூரி அதைப் பொருட்படுத்தியதாகத் தெரியவில்லை. எழுந்திருந்து, மிஸ்ராவின் பெண் பிங்கியிடத்துக் கூறினான். 'உன்னுடைய அப்பாவுக்கு மறுபடியும் ஆர்ய சமாஜத் தியாக உணர்வு ஏற்படப் போகிறது. அவரைக் காப்பாற்று.'

பிங்கி சிரித்தாள். 'ஐ லைக் யூ, கம் ஆன். ஹேவ் ஒன் ஐஸ் கிரீம்..' என்று சொல்லிக் கொண்டே ஃப்ரிஜை நோக்கிச் சென்றாள்.

கஸ்தூரி 'நோ, ப்ளீஸ்!' என்று சொல்லியவாறு வெளியே போனான்.

இப்பொழுது எங்கே போவது? அவன் மனத்தில் நிம்மதியும் உற்சாகமும் ஏற்பட்டிருந்தன. மறுபடியும் வாழ்க்கையைப் புதியதாகத் தொடங்கக் கூடிய சுதந்தரம் அவனுக்கிருக்கிறது. எதிர்காலம் என்ற சூதாட்டம் தந்த சஸ்பென்ஸ் அவனுக்கு மிகவும் பிடித்திருந்தது.

அவன் காரில் ஏறி உட்காரப் போனபோதுதான் அவனுக்கு ஞாபகம் வந்தது. இதுவும் கம்பெனி கார்தான்.

அவன் காரிலிருந்த தன்னுடைய சில சாமான்களை எடுத்துக் கொண்டு, பஸ் ஸ்டான்டை நோக்கிச் சென்றான்.

காரில் சென்றவன் கால்நடையாக வருவான் என்று வின்சென்ட் எதிர்பார்க்கவில்லை.

'கார் என்ன ஆச்சு சார்?' என்றான் வின்சென்ட்.

'நான் கம்பெனியிலிருந்து ராஜிநாமா செய்துவிட்டேன். நல்ல வேளை, இந்த வீட்டைக் காலி பண்ணறது ஒரு பெரிய பிரச்னை

இல்லை... எனக்குன்னு ஒரு சாமான் கிடையாது. எல்லாம் கம்பெனியைச் சேர்ந்தது.'

வின்செண்ட் ஸ்தம்பித்து நின்றான். கஸ்தூரியினால் அவனடைந்த அதிர்ச்சியைப் புரிந்து கொள்ள முடிந்தது. அவன் பர்ஸைத் திறந்து பணத்தை எடுத்தான்.

'உன்னோட மூணு மாசச் சம்பளம். வேண்டாம்னு மறுக்காதே. இதுதான் நியாயம்' என்றான் கஸ்தூரி.

வின்செண்ட் அந்தப் பணத்தைப் பெற்றுக் கொள்ளவில்லை. 'நீங்க என்ன செய்யப் போறீங்க? உங்களோடேயே நான் இருக்கேனே' என்றான் அவன்.

'அது முடியாத காரியம். நான் மறுபடியும் வேலை தேடியாக ணும். அது வரையில் எங்கே இருப்பேன்னு தெரியாது. இந்தப் பைத்தியக்காரத்தனமான விசுவாசமெல்லாம் வேண்டாம். இதுக்கு அர்த்தம் கிடையாது.'

அப்போழுது டெலிபோன் ஒலித்தது. கஸ்தூரி போனில் பேசப் போனான். அவன் எதிர்பார்த்தபடி மகேஷ்தான்.

'மிஸ்டர் கஸ்தூரி... நடந்ததை மறந்து விடுங்கள். நீங்கள் ராஜிநாமா செய்வதை நான் விரும்பவில்லை.'

'மன்னிக்க வேண்டும். வாழ்க்கையை ஒரு பரிசோதனையாகவே நினைத்து நான் வாழ்ந்திருக்கிறேன். மறுபடியும் என்னால் என்னைப் பழைய மனநிலைக்குத் தயார் செய்து கொள்வதென் பது இயலாத காரியம். உங்கள் கம்பெனி நலத்தை நீங்கள் பெரிதாகக் கருதினால், என் இஷ்டப்படி என்னை விட்டுவிடு வதுதான் நல்லதென்று நினைக்கிறேன்.'

மகேஷ் சிறிது நேரம் பேசாமலிருந்தான். பிறகு சொன்னான்: 'மீனாவின் ராஜிநாமாவால் நீங்கள் பாதிக்கப்பட்டு விட்டீர்களென்று நினைக்கிறேன்.'

இது குற்றச்சாட்டா அல்லது பரிதாப உணர்ச்சியா என்று கஸ்தூரி யினால் புரிந்துகொள்ள முடியவில்லை. ஆனால் இதைப்பற்றி அவன் மகேஷிடம் விவாதிக்க விரும்பவில்லை.

'ஆல்ரைட். ஐ வில் லீவ் யூ. நீங்கள் விடுமுறையில் இருப்பதாக நினைத்துக் கொள்கிறேன். எப்பொழுது வேண்டுமானாலும்

நீங்கள் திரும்பி வரலாம். உங்களுடைய கமிஷனை மூன்று மாத நோட்டீசுக்காகத் தர வேண்டுமென்ற அவசியமில்லை. நீங்கள் வந்து பணத்தைப் பெற்றுக் கொள்ளலாம்.'

மகேஷ் ஒரு நல்ல வியாபாரி. அவன் நோக்கம் கஸ்தூரிக்குப் புரிந்தது.

'நான் வீட்டை இப்பொழுதே காலி செய்கிறேன். யாரையாவது அனுப்புங்கள்.'

'அவசியமில்லை. எப்பொழுது சவுகரியமோ அப்பொழுது நீங்கள் போகலாம்.'

'மிஸ்டர் மகேஷ். உங்கள் நல்ல எண்ணத்துக்கு நன்றி. நான் இன்று வீட்டைக் காலி செய்யலாமென்றிருக்கிறேன். தயவு செய்து யாரையாவது அனுப்புங்கள்.'

'ஏன் இவ்வளவு பிடிவாதமாக இருக்கிறீர்கள்?'

'நான் சொல்ல வேண்டியதெல்லாம் ஏற்கெனவே சொல்லி யாகிவிட்டது.'

'சரி, சரி. வீட்டைப் பூட்டிச் சாவியை உங்கள் ஆள் - அவன் பெயரென்ன, வின்சென்ட்டா? - அவன் மூலம் அனுப்புங்கள்.'

'பூஸா ரோட் வீட்டை விட்டுக் கஸ்தூரி புறப்பட்டபோது மாலை மணி ஏழு. கையில் சூட்கேசுடனும் ஹோல்ட் ஆலுடனும் தெருவில் வந்து நின்றான். எங்கு போவது? -

'ஹல்லோ, அட் கிராஸ் ரோட்ஸ்?' என்று குரல் கேட்டதும் அவன் திரும்பினான்.

சுரஜித் சிங்கின் மனைவி. பிரெஞ்சு ஸ்போர்ட்ஸ் மாடல் கார் அவனை உராய்ந்து கொண்டு நின்றது. சுரஜித் சிங்குக்கு டில்லி யில் பாதி வீடுகள் சொந்தம். இதைத் தவிர கண்ணாடித் தொழிற் சாலை, கார் ஏஜென்ஸி, இரசாயனப் பொருள்கள் உற்பத்தி இன்னும் என்னென்னவோ... இவள் அவனுடைய மூன்றாவது மனைவி. மாஜி டென்னிஸ் சாம்பியன். முதல் இரண்டு மனைவியரும் போய்விட்டார்கள். முதல் மனைவியுடைய மகளின் புகழ் ஐரோப்பிய ஹோட்டல்களில் கொடிகட்டிப் பறந்தது. இரண்டாவது மனைவிக்குக் குழந்தைகள் இல்லை.

மூன்றாவது மனைவியோ, சுரஜித் சிங்கைப் பொறுத்தவரையில், அவனுக்கே குழந்தை. அவனுக்கு அறுபதுக்கு மேலிருக்கும். இவள் மேக்அப்பைக் கலைத்துக் கூட்டிக் கழித்துப் பார்த்தாலும், இருபத்தைந்துக்கு மேற்பட்டிருக்காது. இவளை மகேஷ் கொடுத்த பார்ட்டி ஒன்றில் கஸ்தூரி சந்தித்தான். காக்டெயிலை எவ்வளவு வேண்டுமானாலும் தாங்கக் கூடிய அவள் திறமையை அன்று அவனால் உணர முடிந்தது.

அவள் பெயர் ஆஷா.

'எஸ்... ஐ ஆம் அட் கிராஸ் ரோட்ஸ்' என்றான் கஸ்தூரி. அவன், தான் மகேஷை விட்டு விலகிய செய்தியைச் சொன்னான்.

நீலநிற ஜரிகைப் புள்ளியிட்ட பனாரஸ் புடைவையை உடலோடு ஒட்டிய நிலையில், அங்கங்களின் வாளிப்பு தெரியக் கட்டியிருந்த அவள், நீண்ட புருவத்தைக் கேள்வியாக உயர்த்தினாள். ரோஸ் நிற க்யூடக்ஸ் தடவிய நீண்ட நகங்களைப் பற்களுக்கிடையே சுவைத்துக்கொண்டு, முகத்தில் புன்னகை ஒளியேற்றி அவள் சொன்னாள்: 'ஹேவ் இன், ப்ளீஸ்.'

அவன் காரில் ஏறி உட்கார்ந்தான். அவனுடைய பெட்டியையும், ஹோல்டாலையும் பின்னால் வைத்தான்.

கார் புறப்பட்டது.. 'இப்பொழுது சொல்லுங்கள், என்ன நடந்தது?' என்றாள் ஆஷா.

'என்ன நடந்தால் என்ன? இப்பொழுது டில்லியில் ஜீவனத்துக்கு ஒரு வேலை.' என்றான் கஸ்தூரி.

'உங்களுக்கு வேலை கிடைப்பது ஒரு சிரமமான காரியமல்ல!' என்றாள் ஆஷா.

'எப்படிச் சொல்கிறீர்கள்?'

'ஹூம்...' என்று சொல்லிக் கொண்டே அவள் காரை இடப் புறமாகத் திருப்பினாள். அப்பொழுது அவள் சிறிது அவன் புற மாகச் சாய்ந்தாள். உயர்தரமான சென்ட் மணம் அவன் மனத்தை நிறைத்தது.

'என்னுடன் வாருங்கள். என் கணவர் உங்களுக்கு உதவி செய்யக் கூடும்.'

வீட்டை விட்டுப் புறப்பட்டு தெருவுக்கு வருவதற்குள் தனக்கு வேலை கிடைத்து விட்டதே! இதற்குத்தான் அதிர்ஷ்டம் என்று பெயரோ? ஆனால் மறுபடியும் இதே லையாசன் உத்தி யோகமோ? கை அரிக்கும் ஆள்களைப் பார்த்துப் பார்த்துப் புன்னகை செய்யும் வேலையைத் தவிர வேறு தனக்குக் கிடையாதா? - மகேஷிடமிருந்து தான் விலகத் தீர்மானித்தது, இந்த வேலை அலுத்துவிட்டது என்ற காரணத்தாலா அல்லது அவன் சொன்னது போல் மீனா அந்த ஆபீஸை விட்டு நீங்கிவிட்டாளென்பது தன்னை சென்டிமெண்ட்டாகப் பாதித் தது என்ற காரணத்தாலா? - அல்லது இயல்பாகவே மாறுதலை அடிக்கடி விரும்பும் தன் சுபாவமான தன்மையின் காரணத் தாலா?

'என் கணவர் உங்களுக்கு உதவி செய்யக்கூடும்' என்றால் இவளுடைய சிபாரிசு மூலமாகத்தான் வேலையைப் பெற வேண்டுமா?

அவள் கூப்பிட்டவுடன் காரில் ஏறி உட்கார்ந்தது தவறு. ஆனால் அவள் தலையைச் சற்றுச் சாய்த்து, அந்தப் புன்னகையுடன் கூப்பிட்டபோது அவள் கூப்பிடுகின்றாள் என்பதைத் தவிர வேறு எதுவும் தோன்றவில்லை. அவனுக்கு இச்சமயத்தில் யாரேனும் ஒருவருடைய நெருக்கம். அதுவும் இவளைப் போன்ற பெண்ணுடைய நெருக்கம் என்றால், வேண்டாமென்று எப்படிச் சொல்ல முடியும்? - தேவையாக இருந்தது. ஆனால் இப்பொழுது தான், அவள் தன் கணவன் மூலமாக அவனுக்கு வேலை வாங்கித் தருவதாகச் சொன்னதும், அவனுடைய சுயமதிப்பைப் பற்றிய நினைவு அவனுக்கு வந்தது. அவள் எதற்காகத் தனக்கு வேலை வாங்கித் தர வேண்டும்?

'உங்களுடன் பெட்டி படுக்கையுடன் நான் ஏன் வந்தேன் என்று எனக்குப் புரியவில்லை' என்றாள் கஸ்தூரி.

அவள் சிரித்தாள். 'உங்களுடைய இந்தப் போக்கு எனக்கு மிகவும் பிடித்திருக்கிறது.'

'எந்தப் போக்கு? யார் கூப்பிடப் போகிறார்களென்று தெருவில் பெட்டி படுக்கையுடன் நிற்கும் போக்கா?'

'ஆமாம்... வாழ்க்கையைப் பற்றி எவ்வளவு அலட்சியமாக இருக் கின்றீர்கள் என்பதை இது காட்டுகிறது. அடிப்படையான

வாழ்க்கை மதிப்புகள் என்ற கண்கட்டு வித்தையில் உங்களுக்கு நம்பிக்கை இல்லை என்ற போக்கு - நானும் உங்கள் மாதிரிதான்.'

'நீங்கள் சொல்வது தவறு. வாழ்க்கையின் அடிப்படையான மதிப்புகளில் நம்பிக்கை இருக்கும் காரணத்தால்தான், சமூகத்தி லுள்ள ஒரு சிலர் மட்டும் சலுகைகளைப் பயன்படுத்திக் கொண்டு முன்னேறுவதைக் காணும்போது கோபம் ஏற்படுகிறது. அந்தக் கோபத்தின் காரணமாகத்தான், சமூகத்தையே முட்டாளாக்க நான் தயங்கவில்லை.'

'குட். நீங்கள் நான் நினைப்பதை அழகாகக் கூறுகிறீர்கள். சுரஜித் சிங்கின் மீது காதல் கொண்டா அவரை நான் மணக்க இசைந் தேன்? - அல்லது அவர்தான் எனக்கு அவர்பால் உண்மையான காதல் இருக்குமென்று நம்புகிறாரா? - பணத்தைக் கொடுத்து என்னை அவர் வாங்கும்போது, அதே பணத்தினால் வாழ்க்கை யின் பரிபூரணமான பலன்களை நான் ஏன் அனுபவிக்கக் கூடாது?'

'ஆகவே நம்முடைய அலட்சியமான பாவனையெல்லாம் சூழ்நிலையால் நம்மீது சுமத்தப்பட்ட நிர்ப்பந்தம் என்பதை ஒப்புக் கொள்வீர்களென்று நம்புகிறேன்.'

'ஒரு வகையில் பார்த்தால் உண்மைதான்' என்றாள் ஆஷா.

கார் கர்ஸன் ரோட் வழியாகச் சென்று கொண்டிருந்தது.

'உங்கள் வீடு இங்கேதான் இருக்கிறது அல்லவா?' என்று கேட்டான் கஸ்தூரி.

'ஆமாம். இதோ வந்து விட்டது.'

மாளிகை போன்ற பெரிய பங்களா. வாசலில் லான்ஸ் ஒரு அரை ஏக்கரா பரப்புக்கு இருக்கும். பச்சைப் பசேலென்று கண்ணுக்குக் குளிர்ச்சியாக இருந்தது.

போர்டிகோவில் காரை நிறுத்தினாள் ஆஷா. கன்றுக்குட்டி மாதிரி இருந்த ஒரு பெரிய அல்சேஷன் அவனை வரவேற்றது. கஸ்தூரி சொன்னான். 'மை காட். வாட் எ டாக்.'

அவள் சிரித்துக் கொண்டே, அந்த நாயைத் தழுவிக் கொண் டாள்.

‘இத்தனை பெரிய நாயை இவ்வளவு சுலபமாகத் தழுவிக் கொள்ளும் உங்களைப் பார்த்தால் பயமாக இருக்கிறது!’ என்றான் கஸ்தூரி.

‘பயப்பட வேண்டாம். என்னுடன் வாருங்கள்’ என்றாள் ஆஷா.’

ஒரு வேலைக்காரன் அவனுடைய சூட்கேஸையும் ஹோல்ட் ஆலையும் எடுத்துக் கொண்டு உள்ளே போனான்.

‘மிஸ்டர் சுரஜித் சிங் இன்னும் வந்திருக்க மாட்டார் இல்லையா?’ என்று கேட்டான் கஸ்தூரி.

அவள் ஹாலில் சோபாவில் உட்கார்ந்தாள்.

சுரஜித் சிங் ஊரிலில்லை என்ற செய்தியைக் கேட்டதும் கஸ்தூரி சிறிது ஆச்சரியமடைந்தான்.

‘அப்படியானால் வேலை வாங்கித் தருவதாகச் சொன்னீர்களே?’

‘ஊரிலிருந்து வந்ததும் வாங்கித் தருவேன் என்று சொன்னேன்.’

‘எந்த ஊருக்குப் போயிருக்கிறார்?’

‘வெளியூருக்கு... இந்தியாவை விட்டு. ஜப்பானில் சுற்றுப் பயணம் செய்கிறார்.’

‘வர எத்தனை நாளாகும்?’

‘எனக்குத் தெரியாது. அவர் நாளைக்கே வரலாம். பத்து நாள் கழித்தும் வரலாம்.’

‘அப்படியானால் என்னை இங்கு அழைத்து வந்ததன் காரணம் என்ன?’

‘ஹல்லோ மை ஸ்வீட் வர்ஜின் பாய். டோன்ட் ஆஸ்க் ஸில்லி கொஸ்சின்ஸ்.’

கஸ்தூரி அவளைப் பார்த்துக் கொண்டே சிறிது நேரம் நின்றான். மாஜி டென்னிஸ் சாம்பியனுக்கு இதுவுமொரு விளையாட்டு.

‘நான் இதை எதிர்பார்க்கவில்லை!’ என்றான் கஸ்தூரி.

‘ரியலி? டோன்ட் ப்ரொடஸ்ட் டூ மச் - வாட் வில் யூ ஹேவ்? வோட்கா?’

‘இப்பொழுது வோட்காவா? இன்னும் சிறிது நேரமாகட்டும்’ என்றான் கஸ்தூரி.

‘சரி. போய் உடை மாற்றி வாருங்கள். விருந்தினர் வரவேற்பு அறையில்தான் பார் இருக்கிறது’ என்றாள் ஆஷா.

கஸ்தூரி உடை மாற்றிக்கொண்டு வந்ததும் அவள் அவனை விருந்தினர் வரவேற்பு அறைக்கு அழைத்துச் சென்றாள். அது ஒரு நீண்ட அறை. கீழே மொசெயிக் தரை மிகவும் வழவழப்பாக இருந்தது. கண்ணாடியால் இயற்றப்பட்டதுபோல் சுவர்களில் ஓரியண்டல் பெயிண்டிங் சீலிங் வர்ணக் காகிதத்தால் அலங் கரிக்கப்பட்டு மிகவும் கவர்ச்சியாக இருந்தது.

அவள் வோட்காவைக் கண்ணாடித் தம்ளர்களில் நிரப்பினாள்.

‘உங்கள் மாதிரி காக்டெயிலும் வோட்காவும் தாங்கக் கூடிய பெண்ணை நான் பார்த்ததில்லை!’ என்றான் கஸ்தூரி.

‘தேங்க்ஸ்’ என்றாள் ஆஷா.

இருவரும் ஸ்டூலில் உட்கார்ந்தனர்.

‘உங்கள் கணவர் உங்களுக்குப் பரிபூரண சுதந்தரம் வழங்கி யிருக்கிறார் போலிருக்கிறது’ என்றான் கஸ்தூரி.

‘நான் அவரைக் கல்யாணம் செய்து கொள்ளும்போதே இதுதான் நிபந்தனை. நானும் அவர் விஷயங்களில் குறுக்கிடுவதில்லை.’

‘நல்ல பரந்த மனப்பான்மை உடைய கணவர்!’ என்றான் கஸ்தூரி.

‘நான் நல்ல பரந்த மனப்பான்மையுள்ள மனைவி என்பதும் ஞாபகமிருக்கட்டும்!’ என்றாள் ஆஷா.

‘சியர்ஸ் ஃபார் ஹஸ்பெண்ட்ஸ், ஒய்ஃப்ஸ், அண்ட் பாச்சிலர்ஸ்’ என்று சொல்லிக் கொண்டே தம்ளரை உயரப் பிடித்தான் கஸ்தூரி.

‘அண்ட் குட் - லுக்கிங் பாச்சிலர்ஸ் அட் தட்’ என்றாள் ஆஷா. ‘மை காட் விஷம் மாதிரி நெஞ்சுக்குள் இறங்குவதை ஒரே மடக்கில் குடித்து விட்டீர்களே?’ என்றாள் ஆஷா.

‘நான் குருச்சாவின் சிஷ்யன். பாட்டில் எங்கே?’

கடந்த சில வாரங்களாக அவன் நெஞ்சில் ஏறியிருந்த சுமையின் காரணமாக உள்ளுக்குள் புழுங்கிக் கிடந்த அவன் உணர்ச்சிகள்

இப்பொழுது பொங்கி எழுந்தன. அவன் போக்கில் ஒரு தீவிரம் ஏற்பட்டது. அவன் மிக வேகமாகக் குடிக்க ஆரம்பித்தான்.

'மிஸ்டர் கஸ்தூரி. வாட் ஈஸ் ராங் வித் யூ? ஐ தாட் யூ ஆர் எ மேன் ஆஃப் ஸம் பேலென்ஸ்' என்றாள் ஆஷா.

'நோ. ஐ ஆம் நாட்' என்று கூறிக் கொண்டே கஸ்தூரி மேலும் இரண்டு தம்ளர்களைக் காலி செய்தான்.

ஆஷா ஸ்டூலினின்றும் எழுந்திருந்தாள். 'சரி, வாருங்கள். சற்று நேரம் உள்ளே போய்ப் பேசலாம்.'

இதற்குள் வோட்கா தன் வேலையைச் செய்ய ஆரம்பித்தது.

'நான் ஏன் குடிக்கிறேன் தெரியுமா?' என்று கேட்டான் கஸ்தூரி.

'ஏன்?'

'மீனா என்னை உதாசீனம் செய்து விட்டாள்.'

'மீனா என்பது யார்?' என்றாள் ஆஷா.

'நான் சந்தித்த முதல் நாளே என்னைத் தன் படுக்கை அறைக்குச் சுலபமாக்கிக் கொண்டு விட்ட பெண். ஷீ ஈஸ் எ பிட்ச்.'

'நான் ஆச்சரியப்படவில்லை' என்றான் ஆஷா.

'எதைப் பற்றி? அவள் பிட்ச் என்பதைப் பற்றியா அல்லது அவள் என்னை நான் சந்தித்த முதல் நாளே... எக்ஸெட்ரா... எக்ஸெட்ரா... அதனாலா?'

'இரண்டைப் பற்றியும்.'

'ஆர் யூ எ பிட்ச்?'

'கம் ஆன்.'

தள்ளாடிக் கொண்டே அவளைப் பின் தொடர்ந்து கஸ்தூரி அப்படியே மயங்கிக் கீழே விழுந்து விட்டான். அவன் வோட்கா சாப்பிடுவதற்கு முன், ஆஷாவிடம் ஒன்று சொல்ல மறந்து விட்டான். அதுதான், அவன் வோட்கா அதுவரை சாப்பிட்ட தில்லையென்பது.

# 15

கஸ்தூரி கண் விழித்தபோது நன்றாகப் பொழுது புலர்ந்திருந்தது. அவன் படுத்திருந்த கட்டிலுக்கருகே இருந்த ஜன்னலின் வழியாகக் கதிரவனின் மஞ்சள் நிற ஒளிக் கம்பிகள் உள்ளே வந்து கொண்டிருந்தன. ஜன்னலையொட்டிப் படர்ந்திருந்த மாதுளை மரத்தின் கிளைகள் காற்றில் லேசாக ஆடின. மேலே வென்டிலேட்டரில் வந்து உட்கார்ந்த இரண்டு குருவிகள் ஏதோ பலமாக விவாதித்துவிட்டு, அறையின் மத்தியிலிருந்த மின் விசிறிகள் மேல் வந்து அமர்ந்து கொண்டன. இந்த ஒரு கணத்தில் தன்னை இழந்து வேறு எதனைப் பற்றியும் சிந்திக்காமல் படுத்துக் கொண்டிருந்த கஸ்தூரி, திடீரென்று எழுந்து உட்கார்ந்தான்.

எங்கு இருக்கிறோம்?

முதல் நாளிரவு சம்பவங்கள் கொஞ்சம் கொஞ்சமாக நினைவுக்கு வந்தன. சுரஜித் சிங் வீட்டில் ஆஷாவின் விருந்தினனாக, அவளுக்குச் சொந்தமான கருங்காலி மரத்தில் செய்யப்பட்ட ஆடம்பரக் கட்டிலில் எம்.எம். ஃபோம் சுகத்தில் படுத் திருக்கிறோம். வோட்கா குடிக்கத் தொடங்கியது அவன் நினைவுக்கு வந்தது. தள்ளாடிக் கீழே விழுந்ததும், கனவு கண்டது போல் ஞாபகத்துக்கு வந்தது. சே! பஸ் ஸ்டாப்பில் கண்ட பெண்ணுடன் வந்து, தன் சரித்திரத்தை அவள் தோளருகே சொல்லி அழுது, வோட்கா குடித்து மயங்கி விழுந்து... தனக்கு மட்டும் ஏன் இப்படியெல்லாம் நடக்கிறது.

அவன் கட்டிலிலிருந்து இறங்கி அதை ஒட்டியிருந்த பாத்ரூமுக்குச் சென்றான். சிறிது நேரத்தில் அவன் வெளியே வந்து கட்டிலை ஒட்டியிருந்த ஸ்டூலில் உட்கார்ந்து கொண்டான். எதிரே ட்ரெஸ் ஸிங் டேபிள் மடித்து வைக்கப்பட்டிருந்த டவலை எடுத்து முகத்தைத் துடைத்துக் கொண்டான். கண்ணாடியில் தன் முகத்தைச் சற்று நேரம் உற்றுப் பார்த்துக் கொண்டிருந்தான். சிறு வயதில், பையனாக இருந்தபோது, எப்படியிருந்தது இந்த முகம்? - கண் களின் கீழே, லேசாக நிழல் தட்டும் இந்த அனுபவத்தின் முத்திரை அப்பொழுது இருந்திருக்காது; முகத்தின் தோலில் காணப்படும் இந்தத் தடிப்பு அப்பொழுது இல்லை. இது எலெக்டிரிக் ரேஸர் அளித்த சீதனம். 'நான் யார்?' - தோல் தடித்து, கண்களின் கீழே நிழல் படியும், வெறும் பௌதீக மாற்றமா? அல்லது நிகழ்ச்சிகளினால் அலைப்புண்டு வெவ்வேறு நினைவுகளில் ஆழ்ந்து போகும் உள் மனத்தின் பரிணாம கதியா? எது சத்தியம்? - எது பொய்?

அப்பொழுது கதவை யாரோ மெதுவாகத் தட்டும் சத்தம் அவனுக்குக் கேட்டது.

'எஸ். கம் இன்.'

தேநீர் வந்தது. அதைக் கொண்டு வந்த, வில்லையணிந்த வேலைக்காரன், 'குட் மார்னிங்!' என்றான்.

கஸ்தூரி தலையை ஆட்டினான்.

வேலைக்காரன் மேஜையின் மீது தேநீர்த் தட்டை வைத்தான். பூ வேலைப்பாடுகளுடன் கூடிய இளநீல மேலுறையை நீக்கி, பாட்டிலிலிருந்த பொன் நிறமான ஸ்பூனினால் அவன் கலக்கி னான். ஆவி பறந்தது.

கஸ்தூரி எழுந்திருந்து மீண்டும் கட்டிலில் வந்து உட்கார்ந்தான்.

வேலைக்காரன் மீண்டும் ஒரு சல்யூட் அடித்துவிட்டு வெளியே சென்றான்.

அப்பொழுது கட்டிலருகே இருந்த டெலிபோன் ஒலித்தது. அவன் போனை எடுத்தான்.

'குட் மார்னிங்!' என்ற குரலைக் கேட்டதும், படுக்கையை விட்டு எழுந்திருக்க முயன்று கொண்டிருந்த ஆஷாவின் உருவம் அவன் மனக்கண் முன் வந்து நின்றது.

'குட் மார்னிங்!'

'தி மார்னிங் ஆஃப்டர் தி நைட் பிஃபோர்?'

'நோ ஐ ஆம் ஆல் ரைட்' என்றான் கஸ்தூரி.

'இன்னும் பத்து நிமிஷங்களில் உங்களைச் சந்திக்கிறேன்.'

'ஆல் ரைட்.'

கஸ்தூரி தேநீரைக் கோப்பையில் ஊற்றிச் சிறிது பாலைக் கலந்தான். அதைச் சாப்பிட்டதும் உடம்பில் கொஞ்சம் சுறுசுறுப்பு உணர்வு தோன்றத் தொடங்கியது. அவன் கட்டிலை விட்டு இறங்கிச் சுவருடன் ஒட்டி அமைக்கப்பட்டிருந்த பீரோவைத் திறந்தான். அவன் ஆடைகள் தொங்கிக் கொண்டிருந்தன. தானணிந்திருந்த ட்ரெஸ்ஸிங் கவுனை நீக்கி - இதை நேற்றிரவு தனக்கு யார் அணிவித்திருப்பார்கள்? - தன்னுடைய ஆடைகளை அணிந்து கொண்டான்.

'சே! ஐ பிஹேவ்ட் லைக் எஸ்வைன் லாஸ்ட் நைட்.' என்று அவன் தனக்குள் சொல்லிக் கொண்டான். அவள் - ஆஷா - ஒன்றும் நடக்கவில்லை என்பது போலப் பேசுகிறாளே! நேற்றிரவு தன்னை இரண்டு பேராவது தூக்கி வந்து இந்த அறையில் போட்டிருக்க வேண்டும். சுரஜித் சிங் ஊரில் இல்லாதபோது இப்படி எஜமானியோடு அயலான் வந்து குடித்து மயங்கி விழுவது ஒரு சகஜமான நிகழ்ச்சியா இந்த வீட்டில்? 'குட்மார்னிங்' என்று சொல்லிவிட்டுப் போன வேலைக்காரன் முகத்தினின்றும்கூட அவனால் இதைப் பற்றிய 'அவர்கள்' அபிப்பிராயத்தை ஊகித்து அறிய முடியவில்லை.

அவன் இருந்தது மாடியறையில். அவன் கீழே இறங்கி வந்தான். ஹாலில் ஆஷா நின்று கொண்டிருந்தாள். ட்ரெஸிங்க் கவுனை இன்னும் நீக்கவில்லை.

'ஓ... யூ லுக் வெரி ஸ்மார்ட்....' என்றாள் ஆஷா.

கஸ்தூரி அவளருகே வந்து நின்றான். 'ஐ ஆம் வெரி ஸாரி ஃபார் எஸ்டெர்டே' என்றான்.

அவள் தோள்களைக் குலுக்கிக் கொண்டாள். 'நான் ஓரளவு ஏமாந்தேன் என்பதை என்னால் மறுக்க முடியாது. பை தி வே, முட்டாள் பெண்ணுக்காக நீங்கள் இவ்வளவு கவலைப்படுகிறீர் கள் என்பதுதான் ஆச்சரியமாக இருக்கிறது.'

கஸ்தூரி பதில் சொல்லவில்லை.

'உக்காருங்களேன்...' என்றாள் ஆஷா.

'நான் போகலாமென்றிருக்கிறேன்.'

'எங்கே?'

'ட்ருத் ஈஸ் ஸ்ட்ரேஞ்சர் தன் ஃபிக்ஷன்' என்பார்கள். அப்படித்தான் இருக்கிறது நேற்று மாலையிலிருந்து எனக்கு ஏற்பட்ட அனுபவங்கள்' என்றான் கஸ்தூரி.

'அனுபவம் ஒன்றும் ஏற்படவில்லை' என்றாள் ஆஷா. அவள் இதை மிகவும் சகஜமாகக் கூறினாள். அவள் இதழ்க் கடையில் புன்முறுவலின் கரு ஒன்றிருப்பது போல் கஸ்தூரிக்குத் தோன்றி யது. அது ஒரு ஸ்படிகக் கல்லைப் போல் பலப்பல அர்த்தங்களை வெவ்வேறு வண்ணங்களில் அவன் மனத் திரையில் விரித்துக் காட்டியது.

அவன் உட்கார்ந்தான்.

'நௌ யூ ஆர் எ குட் பாய்' என்று சொல்லிக்கொண்டே அவள் உள்ளே போனாள்.

இதுவரை மற்றவர்களுடன் கொண்டிருந்த தொடர்பில் தன் கை ஓங்கி, தன்னம்பிக்கையுடன் இருந்த அவனுக்கு, இப்பொழுது இவள் தன்னை ஒரு குழந்தையைப் போல் நடத்த, தன் எதிர்ப்பு உணர்ச்சி ஏன் தொண்டையுடன் அடங்கி விடுகிறது என்று

புரியவில்லை. இது தன்னுள் நிகழ்ந்துவிட்ட ஏதாவது மாற்றத்தைக் குறிக்கின்றதா அல்லது தன்னை விட வலிமை மிக்க ஒரு குணசக்தியை எதிர்ப்பட்டதால் தனக்கு ஏற்பட்ட தடுமாற்றமா?

அப்பொழுது வாசலில் கார் வந்து நிற்கும் சத்தம் கேட்டது.

சிறிதுநேரத்தில் காலிங் பெல்லின் சப்த ஸ்வரங்கள் உள்ளே சிதறின.

வேலைக்காரன் ஒருவன் சென்று கதவைத் திறந்தான். உள்ளே ஒருவர் - நாற்பது வயதிருக்கலாம் - கையில் ஒரு சிறிய டாக்டர் பையுடன் நுழைந்தார். தலையில் முன்புறம் வழுக்கை. முகத்தில் தடித்த ப்ரேம் போட்ட கண்ணாடி ஆள் குட்டையாக இருந்தாலும், நல்ல தேகப்பயிற்சி செய்த உடம்பு.

'ஹல்லோ டாக்டர்...' என்று சொல்லிக்கொண்டே வந்தாள் ஆஷா.

அவள் ட்ரெஸ்ஸிங் கவுனை நீக்கிவிட்டுப் புடவை கட்டிக் கொண்டிருந்தாள். மேக் அப் அதிகமாக இல்லாவிட்டாலும் லேசாக இருந்தது.

'குட் மார்னிங்... மேடம்...' என்றார் டாக்டர்.

'இவர் என் நண்பர் மிஸ்டர்...' அவள் கொஞ்சம் தயங்கினாள். டாமிட் அவள் தன் பெயரை மறந்து விட்டாள். அது நியாயந்தான் எப்பொழுதோ பார்ட்டியில் சந்தித்த ஒருவனை வீட்டுக்கு அழைத்துச்சென்று வேறு பல காரணங்களுக்காக உபசரித்தாலும், அவன் பெயர் ஞாபகம் இருக்க வேண்டுமென்று என்ன அவசியம்? - அவனுக்கு ஆல்டஸ் ஹக்ஸ்லியின் கதை ஒன்று நினைவுக்கு வந்தது.

*'நான் இப்பொழுது பார்த்தேனே, அவளைக் கல்யாணம் செய்து கொள்ளப் போகிறேன்.'*

*'யாரை? - அவள் பெயர் என்ன?'*

*'எக்ஸாக்ட்லி, அவளைத்தான் - அவள் - பெயர் - என்ன - என்று தெரியாது - அதைப் பற்றி அக்கறையும் இல்லை.'*

டாக்டர் கைகளை நீட்டிக் கொண்டிருக்கிறார் என்பதை உணர்ந்தான் கஸ்தூரி. அவன் கைகளைக் குலுக்கினான்.

'என் பெயர் கஸ்தூரி.'

டாக்டர் முகத்தில் புன்முறுவல் தென்பட்டாலும் அவருடைய பார்வையின் அடித்தளத்தில் வேறு யாரோ ஒளிந்து கொண்டிருப்பது போல் அவனுக்குத் தோன்றியது.

டாக்டரும் ஆஷாவும் உள்ளே சென்றனர். இவளுக்கு என்ன உடம்பு? மாஜி டென்னிஸ் சாம்பியனுக்கு ஏற்ற ஆகிருதியான சரீரம் இருந்தாலும், தினசரி டாக்டர் வந்து பரிசோதனை செய்ய வேண்டுமென்ற அந்தஸ்து விதித்த நிர்ப்பந்தமா? - அவனுக்கு என்னவோ அந்த டாக்டரை முதல் பார்வையிலேயே பிடிக்காமல் போய்விட்டது. ஒரு இரண்டாந்தர ஹிந்திப் படத்தில் வருகின்ற வில்லன் மாதிரி இருந்தார்.

அப்பொழுது டெலிபோன் ஒலித்தது. வேலைக்காரன் வேகமாகச் சென்று டெலிபோனை எடுத்தான். அச்சா ஜி, அச்சா ஜி என்று இயந்திர கதியில் அவன் இதழ்கள் முணுமுணுத்தன. டெலி போனைக் கீழே வைத்துவிட்டு அவன் டாக்டரும் ஆஷாவும் சென்ற அறையைச் சிறிது நேரம் நோக்கினான். ஆஷாவுக்கு வந்திருக்க வேண்டும். அந்த போன் செய்தி. ஆனால் அவன் உள்ளே சென்று அந்தச் செய்தியைச் சொல்ல விரும்பவில்லை. ஏன்? - கஸ்தூரியின் மனத்தில் பல விதமான எண்ணங்கள் தோன்றின.

டாக்டர் வெளியே வந்தார்.

'சாஹப் ஆ ரஹி ஹை(ங்)' என்றான் வேலைக்காரன்.

'கப்?' அவர் அவளைச் சிறிது ஆச்சரியத்துடன் நோக்கினார்.

'கியாரா பஜே.'

ஆஷா அறையை விட்டு வெளியே வந்தாள்.

'சுரஜித் ஈஸ் கமிங்...' என்றார் டாக்டர்.

'ஓ!' அவள் கஸ்தூரியின் பக்கத்தில் வந்து உட்கார்ந்தாள். அவள் கண்கள் சிறிது சிவந்திருந்தன.

'ஏர்போர்ட் போக வேண்டும் இல்லியா?' என்றார் டாக்டர்.

'ஆமாம்...' அவள் குரலில் உற்சாகம் இல்லை.

'சரி, நான் வருகிறேன்' என்று கூறிக் கொண்டே வெளியே போனார் டாக்டர்.

‘உங்களுக்கு என்ன உடம்பு?’ என்று கேட்டான் கஸ்தூரி.

‘உடம்பு ஒன்றுமில்லியே... ஐ ஆம் ஆல் ரைட்.’

‘டாக்டர் எதற்கு வந்தார்?’

‘ஓ... அதுவா?’ அவள் இதற்குமேல் ஒன்றும்பேசாமல் எதிரேயிருந்த சோபாவை வெறித்து நோக்கத் தொடங்கினாள். அவள் ஏதோ யோசிக்கிறாள் என்று அவனுக்குப் பட்டது.

‘ஐ ஆம் சாரி இஃப் இட் ஈஸ் எ வெரி பர்சனல் கொஸ்சின்...’ என்றான் கஸ்தூரி.

‘இட் ஈஸ்...’ என்று சொல்லிவிட்டு அவள் சிரித்தாள். ‘ஆல் ரைட்... ஏர் போர்ட் போகலாம். வருகிறீர்களா?’

‘நானுமா?’

‘நீங்களுந்தான்...’

‘எனக்கு இதில் எங்கே இடமிருக்கிறது என்று புரியவில்லை’ என்றான் கஸ்தூரி.

‘சுரஜித் சிங்கின் நிறுவனத்தைச் சார்ந்தவர் என்ற முறையில் வரலாம்.’

‘வாட் டு யூ மின்!’

‘உங்களுக்கு வேலை வாங்கித் தருவது என் பொறுப்பு என்று நேற்றுச் சொன்னேன்... வேலையும் என்னவென்று முடிவு செய்துவிட்டேன். சுரஜித்திடம் சொல்லவேண்டியது, அவ்வளவு தான்.’

‘என்ன வேலை?’

‘இட் வில் பி எ ஸர்ப்ரைஸ்.’

‘என்ன வேலை என்று தெரியாமல் நான் எப்படி ஏற்றுக் கொள்ள முடியும்?’

‘உங்களுக்கு ஏற்ற வேலைதான், பிறகு சொல்லுகிறேன்.’

‘யூ ஆர் பையிங் மீ...’

‘டோன்ட் பி ஸில்லி…’ என்று அவன் மூக்கைத் தன் விரல் நுனியால் லேசாகத் தட்டினாள் ஆஷா. நீண்ட தளிர் விரல்கள். ஆஷாவுக்குச் சித்திரம் போட வருமோ? - இவள் எப்படி டென்னிஸ் விளையாடினாள்? -

‘நான் இன்னும் உங்களுடைய வேலையை ஒப்புக் கொள்வதா என்று தீர்மானிக்கவில்லை’ என்றான் கஸ்தூரி.

‘ஆல் ரைட். அது பிறகு பார்த்துக் கொள்ளலாம். என்னுடைய விருந்தினராக இரண்டு நாள்கள் இருப்பதில் உங்களுக்கு என்ன தடை?’

வேலையை ஏற்றுக்கொள்ள வேண்டும் என்று, அவள் வற்புறுத்துவாள் என்று எண்ணிய அவனுக்கு ‘விருந்தினராக இரண்டு நாள்கள்’ என்று அவள் சொன்னது கொஞ்சம் ஏமாற்றத்தைத் தந்தது. அவளை அவனால் புரிந்து கொள்ள முடியவில்லை. அவள் தன்னை ‘விருந்தினராக’த் தேர்ந்தெடுக்கக் காரணம்? சுரஜித் சிங்கின் வருகை அவளை எந்த விதத்திலும் பாதித்ததாகத் தெரியவில்லை.

‘உங்களுடன் கொஞ்சம் பேச வேண்டும். அந்த அறைக்குப் போவோம், வாருங்கள்’ என்றாள்.

‘என்ன விஷயம்?’ திடீரென்று அவள் குரலில் ஒலித்த ஒரு பரிவு அவனுக்குப் புரியவில்லை.

அவள் எழுந்து சென்றாள். அவன் பின்தொடர்ந்தான்.

அறைக்குள் அவன் சென்றதும், அவள் கதவைத் தாழிட்டாள்.

‘கிஸ்… மீ…’ என்றாள் ஆஷா.

அவனுக்கு ஒன்றும் புரியவில்லை.

‘என்ன சொல்லுகிறீர்கள்?’

‘உங்களுக்கு ஆங்கிலம் தெரியுமென்று நம்புகிறேன்.’

‘இதுதான் நீங்கள் கொடுத்த வாக்குறுதி அளித்த வேலையா?’ என்றான் கஸ்தூரி.

‘இல்லை, விருந்தினரை உபசரிக்கும் முறை…’

'ஏற்கெனவே ஒரு விருந்தினர் வந்து சென்று விட்டாரென்று நினைக்கிறேன்...' என்றான் கஸ்தூரி.

'யாரைச் சொல்லுகிறீர்கள்?'

'டாக்டர்...'

'ஆர் யூ ஜெலஸ்? மை காட்! யூ ஆர் இன் லவ் வித் மீ...'

கஸ்தூரிக்கு வெட்கமாகப் போயிற்று. அவள் பெரிதாகச் சிரித்தாள். அவன் உடம்பில் ஆவேசம் புகுந்து கொண்டது.

தன்னை ஒரு சிறு புல்லைப்போல் மதிக்கும் அவளை அப்படியே ஆட்கொள்ள வேண்டுமென்ற வெறி. பெண்களை அடக்க உலகில் ஒரே வழிதான் உண்டு. அவள் தன் ஆத்திரத்தின் எல்லையை உணர வேண்டும்.

யுகப் பிரளயம் நடந்து ஓய்ந்தது போன்ற அந்தச் சில நிமிஷங்களுக்குப் பிறகு ஆஷாவின் முகத்தில் புன்னகை மலர்ந்தது.

'நல்ல கோபமடைந்த வேளையில்தான் ஒருவருடைய முழு ஆற்றலும் வெளிப்படுமென்பது மனோதத்துவம்...' என்றாள் ஆஷா.

'யூ ஆர் நாட் எ வுமன்... யூ ஆர் எ டெவில்...' என்றான் கஸ்தூரி.

'கோபம் எப்பொழுது ஏற்படும் தெரியுமா?'

கஸ்தூரி திடீரென்று எழுந்து உட்கார்ந்தான். கோபம் எப்பொழுது ஏற்படும்? பயத்தின்போது, இவனைக் கண்டு தனக்குப் பயமா? - பால் உறவு என்பது இவளுடைய 'நானை' அழிக்க முற்படும் ஆக்ரோஷமா? - அந்தப் போராட்டத்தில் தன்னைத் தானே ஏன் அழித்துக் கொள்ள வேண்டும்? - உலகில் ஆதிக்கத்துக்கும் ஆக்ரமிப்புக்கும் காரணமே பயம்தான்...

'கோபம் எப்பொழுது ஏற்படும் தெரியுமா?' என்று மீண்டும் கேட்டாள் ஆஷா.

'தெரியாது.'

'பொறாமையின்போது... உங்களுக்கு டாக்டர் மீது பொறாமை...'

‘நான்சென்ஸ்…’ என்றான் கஸ்தூரி.

‘இதுதான் உண்மைக் காரணம். நீங்கள் ஒப்புக் கொள்ள மறுக்கின்றீர்கள். ஆனால், டாக்டருக்கும் எனக்கும் எந்தவிதச் சம்பந்தமும் கிடையாது. அவர் எனக்கு ‘இன்ஜெக்ஷன்’ செய்கிறார்.’

‘என்ன இன்ஜெக்ஷன்? யூ லுக் ஆல் ரைட்.’

‘ஐ ஆம் எ டோப் அடிக்ட். டென்னிஸ் விளையாடும்போது ஏற்பட்ட பழக்கம்.’

அவள் எழுந்திருந்து கண்ணாடி எதிரே தன் கேசத்தை ஒழுங்கு செய்து கொண்டிருந்தாள்.

‘உன்னிடம் இல்லாத பழக்கந்தான் என்ன?’ என்று கேட்டான் கஸ்தூரி.

‘நான் பான் போடுவதில்லை’ என்று சொல்லிவிட்டுச் சிரித்தாள் ஆஷா.

கஸ்தூரி அவளையே சிறிது நேரம் உற்றுப் பார்த்துக் கொண்டிருந் தான்.

‘ஸோ… ஏர் போர்ட் போவோமா?’ என்றாள் ஆஷா.

‘யூ வின்…’ என்றான் கஸ்தூரி.

விமானம் சரியான நேரத்தில் வந்தது. சுரஜித் சிங்கின் வயது அவன் தாடியிலும் முகத்தில் காணப்பட்ட தோல் சுருக்கத்திலும் தெரிந்ததே அன்றி, உடம்பில் தெரியவில்லை. ஆறடி உயரத் திலும் அவனுக்கு இன்னமும் கூன் விழவில்லை.

ஆஷா கஸ்தூரியை அறிமுகப்படுத்தினாள்.

‘ஓ! யூ ஆர் வித் மகேஷ்?’ என்றான் சுரஜித்.

‘எஸ்… ஹி வாஸ்…’ என்றாள் ஆஷா.

‘இப்பொழுது?’ என்று கஸ்தூரியை நோக்கினான் சுரஜித்.

‘அதைப் பற்றிப் பேசுவோம்’ என்றாள் ஆஷா.

காரில் செல்லும்போது கஸ்தூரியைப் பற்றிச் சொன்னாள் ஆஷா.

சுரஜித் சிறிது நேரம் மவுனமாக இருந்தான். பிறகு கேட்டான்: 'எனக்காக வேலை செய்வதில் உங்களுக்கு ஆட்சேபணை இல்லையே?'

'எந்த விதமான வேலையென்பதைப் பொறுத்தது' என்றான் கஸ்தூரி.

'அரசாங்க உத்தியோகம்?'

கஸ்தூரி அயர்ந்துவிட்டான். சர்வசாதாரணமாக, அரசாங்கத்தைத் தன் கைப்பையில் வைத்துக் கொண்டிருப்பது போல அவன் கேட்டது அவனுக்கு ஆச்சரியத்தைத் தந்தது. அதே சமயத்தில் 'எனக்காக' என்று சொல்லிவிட்டு, 'அரசாங்க உத்தியோகம்' என்கிறான். ஒளிவு மறைவில்லை. அரசாங்கத்தில் ஒவ்வொரு தொழிலதிபருக்காகவும் ஒவ்வொருவர் முக்கியப் பொறுப் பேற்றுத் தனியார் துறையையும் சோஷலிஸத்தையும் ஒரே சமயத்தில் கட்டிக் காக்கின்றார்கள் என்பது எல்லாரும் அறிந்த விஷயந்தான். ஆனால் சுரஜித் வெளிப்படையாகவே இதைச் சொன்னது அவன் நாணயத்தைக் காட்டுகிறது.

'அரசாங்கத்தில் எந்த விதமான உத்தியோகம்?'

'பிறகு சொல்லுகிறேன். நீங்கள் திறமைமிக்கவர் என்று மகேஷ் சொல்லியிருக்கிறான்' என்றான் சுரஜித்.

'எனக்கும் அப்படித்தான் தோன்றுகிறது!' என்றாள் ஆஷா. அவள் கஸ்தூரியைப் பார்த்துக் குறும்பாகச் சிரித்தாள்.

'இக்கால வாழ்க்கை மதிப்புகளைப் பொறுத்தவரையில், நியாயம், அநியாயம் என்று ஒன்றும் கிடையாது. ஒரு மூர்க்கத் தனமான 'எலிகளின் ஓட்டப் பந்தயத்தில்' யார் ஜெயிக்கின் றானோ, அவன் வெற்றியே எதையும் நியாயப்படுத்திக் காட்டு கிறது. வெற்றி அடைந்தவன் நிர்ணயிப்பதே வாழ்க்கை தர்மம். இதை ஒப்புக் கொள்கின்றீர்கள் என்று நம்புகிறேன்' என்றான் சுரஜித்.

'உங்களை என்னால் புரிந்து கொள்ள முடிகிறது' என்றான் கஸ்தூரி.

'ஐ லைக் யுவர் ஆன்சர்' என்று சொல்லிவிட்டுச் சிறிது நேரம் சுரஜித் பேசாமலிருந்தான்.

‘எந்தவிதமான வேலை என்று நீங்கள் இன்னும் சொல்ல வில்லை’ என்றான் கஸ்தூரி.

‘உங்களுக்கு ஆங்கிலத்தைத் தவிர வேறு என்ன அயல்நாட்டு மொழி தெரியும்?’ என்று கேட்டான் சுரஜித்.

‘ஒன்றும் தெரியாது.’

‘ஆல் ரைட் யூ நீட் ஸம் ட்ரெயினிங். நீங்கள் அயல்நாட்டுத் தூதரகங்களோடு தொடர்பு வைத்துக் கொள்ளும்படியாக இருக்கும். இந்த உத்தியோகம் உங்கள் திறமைக்கு ஒரு சவால்’ என்றான் சுரஜித்.

கஸ்தூரிக்கு இது மிகவும் பிடித்திருந்தது. தன் திறமைக்கு ஒரு சவால் - வாழ்க்கையை ஒரு பரிசோதனையாகவே நடத்த விரும்பிய அவனுக்கு இந்த உத்தியோகத்தில் பல சாகஸங்கள் அவனுக்காகக் காத்துக் கொண்டிருப்பது போல் தோன்றியது.

‘உங்களுக்கு ஆட்சேபணை இல்லையே?’ என்று கேட்டான் சுரஜித்.

‘இல்லை.’

‘ஆல் ரைட். யூ ஆர் ஹையர்ட்’ என்று சொல்லிவிட்டு காரை நிறுத்தினான் சுரஜித். வீடு வந்துவிட்டது.

# 16

சூரஜித் சிங்கின் உபயத்தால் புதிய பொறுப்பை ஏற்றுக் கொண்ட கஸ்தூரி, தன் காரியாலயத்தில் உட்கார்ந்திருந்தான். அவன் எதிரே அவனுடைய காரியதரிசி ப்ரான் சோப்ரா, அவன் டிக்டேட் செய்து கொண்டிருந்த கடிதத்தைக் குறுக்கெழுத்தில் எழுதிக் கொண்டிருந்தான்.

'ஆல் ரைட் திஸ் ஈஸ் இனஃப்' என்றான் கஸ்தூரி.

ப்ரான் எழுந்தான். 'அசோகா ஹோட்டலுக்குப் போகின்றீர்களா?' என்று கேட்டான்.

'ஆமாம்.'

கஸ்தூரி தன் டிராயரை இழுத்து மூடிவிட்டுப் புறப்பட்டான். ப்ரான் ஒரு முட்டாளா அல்லது மிகவும் தேர்ந்த நடிகனா என்று கஸ்தூரிக்குப் புரியவில்லை.

கஸ்தூரியின் புதிய வேலை, இன்டெர்நேஷனல் ட்ரேட் அலுவலகத்தில், 'ஆலோசகர்.' ஆலோசகர் என்றால் என்ன செய்ய வேண்டுமென்று கஸ்தூரிக்கு முதலில் புரியவில்லை. சுரஜித் சிங்கிடம் இதைப் பற்றிக் கூறியபோது, அவன் சிரித்துக் கொண்டே சொன்னான்.

'ஆலோசகர் என்றால் தெரியாதா? திட்டக் கமிஷனில் தேங்காய் எண்ணெய் ஆலோசகர், கடுகெண்ணெய் ஆலோசகர், உளுத்தம் பருப்பு ஆலோசகர் என்று இல்லையா? அதுபோலத்தான். உங்களுக்கும் ஒன்றும் தெரியாது என்று மற்றவர்களுக்குத் தெரியக்கூடாது.'

'இவ்வளவுதானா என் உத்தியோகம்?' என்று கேட்டான் கஸ்தூரி.

'அரசாங்கத்தைப் பொறுத்தவரையில் அவ்வளவுதான். மற்றபடி என்னைப் பொறுத்தவரையில், இதைப் பற்றி நான் உங்களுக்குச் சொல்லத் தேவையில்லை.'

கஸ்தூரி, சுரஜித் சொன்னபடியே, தனக்கு ஒன்றும் தெரியாது என்று மற்றவர்களுக்குத் தெரியக் கூடாது என்பதற்காகக் காரியதரிசியை அழைத்துத் தினந்தோறும் பத்துப் பதினைந்து கடிதங்கள் டிக்டேட் செய்தான். அந்தந்தச் சமயத்தில் தான் படித்துக் கொண்டிருந்த புத்தகங்களிலிருந்து இரண்டு, மூன்று பாராக்களை வேகமாக வாசிப்பான். ப்ரான் முகத்தில் எந்தவிதமான பாவமுமில்லாமல் எழுதுவான். அவன் முட்டாளா? நடிகனா?

கஸ்தூரிக்கு இந்த வேலை கிடைத்ததே அவன் அதிர்ஷ்டம் என்றுதான் சொல்ல வேண்டும். திடீரென்று ஏற்பட்ட மந்திரிசபை லாட்டரி குலுக்கலில், சுரஜித் சிங்கின் நலன்களைக் கவனித்துக் கொண்டிருந்த ஒரு துணை மந்திரிக்கு ராஜ்ஜிய மந்திரியாகப் பதவி உயர்வு கிடைத்தது. அவருக்கு அயல் நாட்டு வணிகத் துறையைப் புனரமைப்பு செய்ய வேண்டுமென்ற உற்சாகம் (சுரஜித் சிங் அவரைச் சந்தித்த பிறகு) கரை புரண்டோட, 'ஆலோசகர்' என்ற ஒரு புதிய பொறுப்பை அந்த இலாகாவில் அவர் உருவாக்கினார். அந்தப் பதவிக்குக் கஸ்தூரி நியமிக்கப்பட்டான்.

அவன் இந்தப் பதவியில் அமர்ந்ததும் ஒரு சலசலப்பு ஏற்பட்டது. அட்ஹாக் நியமனத்தை எதிர்த்து - இந்தப் பதவி தமக்குக் கிடைக்கும் என்று எண்ணி ஏமாந்த சிலர் - பார்லிமெண்டில் ஓரிரண்டு எதிர்க்கட்சித் தலைவர்கள் மூலம் இந்தப் பிரச்னையை

எழுப்பினார்கள். இங்கும் கஸ்தூரியின் பக்கந்தான் அதிர்ஷ்டம் இருந்தது.

இது விவாதிக்கப்படுவதுக்குள், இன்னொரு சூடான, பரபரப்பான பிரச்னை பார்லிமெண்டில் எழுந்தது. பாரதத்தின் வெளிநாட்டுத் தூதரகத்தில் பொது ஜனத் தொடர்பு அதிகாரியாக இருந்த ஒருவர், வேலையை ராஜிநாமா செய்துவிட்டு, ஒரு விளம்பரக் கம்பெனியை அந்நாட்டிலேயே தொடங்கினார். பாரதத்தின் அயல்நாட்டுக் கொள்கையை விளக்கும் பொறுப்பும், இன்னும் நம் பண்பாடு வணிக விஷயங்கள் ஆகியவற்றை அந்நாட்டில் விளம்பரம் செய்வதற்கான பொறுப்பும், இந்நிறுவனத்திடம் ஒப்படைக்கப்பட்டன.

இதனால், பொதுஜனத் தொடர்பு அதிகாரியாக இருந்த போது அவர் வாங்கிய சம்பளத்தைக் காட்டிலும் பத்து மடங்கு அதிகமாக, அவருக்குப் பணம் வழங்கியது அரசாங்கம். இதைத் தவிர, ஒரு மந்திரிக்கு அவர் உறவினர் என்ற உண்மையையும் யாரோ கண்டு பிடித்துக் கூறினார்கள். அவ்வளவுதான். புதிய குழப்பத்தில், கஸ்தூரியின் பிரச்னை மங்கிப் போய்விட்டது. பார்லிமெண்ட் கஸ்தூரியை மறந்தது. இதற்காக அவன் வருந்தவில்லை.

கஸ்தூரி அலுவலகத்து வாசலை வந்தடைந்தான். அவன் இன்னும் புதிய கார் வாங்கவில்லை. 'ஃபியட் இன்னும் இரண்டு மாதங்களில் வந்துவிடும்' என்று கூறினான் சுரஜித்.

ஒரு டாக்சியைக் கைதட்டிக் கூப்பிட்டு நிறுத்தினான் கஸ்தூரி. தென்மேற்கு ஆசியாவில் சமீபத்தில் விடுதலை அடைந்த ஒரு சின்னஞ்சிறு நாட்டிலிருந்தும் சில முக்கிய விருந்தினர்கள் வந்திருந்தார்கள். அவர்களைப் போய்ப் பார்க்க வேண்டும்.

அந்தச் சின்னஞ்சிறு நாடு போன ஆண்டுவரை ஒரு ஏழை நாடாக இருந்து வந்தது. ஆனால் திடீரென அது பணக்கார தேசமாகி விட்டது. வயலில் வேலை செய்து கொண்டிருந்த ஒரு பெண், தன் கை ஏதோ வாசனை அடிக்கின்றதே என்று கணவனிடம் சொன்னாள். கணவன் அதை அங்கு அந்தப் பக்கமாகப் போய்க்கொண்டிருந்த சில அமெரிக்கர்களிடம் சொன்னான். அமெரிக்கர்கள் பரிசோதித்தார்கள். அவ்வளவுதான். திமுதிமு வென்று பல அமெரிக்க கம்பெனிகள் அங்கு வந்து குவிந்தன. வெறுங்கையை மூக்கில் வைத்துப் பார்த்த பெண்ணின் கை

முழுவதும் தங்கமாகவே ஏறியது. எண்ணெய்க்கு இவ்வளவு சக்தியா என்று அதிசயித்தாள் அந்தப் பெண்!

அந்த நாட்டிலிருந்துதான், அரசரும் அரசிகளும் (47 பேர்) அமைச்சர்களும் (22 பேர்) அரசரின் விருப்பத்துக்குரிய பிராணிகளாகிய மூன்று சிறுத்தைகளும், 32 வேட்டை நாய்களும் பாலம் விமான நிலையத்தில் வந்து இறங்கிய போது, ப்ரோடோக்காலின்படி, அரசிகளுக்கு (47 பேர்) மாலை போட வேண்டுமா என்ற பிரச்னை கிளம்பியது.

ஆப்பிரிக்க தேசமொன்றின் அரசர் தம்முடைய ஆறு மனைவி களோடு வந்தபோது மாலை போடப்பட்டது என்ற உண்மை சுட்டிக் காட்டப்பட்டு அரசரின் 47 மனைவிகளுக்கும் மாலை போட வேண்டுமென்று தீர்மானமானபோது அரசரின் சிறுத்தைகளுக்கும், வேட்டை நாய்களுக்கும் மாலை போட வேண்டுமா என்று ஒரு புதிய பிரச்னையைக் கிளப்பினார் ஒருவர். பழைய ஐ.ஸி.எஸ். அதிகாரியொருவர் குறுக்கிட்டு, சர்வதேச ப்ரோட்டோகால் விதிகளின்படி இது தேவையில்லை என்று பெரிய பெரிய புத்தகங்களிலிருந்து மேற்கோள் காட்டி நிறுவினார். சிறுத்தை களும் வேட்டை நாய்களும் தப்பித்தன.

கஸ்தூரி டாக்சியில் ஏறி உட்கார்ந்து அந்த முக்கிய விருந்தினர்கள் தங்கியிருந்த ஹோட்டலின் பெயரைச் சொன்னான். தன் இருக்கை யில் உட்கார்ந்தபடியே கொஞ்சம் சாய்ந்து மீட்டர் கொடியைக் கீழே கவிழ்த்து விட்டான் டிரைவர்.

அரசர் ராஷ்டிரபதியின் விருந்தினராக வரவில்லை. சொந்தக் காரியத்துக்காக வந்திருந்தார். ராஜஸ்தான் பாலைவனத்திலிருந்து ஒரு குறிப்பிட்ட மான் வகையைத் தேடி வந்திருந்தார்.

சுரஜித் கஸ்தூரியை அழைத்து, பத்து நாள்களுக்கு முன்பே இவ்வரசரின் வருகையைப் பற்றிக் கூறினான்.

'நான் மானைத் தேடித் தர வேண்டுமா?' என்று கேட்டான் கஸ்தூரி.

'நோ... நோ... திடீரென்று செல்வம் கொழிக்கும் அந்நாட்டுடன் நாம் வியாபார ஒப்பந்தம் செய்து கொள்ளலாம். இதைப் பற்றி உங்கள் இலாகாவுக்கு ஒரு குறிப்பு தயார் செய்து கொடுங்கள். 'ஆலோசகருக்கு' என்ன வேலை என்று கேட்டீர்களே, வேலை வந்துவிட்டது. அந்த அரசர் வந்த பிறகு அவரைப் பாருங்கள்.'

‘நீங்கள் ஏற்கெனவே அவரைப் பார்த்திருக்கிறீர்களா?’ என்று கேட்டான் கஸ்தூரி.

‘போன மாதம் வெளியே போயிருந்தபோது அவரையும் சந்தித்தேன். இன்னொன்று... இங்கு இருக்கும் அந்நாட்டின் தூதரகத்திலிருந்து உங்களைப் பார்க்க வருவார்கள். அவர்கள் ஒரு வியாபார ஒப்பந்தத்துக்கான ஒரு திட்டம் சமர்ப்பிப்பார்கள். அதற்குப் பிறகுதான், நீங்கள் அதை ‘உத்தியோகபூர்வமாக’ ஆலோசனை செய்ய வேண்டும்.’

பூர்வாங்க காரியங்கள் அசுர வேகத்துடன் நடந்தேறின. அந்நாட்டுக்கு இரசாயனப் பொருள்களும் கண்ணாடிப் பொருள்களும் ஏற்றுமதி செய்வதற்கான ஒரு திட்டம் பரிசீலனைக்கு வந்தது. அரசரின் வருகையின்போது இதுபற்றித் தொடர்ந்து விவாதிக்கலாமென்று முடிவு செய்தார்கள்.

கஸ்தூரியை அரசர் பார்க்க விரும்புவதாகத் தூதரகம் கூறிய பிறகுதான் அவரைப் பார்க்க அவன் புறப்பட்டான்.

டாக்சி நின்றது. கஸ்தூரி டாக்சிக்குப் பணத்தைக் கொடுத்துவிட்டு, ஹோட்டல் உள்ளே நுழைந்தான்.

அரசர் இரண்டாவது மாடியிலிருந்தார். அவருடைய காரியதரிசியுடன், ரிஸப்ஷனிலிருந்து பேசினான் கஸ்தூரி. அரசர் அவனை மேலே வரச் சொல்வதாகச் சொன்னாள் காரியதரிசி. அவளுடைய ஆங்கில உச்சரிப்பினின்றும், அவள் அமெரிக்கப் பெண்ணாக இருக்கலாமென்று நினைத்தான் கஸ்தூரி.

லிஃப்டில் ஏறி இரண்டாவது மாடியை அடைந்தான்.

அறை வாசலிலிருந்து ஸ்விட்ச்சை அழுத்தினான் கஸ்தூரி.

‘எஸ். கம் ஆன் இன்.’

அமெரிக்கப் பெண்தான் என்பது ஊர்ஜிதமாயிற்று.

அரசர் இரண்டாவது மாடி முழுவதும் ரிசர்வ் செய்திருந்தார். நாற்பத்தேழு மனைவிகளை அழைத்துக் கொண்டு வருவதென்பது சாதாரண காரியமா?

உள்ளே நுழைந்தான் கஸ்தூரி. அறைக்குள் சென்றதும் போடப்பட்டிருந்த மேஜையின் எதிர்ப்புறத்தில் ஓர் அழகான அமெரிக்கப் பெண் அமர்ந்திருந்தாள். அவள் கஸ்தூரியைக் கண்டதும் எழுந்து,

‘குட் மார்னிங், ஐ ஆம் மிஸ் மக்ரூஹில், கைன்ட்லி ஸிடவுன், மிஸ்டர் கஸ்தூரி...’ என்றாள். மிகவும் நேர்த்தியான புன்னகை. அந்த அறையை ஒரு பாதிச்சுவர் குறுக்காகத் தடுத்திருந்தது. இன்னொரு பகுதியில் அரசர் உட்கார்ந்திருக்க வேண்டுமென்று நினைத்தான் கஸ்தூரி. மக்ரூ ஹில் இன்னொரு தடவை அவன் மீது புன்னகையை வீசிவிட்டு அந்தப் பகுதிக்குச் சென்றாள். அவள் உடனே திரும்பி வந்தாள்.

‘ஹிஸ் எக்ஸலென்ஸி வுட் ஸீ யூ...’

கஸ்தூரி சீட்டுக் கட்டில் கண்ட அரசரைத் தவிர வேறு எந்த அரசரையும் பார்த்ததில்லை. இதுவே அவனுக்கு முதல் அனுபவம்.

ஒரு பெரிய மேஜை. ஆனால் நாற்காலியில் அவரைக் காணோம். அவன் மக்ரூஹில்லைத் திரும்பிப் பார்த்தான். அப்பொழுது திறந்திருந்த ஜன்னல் வழியே ஸ்விம்மிங் பூல் தெரிந்தது. வெள்ளை வெள்ளையாக உடம்புகள் மிதந்து கொண்டிருந்தன.

அவன் ஜன்னல் வழியாகப் பார்ப்பதைக் கண்ட மக்ரூஹில்லும் திரும்பிப் பார்த்தாள். முகத்தில் லேசான குறுநகை. அவளுடைய ஆள்காட்டி விரல் மூலம் பாத்ரூமைச் சுட்டிக்காட்டினாள். அங்கே...

அரேபிய உடல் ஒன்று நீர்த் தொட்டியில் மிதந்தது. இவ்வளவு நிர்வாணமான சதையை ஒரே இடத்தில் அவன் இதுவரை பார்த்ததில்லை. தனக்கு ஏன் கூச்சம் ஏற்பட வேண்டுமென்று கஸ்தூரிக்குப் புரியவில்லை.

கஸ்தூரி தொண்டையைக் கனைத்தான். அரசர் திரும்பினார்.

வார்த்தைகளைக் கத்தியால் வெட்டித் தெறிப்பது போல், பால்ராப்சனுக்குள் புகுந்து கொண்ட இன்னொரு பால் ராப்சனின் இரட்டைச் சாரீரத்தோடு அரசர் பேசினார். அவர் பேசியது ஆங்கிலமா, அராபிய மொழியா என்று அவனுக்குப் புரியவில்லை.

‘சுரஜித் உங்களை அனுப்பினார் என்று நினைக்கிறேன்’ என்று அதை ஆங்கிலத்தில் கூறினாள் மக்ரூஹில். ஆகவே அரசர் அராபிய மொழிதான் பேசியிருக்க வேண்டும் என்று நினைத்தான் கஸ்தூரி.

'உங்கள் சமூகத்துக்கு என் வணக்கம்!' என்று அவன் ஆங்கிலத்தில் சொன்னதை அவள் அராபிய மொழியில் மொழி பெயர்த்தாள்.

அரசர் வேறு ஏதோ அவனைப் பார்த்துக் கேட்டார். கேட்டுக் கொண்டே தொட்டியிலிருந்து எழுந்திருந்தார்.

'ஸ்பாட்டட் டியரில் எவ்வளவு வகை உண்டு?' என்று அவர் கேட்டதை மொழி பெயர்த்துச் சொன்னாள் மக்ரூஹில்.

ஸ்பாட்டட் டியர்... மை காட்... ஒரு என்ஸைக்ளோபீடியா கையில் கொண்டு வந்திருக்க வேண்டும் போலிருக்கிறது.

'தெரியாது' என்றான் கஸ்தூரி.

அரசர் தொட்டியிலிருந்து இறங்கி நின்ற தோற்றம், அவ்வளவு ரசிக்கும்படியாக இல்லை. அவர் சுற்றும் முற்றும் பார்ப்பதைக் கண்டதும் மக்ரூஹில் ஒரு துவாலையை எடுத்து அவரிடம் நீட்டினாள். அவர் அதை பிகினி சூட்டுக்கு மேல் இடுப்பில் சுற்றிக் கொண்டார். கஸ்தூரிக்கு எப்பொழுதோ முன்னாள் எகிப்திய மன்னன் ஃபரூக்கின் புகைப்படத்தைப் பார்த்த ஞாபகம் வந்தது.

'இங்கே ஏன் நிற்கிறாய். அங்கு போய் உட்கார்' என்று அரசரின் முணுமுணுப்பை மொழிபெயர்த்துச் சொன்னாள் மக்ரூஹில்.

கஸ்தூரி சுவரின் மறுபுறமிருக்கும் பகுதிக்குச் சென்று சோபாவில் உட்கார்ந்தான்.

மக்ரூஹில்தான் அவருக்கு உடைகள் அணிவித்து விடுகின்றாளோ என்ற சந்தேகம் அவனுக்கு ஏற்பட்டது.

அவன் சிறிது நேரம் பேசாமல் உட்கார்ந்திருந்தான். அரசரும் அவருடைய காரியதரிசியும் ஏதோ சிரித்துப் பேசிக் கொண்டிருப் பது அவன் காதுகளில் விழுந்தது.

மக்ரூஹில் மறுபடியும் வந்தாள். 'உங்களைக் கூப்பிடுகிறார் அரசர்...'

அரசர் சூட் அணிந்திருந்தார்.

'சுரஜித் உங்களை அனுப்பினாரா என்ற கேள்விக்கு நீங்கள் பதில் சொல்லவில்லை' என்று மீண்டும் பேச்சை ஆரம்பித்தார் அரசர்.

'நான் அரசாங்கத்தின் பிரதிநிதி...' என்று புன்னகையுடன் கூறினான் கஸ்தூரி.

'ஓ! எல்லாம் எனக்குத் தெரியும். ஒப்பந்தம் எந்த அளவில் இருக்கிறது?'

'நீங்கள் போவதற்குள் கையெழுத்து தயாராகிவிடும்.'

அரசர் கொஞ்ச நேரம் மவுனமாக இருந்தார். ஒரு நீண்ட சுருட்டை எடுத்துப் பற்ற வைத்துக் கொண்டார்.

'நான் போன பிறகு கூட எங்கள் தூதரகம் உங்களுடன் சில காரியங்களுக்காகத் தொடர்பு கொள்ளலாம் அல்லவா?'

கஸ்தூரிக்கு எதற்காக என்று புரியவில்லை. வேறு என்ன திட்டம்?

'என்ன பேசாமலிருக்கிறீர்கள்?' என்று சிறிது ஓங்கிய குரலில் கேட்டார் அரசர்.

'எதற்காக என்று...' அவன் தயங்கினான். மக்ரூஹில் அதை மொழிபெயர்த்து அவரிடம் சொன்னவுடன், அவர் பலமாகச் சிரித்தார்.

'சரி... நான் சொன்னதை மறந்துவிடுங்கள். நீங்கள் போகலாம்.'

அரசர் எழுந்து ஜன்னலருகே போய் நின்றார். இன்னும் அங்கு 'ஜலக்ரீடை' நடந்து கொண்டிருந்தது. கஸ்தூரி ஏதோ சொல்ல நினைத்தான். மக்ரூஹில் சைகையினால் அவனைத் தடுத்தாள். 'அவரைத் தொந்தரவு செய்யாதீர்கள்!' என்பது அதன் அர்த்தம்...

கஸ்தூரி ஹோட்டலை விட்டு வெளியே வந்தான். 'வேறு என்ன காரியங்கள்?' - இந்தக் கேள்வி அவன் மனத்தை அரித்தது. சுரஜித் வேறு என்னென்ன சொல்லியிருக்கிறான். அவரிடத்தில்? - அவர் நாட்டில் அவரைச் சந்தித்து அந்தரங்கமாகப் பேசினவன், இன்னும் அவரை இங்கு நேரில் காண முயற்சி செய்யவில்லை! கெட்டிக்காரன்.

கஸ்தூரி, யாரோ வந்து இறங்கிய டாக்சியை நிறுத்தி, அதில் ஏறிக் கொண்டான்.

அவன் அலுவலகத்துக்குத் திரும்பிச் செல்ல விரும்பவில்லை. கனாட் பிளேஸ் என்றான் டிரைவரிடம்.

இந்தப் புதிய வேலையில் சுவைமிக்க அனுபவங்கள் இருக்கின்றன என்பது வாஸ்தவந்தான். ஓர் அரசரை நீர்த்தொட்டியில் காணக்

கூடிய வாய்ப்பு. ஜனநாயகம் என்ற போர்வையில் ஃப்யூடல் பழக்கவழக்கங்களைக் காப்பாற்றி வருவதைக் காட்டிலும், ஒரு பரிசுத்தமான, இக்காலத்துப் போலித்தனமான மதிப்புகளால் பாதிக்கப்படாத ஃப்யூடல் மனப்பான்மையைத் தரிசித்த திருப்தி அவனுக்கு ஏற்பட்டது.

மகேஷை விட்டுத் தான் நீங்கியதற்குக் காரணம்? மிஸ்ராவின் வேண்டுகோளைக் கேட்டதும் தனக்கு எரிச்சல் ஏற்படக் காரணம்? அப்படியென்றால் இப்பொழுது அந்த நியாய உணர்ச்சி எங்கே போயிற்று? வசதியுள்ளவர்கள், அதை வாய்ப்பாகப் பயன்படுத்திக் கொண்டு 'ஜனநாயகம்', 'சோஷலிசம்' என்ற ரொட்டித் துண்டுகளை முட்டாள் ஜனங்களுக்கு விட்டெறிந்து, என்றென்றும் தாங்கள் பெற்ற அந்தஸ்த்தில் தங்களைச் சாசுவதமாக்கிக் கொள் கிறார்கள்! இந்த நியதிக்குத் தான் உடன்பட்டுத்தானே இருக் கிறோம்? அப்படியிருக்கும்போது நியாய உணர்ச்சியினால்தான் மகேஷை விட்டு நீங்கினேன் என்று தன்னைத் தேற்றிக் கொள்வது போலித்தனமல்லாமல் வேறு என்ன? -

மகேஷை விட்டு நீங்கியதற்குக் காரணம், நியாய உணர்ச்சி அல்ல... தன்னுடைய வேஷத்தை வேஷம் என்று ஒப்புக் கொள்ள மறுத்து, தான் 'அபலைப் பெண்களின் ரட்சகன், என்ற அபிப் பிராயத்தை உருவாக்க முயன்ற மிஸ்ராவின் மீது ஏற்பட்ட எரிச்சல் காரணமாக இருக்கலாம். அல்லது... மீனாவால் உதாசீனப்படுத்தப் பட்ட காரணமாகப் புண்ணடைந்த தன் 'செருக்கை'ச் சரி செய்யும் முயற்சிதான் வேலையை அலட்சியமாக ராஜிநாமா செய்யத் தூண்டியது என்று சொல்ல வேண்டும். மகேஷை விட்டு நீங்கி, சுரஜித்தை காட்ஃபாதராகக் கொண்ட ஓர் அரசாங்க ஸ்தாபனத்தில் தன்னை இணைத்துக் கொண்டதால் எந்த அளவுக்கு புண்ணடைந்த தன் செருக்கைச் சரி செய்ய முடிந்தது? ஸ்பாட்டட் டியரில் எவ்வளவு வகை என்று என்ஸைக்ளோபீடியாவைப் பார்க்க வேண்டும்.

கனாட் பிளேஸ் வந்து விட்டது என்று உணர்ந்தான் கஸ்தூரி. மதராஸ் ஹோட்டல் வாசலில் டாக்சியை நிற்கச் சொல்லிவிட்டுக் கீழே இறங்கினான்.

# 17

அவன் டிரைவருக்குப் பணம் கொடுத்துவிட்டுத் திரும்பிய போது, எதிரே, இண்டியன் பேங்க் இருந்த கட்டடத்தின் தாழ்வாரத்தில் மீனா போய்க் கொண்டிருப்பதைப் பார்த்தான். யதேச்சையாகத் திரும்பிய அவளும் அவனைப் பார்த்தாள். ஒருகணம் தயங்கி நின்றாள். ஆனால் மறுவிநாடி தன்னைச் சமாளித்துக் கொண்டு, 'அதை ஒரு வெட்டவெளிப் பார்வை' யாக்கி மேலே நடந்தாள். அப் பொழுதுதான் கஸ்தூரி கவனித் தான். அவளுடன் கேவல் கிஷன் சர்மா போய்க் கொண்டிருந்தான்.

கஸ்தூரி தெருவைக் கடந்து வேகமாகச் சென்று அவளெதிரே போய் நின்றான்.

'ஹல்லோ, ஹௌ ஆர் யூ?' என் றான் கஸ்தூரி. அவன் சர்மாவை நோக்கிக் கைகளை நீட்டினான்.

‘ஹலோ...’ சர்மாவின் சங்கடம் அவன் கை நடுக்கத்தினின்றும் தெரிந்தது.

‘ஹலோ... மிஸ் மீனா!’ என்று மீனாவை நோக்கிப் புன்னகை செய்தான் கஸ்தூரி.

‘நோ லாங்கர் மிஸ்... மிஸஸ் சர்மா...’ என்றாள் மீனா.

‘அப்படியா? கங்கிராட்ஸ்’ என்று சர்மாவின் கைகளை மறுபடியும் குலுக்கினான் கஸ்தூரி.

மீனா தெருப் பக்கம் பார்த்துக் கொண்டிருந்தாள். அவள் மவுனம் கஸ்தூரிக்கு எரிச்சலூட்டியது.

‘உன்னைக் காணுவதே அபூர்வமாக இருக்கிறதே. வேலையில் இருக்கிறாயா?’ என்று கேட்டான் கஸ்தூரி.

‘அவள் வேலையில் இல்லை. என் பார்ட்னர் அவள், எல்லாவிதத்திலும்...’ என்ற சொல்லிவிட்டுச் சிரித்தான் சர்மா.

அசேதனப் பொருளைப் போல் நின்று கொண்டிருந்தாள் மீனா.

‘ஓ ஐ ஸீ...’ என்ற கஸ்தூரி அவளை உற்று நோக்கினான். இந்தத் தோற்றத்தை - உணர்ச்சியற்ற மரக்கட்டைத் தோற்றத்தை மேற்கொள்வதற்காக அவள் பட்ட சிரமம், அவள் தாடையில் தெரிந்தது. இது இறுகியிருந்தது.

‘நீங்கள் இப்பொழுது மகேஷிடம் இல்லையாமே!’ என்றான் சர்மா.

‘ஆமாம். இப்பொழுது அரசாங்க உத்தியோகம் எலிஜிபிள் ஃபார் குவார்டர்ஸ், பென்ஷன் உண்டு.’

மீனாவின் கவனத்தைக் கவருவதற்காக அவன் இவ்வாறு பேசினான். அப்பொழுதும் அவள் அவன் பக்கம் திரும்பவில்லை.

‘அரசாங்க உத்தியோகம் என்றால்?’ என்று கேட்டான் சர்மா.

‘அட்வைசர் இன்டர்நேஷனல் ட்ரேட்’

‘சுரஜித்துக்கும் உங்களுக்கும் என்ன சம்பந்தம்?’ என்று கேட்டான் சர்மா.

கஸ்தூரி திடுக்கிட்டான். ‘ஏன், எதற்குக் கேட்கிறீர்கள்?’

‘உங்களை சுரஜித்தின் மனைவியோடு பல தடவை பார்த்ததாக மீனா சொன்னாள்’ என்று சொல்லிவிட்டுப் புன்னகை செய்தான் சர்மா.

‘அதுதான் சம்பந்தம். திருப்தியாயிற்றா?’ கஸ்தூரியின் குரல் சற்று மிகையாக ஒலித்தது.

அச்சமயம் மீனா அவனை நோக்கினாள். ஏதோ சொல்ல நினைத்தாள்; சொல்லவில்லை.

கஸ்தூரிக்கு அப்பொழுது திடீரென்று ஒரு யோசனை தோன்றியது. அவன் சர்மாவிடம் கேட்டான்: ‘நீங்கள் ராஜஸ்தான் போயிருக்கிறீர்களா?’

‘எனக்குச் சொந்த ஊரே ஜெய்ப்பூர்தான்.’

‘குட். அப்படியென்றால் தென்மேற்கு ஆசியாவிலிருந்து ஒரு சிறிய நாட்டினின்றும் ஒரு அரசர் வந்திருக்கிறார். அவர் ராஜஸ்தான் போகப் போகிறார். வேட்டையாட... நீங்கள் உதவிக்குப் போக முடியுமா? நல்ல வருமானத்துக்கு இடமிருக்கிறது.’

சர்மா மீனாவைப் பார்த்தான்.

‘பார்ட்னரைக் கேட்க வேண்டுமா?’ என்றான் கஸ்தூரி.

‘இல்லை. இப்பொழுது கொஞ்சம் பணத் தட்டுப்பாடாகத் தானிருக்கிறது. போவதற்கு ஆட்சேபணை இல்லை’ என்றான் சர்மா.

‘ஆல் ரைட். நான் ஏற்பாடு செய்கிறேன். உங்கள் முகவரி என்ன?’

சர்மா முகவரியைக் கொடுத்தபோது, கஸ்தூரியின் மனத்தில் உற்சாகம் பிறந்தது.

கேவல் கிஷன் சர்மா அரசரோடு ராஜஸ்தானுக்கு மான் வேட்டையாடச் சென்று விட்டான் என்ற செய்தி கஸ்தூரியை நிலை கொள்ளாமல் தவிக்கச் செய்தது. மீனாவைப் பார்க்கப் போகலாமா?

ப்ரான் சோப்ரா, ‘ஏதாவது கடிதம் டைப் செய்ய வேண்டுமா?’ என்று இரண்டு மூன்று தடவை வந்து கேட்டுவிட்டுப் போய் விட்டான். கஸ்தூரிக்கு வேலை ஓடவில்லை.

ப்ரானிடம் தனக்கு உடம்பு சரியில்லை என்று சொல்லிவிட்டு அலுவலகத்தை விட்டு வெளியே வந்தான்; வாசலிலிருந்த டாக்சியில் ஏறிக் கொண்டான்.

மீனா கதவைத் திறந்தாள். அவள் ஆச்சரியப்படவில்லை போல் தோன்றியது கஸ்தூரிக்கு.

'எஸ்?' என்று அவள் கேட்டபோது, நெற்றியில் கீறுகள் படர்ந்தன. கேள்விக் குறியாக நின்ற புருவம் அவனை உள்ளே அழைத்தது.

'உள்ளே வரலாமா?'

அவள் பதில் சொல்லவில்லை. மவுனமாக உள்ளே சென்றாள். அவன் பின் தொடர்ந்தான்.

இரண்டே அறைகள். பக்கத்து போர்ஷன் ஒன்றிருந்தது. அங்கு குஞ்சும் குளுவான்களுமாக ஐந்தாறு குழந்தைகள் பாதித் தூக்கத்திலிருந்த ஒரு பெண்மணியின் மடியில் ஒரு குழந்தை புடைவைத் திரைக்குப் பின்னால் பசியாறிக் கொண்டிருந்தது. அவள் லேசாகக் கண்ணை விழித்துப் பார்த்துவிட்டு, மறுபடியும் மூடிக்கொண்டாள். அவள் கை, இயந்திர கதியில் புடைவைத் தலைப்பைக் கொஞ்சம் இழுத்துப் போர்த்திக் குழந்தையின் முகத்தை இன்னும் மறைத்தது. மூச்சு விட முடியாமல் திணறிய குழந்தை சிறிது முனகியவாறு எதிர்ப்பைத் தெரிவித்தது.

'உட்காருங்கள்...' என்றாள் மீனா.

அவன் அங்கு போடப்பட்டிருந்த பழைய சோபாவில் உட்கார்ந்தான்.

மீனா மேக் அப் செய்து கொள்ளவில்லை. முகத்தில் தெரிந்த சோகம் அவளுக்கு அழகைக் கூட்டியது. ஒரு மெல்லிய நூல் சேலை அணிந்திருந்தாள்.

அவள், எதிரே போடப்பட்டிருந்த சோபா நாற்காலியில் உட்கார்ந்தாள். அது லேசாகக் கிறீச்சிட்டது.

'கேவலுக்கு நல்ல வரும்படி வரும் என்று நினைத்தேன்...' என்றான் கஸ்தூரி.

அவள் பதில் சொல்லவில்லை. உணர்ச்சியற்ற புன்னகை செய்தாள்.

‘நீ என்ன செய்கிறாய்?’

அதற்கும் அவள் பதில் சொல்லவில்லை. புன்னகை மறைந்து கண்ணுக்குக் கீழே நிழல் படர்வது போல் தோன்றியது.

‘நீ சந்தோஷமாக இருக்கிறாயா?’ இதைக் கேட்டபிறகுதான், இதைத் தான் கேட்டிருக்கக் கூடாது என்று அவனுக்குப் பட்டது. கேட்கத் தனக்கு என்ன உரிமை இருக்கிறது?

அவள் அவனை ஏறிட்டு நோக்கினாள். அவள் ஏதோ சொல்ல நினைக்கின்றாள் என்று அவனுக்குத் தோன்றியது என்ன சொல்ல விரும்புகிறாள்?

‘ப்ளீஸ், ஸே ஸம்திங்.’

‘உங்களிடந்தான் விடைபெற்றுக் கொண்டு வந்துவிட்டேனே. மறுபடியும் வந்து ஏன் என்னைத் தொந்தரவு செய்கின்றீர்கள்?’

‘தொந்தரவா?’

‘ஆமாம். எல்லா அர்த்தத்திலும்...’

கஸ்தூரி எழுந்திருந்தான்.

‘மன்னிக்கவும்... நான் வந்திருக்கக் கூடாது.’

‘ஆஷாவின் நண்பர்...! இங்கு வந்திருக்கத்தான் கூடாது.’

‘டோன்ட் டாக் ரப்பிஷ்.’

‘எனக்கும் உங்களுக்கும் என்ன வித்தியாசம்? உங்கள் அதிர்ஷ்டம் ஆஷா பணக்காரி.’

‘பொறாமை எப்பொழுது ஏற்படும் தெரியுமா? நீ மாறவில்லை.’

‘நீங்கள் எதற்காக இங்கு வந்தீர்கள்? இது ஜஹாங்கீர் காலமல்ல. கேவலை உங்களால் கொல்ல முடியவில்லை. ராஜஸ்தானுக்கு அனுப்பியிருக்கிறீர்கள்.’

மீனாவின் வார்த்தைகள் அவனைச் சுட்டன. ‘உங்கள் அதிர்ஷ்டம் ஆஷா பணக்காரி...’ உலகத்தையே தன் கைப்பைக்குள் போட்டுக் கொண்டிருப்பதாகத் தான் பாவித்து வளர்த்த பர்ஸனாலிட்டியைக் கந்தையாகச் சுற்றித் தலையணையாக ஆஷாவின் கட்டிலில்

எறிந்து விட்டாள் - இது உண்மைதானா? நான் வெறும் சூன்யம்... பாதுகாப்பை நாடி ஆஷாவின் கட்டிலில் அடைக்கலம் புகுந்த தோஷம், அராபிய உடல்களை நீர்த் தொட்டிகளில் தரிசனம் செய்யும் நிலைக்குக் கொண்டு செலுத்தியிருக்கிறது! - மீனா கூறுவதில் என்ன தவறு இருக்கிறது! சே! இவளை மறுபடியும் நான் பார்த்திருக்கவே கூடாது.'

கஸ்தூரி அவ்வறையை விட்டு வெளியேற முற்பட்டான். மீனா அவனைத் தடுக்கக் கூடுமென்று அவன் ஒரு கணம் நினைத்தான். அவள் தடுக்கவில்லை. இது அவனுக்கு ஏமாற்றமாக இருந்தது.

வாசற் கதவருகே நின்று கொண்டு சொன்னான். 'கேவலை ராஜஸ்தான் போகும்படியாகச் சொன்னது என் திருட்டுத்தனந்தான். அதற்காக நான் வெட்கப்படுகிறேன். டில்லிக்கு நான் வந்தபோது என் சுதந்தரத்தைப் பரிபூரணமாகக் காப்பாற்றிக் கொண்டு என் இச்சைப்படி வாழ நினைத்தேன். ஆளும் பந்தத்தில் அகப்பட்டுக் கொண்டு விட்டால் சுதந்தரம் பறிபோய்விடுமென்று உணர்ந்ததும் உன்னால் என் பர்ஸனாலிட்டிக்கு இவ்வளவு தூரம் சேதம் ஏற்படும்படியாகச் செய்து கொண்டது என் முட்டாள்தனம்.'

மீனா சிரித்தாள்.

'எதற்குச் சிரிக்கிறாய்?'

'உணர்ச்சி வயப்படாதவர் என்று தங்களை நினைத்துக் கொள்கின்றவர்கள், பந்தத்தைப் பற்றிப் பேசுவது வேடிக்கையாக இருக்கிறது. தேவனாக இருக்க முயல்வது அதிகப் பிரசங்கித்தனம். கம்ப்யூட்டராக இருப்பது இயலாத காரியம். மனிதனாகப் பிறந்து ஏன் மனிதனாக இருக்க மறுக்கின்றீர்கள்?'

கஸ்தூரி திடுக்கிட்டான். என்னென்ன பேசுகிறாள்! - தான் அவளுக்குள் இருந்து கொண்டு பேசுவது போலிருந்தது. அவ்வளவு தூரம் தன்னைப் பற்றிய நினைவை அவள் தனக்குள் கரைத்துக் கொண்டிருக்கிறாள்! இது உண்மை இல்லை. நிராகரித்துவிட்டுப் பேசுவது எவ்வளவு அல்பத்தனமானது.

அவள் கதவருகே போய் நின்றாள்.

'நீங்கள் போவதென்று நிச்சயமாகத் தீர்மானித்துவிட்டால் போகலாம்.'

வெறுமனே சாத்தியிருந்த கதவை அவன் தாழிட்டான்.

காலம் நின்றது. உருவங்களும் குறியீடுகளும் ஒதுங்கி நின்று, உண்மையின் சந்நிதானத்தில் சுயப்பிரக்ஞை என்ற தீபம் ஒளி பூத்து விசுரூபமாகப் பரவியது. இதுதான் யதார்த்தம், இதுதான் சத்தியம். இந்நிகழ்ச்சியின் முன்னே அர்த்தமும் ஒரு வகையில் போலிதான். நிகழ்ச்சியை விளக்க முயலும் மழலை.

நிகழ்ச்சிக்கு அர்த்தம் காண முயல்வது, காரியத்துக்குக் காரணம் தேடும் பகுத்தறிவின் சாபக்கேடு!

யாரோ கதவைத் தட்டும் சத்தம் கேட்டது. மீனா எழுந்து சென்று கதவைத் திறந்தாள். பக்கத்து வீட்டைச் சேர்ந்த மூன்று வயதுக் குழந்தை. அது தூக்க முடியாமல் ஒரு பால் புட்டியைத் தூக்கிக் கொண்டு நின்றது. மீனா அதை வாங்கிக் கொண்டாள்.

குழந்தை உள்ளே வரலாமா? வேண்டாமா? என்று கொஞ்ச நேரம் தயங்கியது.

மீனா உள்ளே திரும்பியதும், அக்குழந்தை கதவருகே நின்று கொண்டு கஸ்தூரியைச் சிறிது நேரம் மிரள மிரளப் பார்த்தது.

கஸ்தூரி எழுந்து நின்றான்.

'ஐ ஆம் ஸாரி...' என்று முணுமுணுத்தான்.

'டீ சாப்பிட்டுவிட்டுப் போங்கள்.'

'ஐ ஆம் ஸாரி' என்று தான் சொன்னது அவனுக்குக் குழந்தைத்தனமாகப் பட்டது. சே! தனக்கு அவள் தேவை. அவளுக்குத் தான் தேவை. இதுதான் உண்மை... இதைப் புரிந்து கொள்ள எத்தனை உணர்ச்சி விரயங்கள்!

'நீ என்னுடன் வந்துவிட வேண்டும்' என்றான் கஸ்தூரி.

மீனா பதில் சொல்லாமல் உள்ளே சென்றாள். ஒரு ஸ்டவ்வை எடுத்துக் கொண்டு வந்து அதைப் பற்ற வைக்கத் தொடங்கினாள். குழந்தை அவளருகில் வந்து ஸ்டவ் பற்ற வைப்பதை வேடிக்கை பார்த்துக் கொண்டு நின்றது. சுவாரசியமாக அது தன் ஆள்காட்டி விரலை வாயில் வைத்துச் சுவைத்துக் கொண்டிருந்தது.

'கேவலிடம் நான் சொல்லிக் கொள்ளுகிறேன்' என்றான் கஸ்தூரி.

‘பணம் கேட்பான்.’

‘என்னது?’

‘பணம் கேட்பான். கார் தரகைக் காட்டிலும் அவனுக்கு என்னால் வரும்படி அதிகம். இதனால் அவனுக்கு என்பால் நேசம் இல்லை என்று சொல்லவில்லை. நான் அவனைத் தொட்டாலே, அழுதுவிடுவான், அவ்வளவு விருப்பம்.’

‘இதற்குத்தானா அவன் உன்னை மணம் செய்து கொண்டான்?’

‘நான் அவன் மீது குறை சொல்லவில்லை. அவன் இப்படி நடந்து கொள்வான் என்பது நான் எதிர்பார்த்ததுதான்.’

கஸ்தூரி சிறிது நேரம் அந்தக் குழந்தையையே உற்றுப் பார்த்துக் கொண்டிருந்தான். ஸ்டவ்வில் தோன்றிய நீல நிறமான ஒளியை அது மிகவும் அக்கறையோடு கவனித்தது. கீழே குனிந்து, பக்க வாட்டமாகத் தலையைச் சாய்த்துப் பார்த்தது. வாயில் விரல் அப்படியே இருந்தது.

‘ஷம்மா... ஹட் ஜாவ்...’ என்றாள் மீனா.

‘நீ இத்தகைய வாழ்க்கைக்கு ஏன் உடன்பட வேண்டும்?’ என்றான் கஸ்தூரி.

‘எத்தகைய வாழ்க்கைக்கு?’ அவள் ஸ்டவ்விலிருந்து, ஆவி வந்த நீரைக் கீழே இறக்கினாள்.

‘நான் சொல்வது உனக்குப் புரிகிறது.’

‘நீங்கள் ஏன் என்னை இப்பொழுது கூப்பிடுகிறீர்கள்? அதுதான் புரியவில்லை.’

கஸ்தூரி பதில் சொல்லவில்லை. தனக்கும் அவளுக்கும் இது சம்பந்தமாக எவ்வளவு விவாதங்கள் நிகழ்ந்திருக்கின்றன. ‘உணர்ச்சிபூர்வமாக நான் என்னை யாருடனும் பிணைத்துக் கொள்ள முடியாது...’ என்று தான் முன்பு ஒரு தடவை அவளிடம் சொன்னது, அவன் நினைவுக்கு வந்தது. ஆனால் இதைத் தானே நம்ப முயன்று, அவள் உதாசீனத்தால் பாதிக்கப்பட்டு... என்ன என்ன முட்டாள் தனமான காரியங்கள் செய்திருக்கிறான் அவன்! தான் அவனை இப்பொழுது கூப்பிடுவதுக்குக் காரணம் என்ன? - தான் அவளைக் காதலிப்பதாகச் சொல்ல வேண்டும். அவள்

அவ்வார்த்தையின், உணர்ச்சிப் பிடிப்பில்லாத வெறும் ஜடமான சொல்லின் சுகத்தில் மயங்க வேண்டும் - இதுதான் அவள் ஆசை போலிருக்கிறது! - என்ன இருந்தாலும், பெண் பெண்ணாக இருப்பதினின்றும் தவிர்தல் இயலாது.

'ஐ லவ் யூ ஸோ மச்...' என்றான் அவன்.

மீனா தலையைச் சாய்த்து அவனைத் திரும்பிப் பார்த்தாள். அவள் முகத்தில் ஆச்சரியம் தெரிந்தது.

'பெரிய மனிதர்களின் தொடர்பினால் பொருளிழந்த வார்த்தைகளைப் பயன்படுத்தக் கற்றுக் கொண்டிருக்கிறீர்கள் போலருக்கிறது!' என்றாள் மீனா. அவள் தேநீர்க் கோப்பையை எடுத்துக்கொண்டு வந்தாள். அவள் கொடுத்த பிஸ்கோத்தைக் குழந்தை, விரலுக்குப் பதிலாகச் சுவைக்கத் தொடங்கியது.

'பெரிய மனிதர்கள்' என்று யாரை அவள் குறிப்பிடுகின்றாள் என்று அவனுக்குப் புரிந்தது. ஆஷாவை, தன்னைப் பற்றிய விவரங்களை அவள் ஏன் விசாரித்து அறிய வேண்டும்? இந்தக் கணத்துக்காகத் தான்... இதுதான் உண்மை மறுபடியும் இதனின்றும் தப்பித்து ஓடுவது இயற்கைக்குச் செய்யும் துரோகம். அவள் சொன்னது போல், மனிதனாக இருக்க முயல்வதுதான் விவேகம். தனக்குத் தான் செய்து கொள்ளும் நியாயம்.

கஸ்தூரி தேநீரை வாங்கிக் கொண்டான்.

'ஆல் ரைட்... ஆர் யூ கமிங் வித் மீ?'

'அதை அப்புறம் பார்த்துக் கொள்ளலாம்.'

'நோ... மறுபடியும் இந்த நிமிஷத்தை என்னால் தப்பவிட முடியாது.'

'ஆஷாவின் அனுமதி வேண்டாமா?'

'எதற்காக இந்தப் பூனை மனப்பான்மை? ஆஷாவைப் பற்றி நான் கவலைப்படவில்லை என்று நான் சொல்ல வேண்டுமென்று நினைக்கின்றாயா?'

'அவளும் உங்களைப்பற்றிக் கவலைப்படமாட்டாள் என்று எனக்கு நிச்சயமாகத் தெரியும்.'

'எனக்கு எரிச்சல் ஊட்டுவதாக நினைக்கின்றாயா? ஆஷாவைப் பற்றி எனக்குத் தெரிந்ததைவிட உனக்கு அதிகம் தெரியும் என்பது உன் எண்ணமா?'

'ஐ நோ யூ ஆர் ஒன் ஆஃப் ஹெர் ப்ரைஸ் கலெக்ஷன்ஸ்.'

கஸ்தூரி தேநீரைக் குடித்துவிட்டுக் கோப்பையைக் கீழே வைத்தான்.

'சரி. நீ எப்பொழுது வேண்டுமானாலும் என்னிடம் வரலாம்' என்று கூறிக் கொண்டே அவன் எழுந்தான்.

'நான் உங்களிடம் ஒன்று சொல்ல விரும்புகிறேன்' என்றாள் மீனா. அவள் குரலில் தெரிந்த பரிவு அவனுக்கு வியப்பைத் தந்தது.

'என்ன?'

'ஆஷாவின் தயவில் உங்களுக்கு உத்தியோகம் வேண்டாம். சுரஜித் மகேஷைப் போலல்ல. உங்களுக்கு ஆனந்தைப் பற்றிய விவகாரம் தெரிந்திருக்கலாமென்று நினைக்கிறேன்.'

'எந்த ஆனந்த்?'

'நாட்டுத் தூதரகத்தோடு தொடர்பு கொண்டு, ஏராளமான பொருள்களை அந்நாட்டிலிருந்து இங்கு கடத்தி வியாபாரம் செய்ய சுரஜித்துக்குத் துணை புரிந்தான். கடைசியில் ஆனந்தைக் கைது செய்தார்கள். சுரஜித் தான் தப்பித்துக் கொள்ள அவனைப் பலி கொடுக்கத் தயங்கவில்லை.'

'இது ஆனந்தின் முட்டாள்தனத்தைக் காட்டுகின்றதேயன்றி வேறில்லை.'

'நீங்கள் இன்னும் இது மாதிரிப் பேசிக் கொண்டிருப்பதுதான் வேடிக்கையாக இருக்கிறது. 'நீ என்னோடு வந்து விடுகிறாயா?' என்ற என்னைக் கேட்கும் அளவுக்கு உங்கள் ஈகோ இப்பொழுது தணிந்திருக்கிறது. இதையும் புரிந்து கொள்ளுங்கள்.

இவள் கூறுவது உண்மைதான். ஈகோ தணிந்திருக்கிறது. வாழ்க்கையில் மறுபடியும் பாதுகாப்பை நாடி ஆஷாவோடும் சுரஜித்தோடும் உடன்பாடு செய்து கொள்ளும் அளவுக்குத் 'தணிந்திருக்கிறது.' மகேஷை விட்டு நீங்கும்போது ஏதேதோ தீர்மானித்துவிட்டுக் கடைசியில், பிரத்யேக சலுகையினால்

கிடைக்கக் கூடிய வாய்ப்புகளை மூர்க்கத்தனமாக வெறியோடு பயன்படுத்திக் கொள்ள முயலும் 'வலிமையுள்ளது எஞ்சும்' என்ற ரீதியான போராட்டத்தில் தன்னை எவ்வளவு தூரம் ஈடுபடுத்திக் கொண்டு விட்டான்! - 'இக்கால சமூகத்தில் இதுதான் நியாயம்!' என்பது தன்னைத் தேற்றிக் கொள்ளத்தானா? எதற்காகத் தேற்றிக் கொள்ள வேண்டும்? - தன்னுள்ளத்தின் அடிப்படையில், நிழல் போல் ஒதுங்கியிருக்கும் கண்ணியம் இன்னும் அடியோடு ஒழிந்து விடவில்லை. கண்ணியம் என்பது தனது பாரம்பரியத்தினால் விளைந்த பலஹீனமா? - இது மட்டும் இல்லாமலிருந்தால் தன்னைப் பற்றி அடிக்கடி 'வலிமையுடையது எஞ்சும்' என்ற தர்மத்தைப் பற்றிய வேறு சிந்தனை எழுதுவதற்கான பலஹீன மடைந்து விட்டது போல் நின்றான்.

'நான் எப்பொழுதுமே என்னைப் பற்றி, ஆதியும் அந்தமுமில்லாத, ஒரு டார்க் ஹார்ஸ் என்ற மனப்பான்மையை மற்றவர்களிடம் தோற்றுவிக்க முயல்வது வழக்கம். ஆனால் உன் குரூரமான சொற்கள் என்னைச் சரித்திரத்தோடு தொடர்புபடுத்துவதுதான், நான் அனுபவிக்கும் வேதனை.'

'நீங்கள் கூறுவது எனக்குப் புரியவில்லை'

'உனக்குப் புரியுமென்று நான் எதிர்பார்க்கவில்லை. ஸ்விட்ச் போடுகின்றவர்களுக்கு மின்சாரம் எப்படி வேலை செய்கிறது என்று தெரிய வேண்டிய அவசியமில்லை.'

'ஈகோ தணியவில்லை என்று காட்ட வேண்டுமென்ற நினைவா?' என்றாள் மீனா.

'நான் சொல்வது பொருளற்ற வார்த்தைகள் அல்ல. நீ எனக்குத் தேவை.'

இதைச் சொல்லிவிட்டு அவன் அந்த அறையைவிட்டு வெளியே சென்றான். அவன் மனத்தில் ஒரு பெரிய போராட்டம் நிகழ்ந்து கொண்டிருந்தது.

# 18

கஸ்தூரி ரீகல் அருகே டாக்சியிலிருந்து இறங்கினான். அவனுக்கு மிகவும் பசித்தது. ஏதாவது ஹோட்டலுக்குச் சென்று சாப்பிடலாம் என்று நினைத்தான்.

டீ ஹவுஸ் அருகே வந்ததும், ஆண் பெண் ஜோடி ஜோடியாக அந்த ஹோட்டலின் கீழே புதிதாக ஆரம்பிக்கப்பட்டிருந்த இன்னொரு ஹோட்டலுக்குச் சென்று கொண்டிருப்பதைப் பார்த்தான். வாழ்க்கையை வெறுத்த தலைவிரி கோலத்துடன் இளைஞர்கள், உதட்டிலிருந்த சிகரெட் அசையாமல், பக்கத்தில் அவர்களுடன் பூனைக்குட்டிபோல் ஒட்டிக்கொண்டு வந்த பெண்களுடன் பேசிக் கொண்டே படிக்கட்டில் இறங்கிக் கீழே சென்றார்கள். சிருஷ்டியின் ரகசியத்தை உணர்ந்த அந்த

ஹோட்டல்காரர்கள் ஆண்களோ பெண்களோ தனித்து வரக் கூடாது என்று விதித்திருந்தார்கள். முதலில் அந்த ஹோட்ட லுக்குப் போவோமா என்று கஸ்தூரி நினைத்தான். ஆனால் இதற்காக ஒரு பெண்ணைத் துணை சேர்க்க வேண்டும். கனாட் பிளேஸில் கிடைக்காததென்பதல்ல. ஆனால் அவன் அந்த மனநிலையில் தனிமையை விரும்பினான்.

அவன் குவாலிட்டிக்குள் புகுந்தான். வெளிச்சத்திலிருந்து வந்த தால், இருட்டுக்கு அனுசரித்துப் போகச் சிறிது நேரமாயிற்று.

பேரர் அவன் மேஜையைத் துடைத்துவிட்டு, உத்தரவுக்காகக் காத்திருந்தான். பக்கத்து மேஜையில் உட்கார்ந்திருந்த பெண்கள் கூட்டத்திலிருந்து அயல்நாட்டு செண்ட்டின் நறுமணம் மிதந்து வந்தது. பொறியில் வால் அகப்பட்டுக் கொண்ட எலி கத்துவது போல் ஒருத்தி சிரித்தாள்.

கஸ்தூரி மெனு கார்டைப் பார்த்துக் கொண்டே இருந்தான். என்ன சாப்பிடுவது?

'ஹாங் ஜீ?' என்று தான் நின்று கொண்டிருப்பதைக் கஸ்தூரிக்கு நினைவூட்டினான் பேரர்

'ஹாட் டாக், தீன் பீஸ் வெஜிடபிள் சான்ட் விச்சஸ், எஸ்ப்ரஸோ காபி' என்றான் கஸ்தூரி.

'அச்சா ஜி.'

அப்பொழுது அவனெதிரே ஓர் அயல்நாட்டுக்காரன். இளைஞன் வந்து நின்றான். உடையும் தலை மயிரும் அவன் ஹிப்பி என்பதை உணர்த்தின.

'கேன் ஐ ஸிட் ஹியர்?' என்று அவன் கேட்டான் ஆங்கில உச்சரிப்பு அவன் அமெரிக்கன் என்று காட்டியது.

'ப்ளீஸ் டூ?' என்றான் கஸ்தூரி.

கையிலிருந்த ஒரு பெரிய பையைப் பக்கத்தில் வைத்துவிட்டு, கஸ்தூரிக்கு எதிரே அவன் உட்கார்ந்தான்.

அவனுடைய பொன் நிறமான தலைமயிர் தூசு படிந்திருந்தது. கழுத்தருகே சிலிர்த்துக் கொண்டு நின்றது. அவன் அணிந்திருந்த டீ ஷர்ட், தண்ணீரைக் கண்டு பல நாளாகியிருக்கும்போல்

தோன்றியது. காக்கி அரை பேண்ட் அணிந்திருந்தான். அழுக்குத் தெரியவில்லை.

'மை நேம் ஈஸ் டீன் மார்கன்!' என்று அவன் கையை நீட்டினான்.

'மை நேம் ஈஸ் கஸ்தூரி.'

கஸ்தூரிக்குத் திடீரென்று தோன்றியது, இவனிடம் எல்.எஸ்.டி. இருக்குமோ? அவன் அப்பொழுது தனக்கு அது அவசியம் தேவை என்று நினைத்தான். எல்.எஸ்.டி. இல்லாவிட்டாலும், 'சரஸா'வது இருக்கும்.

'இந்தியா ஒரு மிகச் சிறந்த நாடு!' என்றான் டீன் மார்கன் ஆங்கிலத்தில்.

'ஏன்?'

அவன் பதில் சொல்லாமல் தோள்களைக் குலுக்கிக் கொண்டான். பிறகு சிரித்தான். அவன் பற்கள் பழுப்பு ஏறியிருந்தன.

'எப்படிச் சொல்வதென்று எனக்கு விளங்கவில்லை. எல்லாப் பிரச்னைகளுக்கும் உங்கள் வாழ்க்கை முறையில் விடை காணப்படுகிறது. 'எளிய வாழ்க்கை' என்ன அற்புதமான தத்துவக் கருத்து.'

'நீங்கள் கூறுவது எனக்குப் புரியவில்லை!' என்றான் கஸ்தூரி.

'சமூகம் சிக்கலாகி, தனிப்பட்ட மனிதனுடைய வாழ்க்கை நாகரிகமெனப்படும் போலித்தனமான கோட்பாடுகளுக்கோ அல்லது வாழ்க்கையில் ஒவ்வொரு நிலையிலும் குறுக்கிடும் விஞ்ஞானம் என்ற பிராங்கன்ஸ்டீன் அரக்கனுக்கோ கட்டுப் பட்டிருந்தால், ஆத்மாவின் சுதந்தரம் என்பது எங்கே இருக்க முடியும்? நேற்றுப் பழைய டெல்லி ஸ்டேஷன் அருகே பார்த் தேன். மரத்தடியில் உட்கார்ந்திருந்த ஒருவனுக்கு மற்றொருவன் சாவதானமாகப் பீடியைக் குடித்துக் கொண்டே மயிர் வெட்டிக் கொண்டிருந்தான். என்ன நிதானம். காலத்தை எள்ளி நகையாடும் அற்புதமான அலட்சியம். உங்கள் நாடு எனக்கு மிகவும் பிடித் திருக்கிறது.'

'பழைய டெல்லி என்ன, கனாட் பிளேஸிலேயே இந்தக் காட்சிகளைப் பார்க்கலாமே' என்றான் கஸ்தூரி.

'எஸ்... எஸ்... இதைத்தான் சொல்லுகிறேன். இந்தியாவில் ஆத்மா இந்த எளிய மக்களிடத்தில்தான் இருக்கிறது. இங்கு இல்லை!' என்று ஹோட்டலில் உட்கார்ந்திருந்தவர்களைச் சுட்டிக்காட்டினான் டீன் மார்கன்.

அப்படியானால் இந்த ஹோட்டலுக்கு ஏன் வந்தீர்களென்று கேட்கலாமா என்று நினைத்தான் கஸ்தூரி. கேட்கவில்லை.

பேரர், ஹாட் டாக், சான்ட்விச்சஸ் இரண்டையும் கொண்டு வந்து வைத்தான்.

'காபி' என்றான் டீன் அவனிடம்.

'சான்ட்விச்சஸ்?' என்று கேட்டான் கஸ்தூரி.

'நோ, ப்ளீஸ்.'

ஹாட் டாக்கை காகிதத்தில் மடித்துக்கொண்டே கஸ்தூரி சொன்னான்: 'நீங்கள் புத்தகத்தில் படித்துவிட்டு கற்பனை செய்து கொண்டு வந்து, அதே மாதிரியான பாரதத்தையும் பார்க்க முடிந்ததே, இல்லாவிட்டால், பார்த்து விட்டதாக உங்களுக்கு ஒரு எண்ணம் ஏற்பட்டிருப்பதே உங்கள் அதிர்ஷ்டம்...'

'நீங்கள் சொல்வது தவறு. நான் ஒரு கற்பனையுடனும் வரவில்லை. நான் சிகாகோவில் விளம்பரத் துறையில் பணியாற்றிக் கொண்டிருந்தேன். ஒருநாள் இந்நாட்டிலிருந்து ஒரு சாது அங்கு வந்து, சொற்பெழிவாற்றினார். 'நானும் நீயும்' என்பது தலைப்பு. விளம்பரத் துறையின் பகட்டான வாழ்வினால் சலிப்புற்றிருந்த எனக்கு அவர் பிரசங்கம் கண்ணைத் திறந்துவிட்டது. அன்றே பாரதத்துக்குப் புறப்பட்டு வரத் தீர்மானித்துவிட்டேன். நேபாலில் மூன்று மாதம் இருந்தேன். பாரதத்துக்கு வந்து நான்கு மாதங்களாகின்றன. வாரணாசியில் படகில் என் நண்பர்கள் ஒரு வருஷமாக வசித்து வருகிறார்கள். அவர்களுடன் இரண்டு மாதங்கள் தங்கினேன். தினந்தோறும் பிரார்த்தனை, ஹிமாலயத்தைச் சேர்ந்த ஒரு சாது எங்களுக்குக் கிருஷ்ண மந்திரத்தின் ரகசியத்தை உபதேசம் செய்து வைத்தார்.'

'கிருஷ்ண மந்திரத்தின் ரகசியம் என்ன?' என்று கேட்டான் கஸ்தூரி.

'மை காட்... கிருஷ்ண மந்திரத்தின் ரகசியத்தை இவ்வளவு அலட்சியமாக ஒரு நவநாகரிக ஹோட்டலில் உட்கார்ந்து

கொண்டு, ஹாட் டாக்கைக் கடித்தவாறு கேட்கிறீர்கள், நீங்கள் இந்தியர்தானா?'

'சரஸ் குடித்துக் கொண்டே கேட்க வேண்டிய விஷயமா இது? பை தி வே, உங்களிடம் சரஸ் இருக்கிறதா?'

டீன் மார்கன் சிறிது நேரம் பேசாமல் அவனை உற்று நோக்கினான்.

'ஏன் அப்படிப் பார்க்கிறீர்கள்? எனக்கும் போலீஸுக்கும் எந்தவிதமான சம்பந்தமும் கிடையாது. நான் ஒரு அப்பாவி. அரசாங்க உத்தியோகஸ்தன்' என்றான் கஸ்தூரி.

'நீங்கள் சரஸ் குடித்ததுண்டா?'

'இல்லை குடித்துப் பார்க்க வேண்டுமென்ற ஆசையுண்டு. எல்.எஸ்.டி. யாக இருந்தாலும் சரி.'

'எல்.எஸ்.டி.' என்று ஒவ்வொரு எழுத்தாக உச்சரித்துவிட்டு டீன் பலமாகச் சிரித்தான்.

'நான் ஒன்றும் ஹாஸ்யமாகப் பேசிவிடவில்லையே' என்றான் கஸ்தூரி.

டீன் மார்கன் கீழே வைத்திருந்த தன் பெரிய பையின் ஜிப்பை இழுத்தான். ஒருவேளை எல்.எஸ்.டி.தான் வெளியே எடுக்கப் போகிறானோ என்று ஆவலோடு பார்த்தான் கஸ்தூரி.

ஆனால் அவன் பெரிய பத்திரிகையொன்றை எடுத்தான். அட்டை யின் வண்ணம் கண்ணைப் பறித்தது. ஒரு பெரிய இந்தியச் சாதுவை, ஏழெட்டு அமெரிக்கர்கள் தூக்கிக் கொண்டிருப்பது போன்ற படம். ஒரு பெண்சாதுவின் பாதங்களை முத்தமிட்டுக் கொண்டிருந்தாள்.

'இந்தப் பத்திரிகையை நீங்கள் பார்த்ததுண்டா?' என்று கேட்டான் டீன் மார்கன்.

'இல்லை.' கஸ்தூரி அந்தப் பத்திரிகையை அவனிடமிருந்து வாங்கிப் பார்த்தான்.

உள்ளே நிர்வாணமாக இளைஞர்களும் பெண்களும் கழுத்தில் ருத்திராட்ச மாலை போட்டுக் கொண்டு கூட்டமாக ஓரிடத்தில் உட்கார்ந்தவாறு பிரார்த்தனை செய்யும் காட்சி. நடுவில் வெறும்

உடம்பில் பீதாம்பரம் அணிந்து ஒருவன் குழலூதிக் கொண் டிருந்தான். அவன் பக்கத்தில் இரண்டு மூன்று பெண்கள் மெய்மறந்து அதைக் கேட்டுக் கொண்டிருந்தனர்.

'கிருஷ்ண மந்திரத்தின் ரகசியம் இதுதான் என்ற உங்கள் குருஜி சொன்னாரா?' என்று கேட்டான் கஸ்தூரி.

'ஏளனமாகப் பேசுவதாக அபிப்பிராயமா?' என்று சீறினான் டீன் மார்கன்.

'நோ... நோ... நான் உண்மையிலேயே கேட்கிறேன்.'

'இந்த மாதிரிக் கூட்டத்தில் நீங்கள் கலந்து கொண்டது உண்டா?'

'இல்லை.'

'நடுவில் இருப்பவர்தான் எங்கள் தலைவர் ஜீன்பர்க். உலகத்தை உய்விக்கப் பிறந்த கலியுக கல்கி அவதாரம். குருஜிதான் அதைக் கண்டுபிடித்துக் கூறினார்.'

'உலகத்தை உய்விக்க வேண்டியது அவசியந்தானா?' என்று கேட்டான் கஸ்தூரி.

டீன் மார்கன் சிறிது நேரம் பேசாமலிருந்துவிட்டுச் சொன்னான். 'எஸ், யூ ஆர் ரைட்.'

பேரர் காபி கொண்டு வந்தான். டீன் மார்கன் இரண்டு வில்லை சர்க்கரை போட்டு, ஸ்பூனினால் கலக்கிக் கொண்டு ஏதோ சிந்திக்கத் தொடங்கினான்.

'உலகத்தைச் சீர்திருத்துவது என்பது முடியாது காரியம். இதோ பாருங்கள். நீங்கள் ஹாட் டாக் அது இது என்று சாப்பிடகிறீர்கள். இச்சமயத்தில், இந்த நிமிஷத்தில் இங்கு சாப்பிடுபவர்கள் அனைவரும் மொத்தமாகக் கொடுக்கக் கூடிய பில் தொகை கிட்டத்தட்ட ஆயிரம் ரூபாய் இருக்கலாம். வாசலில் நான் வரும்போது மூன்று பிச்சைக்காரர்கள் நின்று கொண்டிருந்தார்கள். சமூகத்தின் அந்தஸ்த்துப் படிகளில் இந்தியாவில் இருப்பது போன்ற இவ்வளவு ஏற்றத்தாழ்வு வேறு எந்த நாட்டிலும் கிடையாது. இந்தியன் என்ற முறையில் நீங்கள் கேட்பது, இவ்வுலகத்தை உய்விக்க வேண்டியது அவசியந்தானா என்பது நியாயமான கேள்விதான்.'

'நான் ஹாட் டாக்குக்குப் பதிலாக வெறும் காபி குடித்தால் வாசலிலிருக்கும் பிச்சைக்காரர்கள் பணக்காரர்களாகி விடுவார்களா?' என்றான் கஸ்தூரி.

'பிரத்யட்ச உண்மையைக் கெட்டிக்காரப் பேச்சினால் சமாளிக்கப் பார்க்காதீர்கள். உங்கள் நாட்டிலிருக்கும் இன்டெலக்சுவல்கள் எல்லாரும் கோழைகள். பாதுகாப்பை நாடும் கொள்கைப் பிடிப்பில்லாத சந்தர்ப்பவாதிகள்... சாதுவையும் குருவையும் ஏளனம் செய்கிறீர்களே, ஜீன்பர்க்குக்கும் தெரியும், உலகத்தை உய்விக்க முடியாதென்று... ஆனால் சமூகத்தின் குற்ற அஸ்தி வாரத்தில் எழுப்பப்பட்ட இந்தப் போலி வாழ்க்கையினின்றும் ஒதுங்கியிருக்கும் அளவுக்கு எங்களுக்கு நாணயம் இருக்கிறது; நாங்கள் எங்களை என்ன செய்து கொள்ளுகிறோம் என்று சமூகம் வேவு பார்க்க வேண்டிய அவசியமில்லை.'

ஒரு பைத்தியக்காரனைப் போலவும், அதே சமயத்தில் பல மறுக்க முடியாத உண்மைகளை மிகச் சுலபமாகச் சொல்லக் கூடிய ஆற்றல் வாய்ந்த தத்துவ ஞானியாகவும் தெரிந்தான் டீன் மார்கன். 'பாதுகாப்பை நாடும் கொள்கைப் பிடிப்பில்லாத சந்தர்ப்பவாதி கள்!' எவ்வளவு எளிதாகச் சொல்லிவிட்டான். ஜீன்பர்க்கைக் கலியுக கல்கி அவதாரமாக நம்பும் இவன், நடப்பு உண்மைகளை மிகச் சாமர்த்தியமாக ஆராய்ந்து, கோபப்படாமல், வெறுப்பும் கொள்ளா மல் பிட்டுப் பிட்டு வைத்தது கஸ்தூரிக்கு ஆச்சரியமாக இருந்தது.

இவனைப் போல் தன்னால் இருக்க முடியுமா? விளம்பரத் துறையில் ஒரு நல்ல உத்தியோகத்தைத் தனக்கு அது பிடிக்க வில்லை என்ற காரணத்தால் ராஜிநாமா செய்துவிட்டு, இந்தியா வில் பொசுக்கும் வெயிலிலும் புழுதியிலும் அலைந்து கொண்டிருக் கிறான். இவன் அகராதியில் எதிர்காலம் என்பது ஒன்றும் இல்லை. வாழ்க்கையை நிமிஷத் துளிகளாக்கி, ஒவ்வொரு நிமிஷத்தையும் நிரந்தரமாக்கி வாழ முயல்கிறான்; இவனுக்குள்ள நாணயம் தனக்குண்டா?

தன் கடந்த கால வாழ்வு! - தன் உள் நினைவு எப்பொழுதும் பாதுகாப்பையே நாடி வந்திருக்கிறது. இவ்வுண்மையை நேருக்கு நேர் சந்திக்க விரும்பாமல் எவ்வளவு கொள்கைப் போர்வைகள்! - எது தன்னுடைய உண்மையான 'நான்?'

சிறுவனாயிருந்தபோது, கும்பகோணத்து மாடி வீட்டில் நின்று கொண்டு ஆகாயத்தில் பவனி சென்ற சந்திரனை எட்டிப்பிடிக்க

முயன்ற சமயத்திலேயே தன்னுடைய 'நான்' உருவாகத் தொடங்கிவிட்டது. சூழ்நிலையினின்றும் வேறுபட்டுத் தான் தனித்து நிற்கவேண்டுமென்பதற்காக இத்'தனிமை' ஆசை விளைவித்துவிட்ட சூழ்நிலையின் பால் ஒரு வெறுப்புணர்ச்சி. எதிர்நீச்சலிட்டுக் கொண்டு வாய்ப்புகளையே குறிக்கோளாக மயங்கி வாழ்ந்து வந்திருக்கிறோம் என்று கஸ்தூரி நினைக்கத் தொடங்கியதும் டீனின் நாணயம் இன்னும் தெளிவாகப் புரிந்தது.

'நாங்கள் எங்களை என்ன செய்து கொண்டிருக்கிறோம் என்று சமூகம் வேவு பார்க்க வேண்டிய அவசியமில்லை!' - இந்த உரிமை தனக்கு இருந்திருக்கிறதா? சமூகச் சிக்கலிலே தன்னைப் பிணைத்துக் கொண்ட பிறகு, ஓர் இன்றியமையாத தன்மையை உண் டாக்கிக்கொண்ட பிறகு, தன் சுதந்தரத்தின் எல்லையைச் சரிவர உணர்ந்து வந்திருக்கிறோமா என்று ஆராய்வதில் என்ன பயன்?

டீன் மார்கன் காபிக் கோப்பையைக் கீழே வைத்துவிட்டுக் கைக்குட்டையினால் வாயைத் துடைத்துக் கொண்டான். திடீரென்று கஸ்தூரி பேசாமல் மவுனத்தில் ஆழ்ந்தது அவனுக்குச் சிறிது வியப்பைத் தந்தது.

'உங்களுக்கு ஏதோ பிரச்னை இருக்கிறது என்று நினைக்கிறேன். என்ன யோசிக்கிறீர்கள்?' என்றான் டீன்.

'நான் கேட்ட கேள்விக்குப் பதில் சொல்லவில்லை நீங்கள்... சரஸ் அல்லது எல்.எஸ்.டி. ஏதாவது உங்களிடம் இருக்கிறதா?'

டீன் அவனை உற்றுப் பார்த்தான்.

'என்னுடன் வாருங்கள். நான் உங்களை என் நண்பர்களுக்கு அறிமுகப்படுத்துகிறேன்.'

'ஆல் ரைட். ஐ ஆம் கேம்' என்று உற்சாகத்துடன் சொன்னான் கஸ்தூரி.

பேரரைக் கூப்பிட்டு டீனுக்கும் சேர்த்துப் பணத்தைக் கொடுத்து விட்டு அவன் எழுந்திருந்தான். தன் பில்லுக்கும் அவன் பணம் கொடுப்பதை, டீன் ஒப்புக்குக்கூட எதிர்க்கவில்லை. கஸ்தூரி தன் கடமையைச் செய்தது போல், அவன் பேசாமலிருந்தான்.

இருவரும் ஹோட்டலை விட்டு வெளியே வந்தனர். எல்.ஐ.ஸி. மைதானத்தில் ஒரு பொருட்காட்சி நடந்து கொண்டிருந்தது.

‘இன்றைய இந்தியா’ என்று பாரதத்தின் தொழில் வளர்ச்சியைச் சித்திரித்துக் காட்டுவதற்காக ஏற்பாடு செய்யப்பட்ட பொருட் காட்சி.

வெஜிடேரியன் ஹோட்டல் வாசலிலே நாலைந்து அலிகள், பாடிக் கொண்டும், நடனமாடிக் கொண்டும் இருந்தனர். அவர்களை ஊக்குவித்தவாறு ஒரு கூட்டம் நின்று கொண்டிருந்தது.

டீன் அவர்களை ஆச்சரியத்துடன் பார்த்தான்.

‘யூனக்ஸ்’ என்று சொன்னான் கஸ்தூரி.

‘அவர்கள் சந்தோஷமாக இருக்கிறார்கள் போலிருக்கிறது.’

‘இந்த ஹோட்டல் முதலாளிக்குக் குழந்தையோ அல்லது பேரக் குழந்தையோ பிறந்திருக்க வேண்டும். குழந்தை எங்கெங்கு பிறக்கிறது என்று முனிசிபல் ஆபீஸில் விசாரித்துக் கொண்டு இவர்கள் வந்து விடுவார்கள். ஐந்து ரூபாய் கொடுத்தாலொழியப் போகமாட்டார்கள்...’ என்றான் கஸ்தூரி.

‘இதன் பின்னணியிலுள்ள துன்பத்தின் நிழலை நீங்கள் உணரவில்லையா?’ என்றான் டீன்.

பிறருக்குக் குழந்தை பிறக்கும் நற்செய்தியை அலிகள் கொண்டாடுகிறார்கள்! ‘குடும்பக் கட்டுப்பாட்டுத் திட்டத்துக்குத் தீவிரமான எதிர்ப்பு அலிகளிடமிருந்து’ என்று உத்தரப் பிரதேசத்துச் செய்தியொன்று அவன் ஞாபகத்துக்கு வந்தது. தங்கள் இயலாமையே தொழில் மூலதனமாகக் கொண்டு விட்ட அவர்களுடைய குரூர ஹாஸ்ய உணர்ச்சி! ‘சிரிப்பு என்பது மன எரிச்சலின் விடுதலை’ என்று ஃப்ராய்ட் கூறுவது வாஸ்தவந்தான். இவ்வளவு நாளாகத் தான் இதைப் பார்த்து வருகிறோம்; டீனுக்கு உடனே தோன்றியது போல், தனக்கு ஏன் தோன்றவில்லை? வாழ்க்கைப் போராட்டத்தில் வெற்றி அடையத் தான் கொடுத்து வரும் விலை, தன் நுண்ணிய உணர்வு!

கஸ்தூரியின் பொருள் பொதிந்த மவுனத்தை மதிப்பது போல், டீன் ஒன்றும் பேசவில்லை அல்லது இந்தத் துன்பத்தின் நிழலுணர்வால் பாதிக்கப்பட்டு அவன் உள்ளத்தில் சுமை ஏற்பட்டிருக்கலாம். ஒருவேளை டீனும் அலிதானோ என்ற சந்தேகம் கஸ்தூரியின் மனத்தில் எழுந்தது.

'ஜந்தர் மந்தர்' வாசலில் இன்னொரு ஹிப்பி நின்று கொண்டிருந்தான். ஜிப்பா பைஜாமா உடையில் இருந்த அவன் டீனைக் கண்டதும், 'ஹில்லோ டீன்' என்றான்.

'ஹலோ ஹேன்ஸ்.'

டீன் கஸ்தூரியை ஹேன்ஸுக்கு அறிமுகம் செய்து வைத்தான்.

'கைலாஷ் காலனி போகிறோம். வருகிறாயா?' என்றான் டீன்.

'எதற்காக?'

'ஃபர் எ பாட்.'

'குட் லார்ட். ஓகே.'

கஸ்தூரி ஒரு டாக்சியை நிறுத்தினான்.

'டாக்சியிலா?' என்று கேட்டுவிட்டு ஹேன்ஸ் தோள்களைக் குலுக்கிக் கொண்டான்.

கைலாஷ் காலனியில் வெளிப்பார்வைக்கு டிபார்ட்மெண்டல் ஸ்டோர் போலக் காட்சியளித்த ஒரு கடையின் உள்ளே நுழைந்தான் டீன்.

கவுன்ட்டரில் உட்கார்ந்திருந்த ஒரு பஞ்சாபி இளைஞன் புன்னகை செய்தான். அதை மவுனமாகத் தலையசைவினால் ஏற்றுக் கொண்ட டீன் கடையின் பின்புறம் சென்றான். ஹேன்ஸுடன் அங்கு ரெடிமேட் டிரஸ் பகுதியில் நின்று கொண்டிருந்த கஸ்தூரிக்கு டீனைத் தொடர்ந்து போகலாமா, கூடாதா என்று தெரியவில்லை.

'உங்களுக்கு என்ன வேண்டும்?' என்றாள் அந்தப் பெண்.

'டீன்'ஸ் ஃபிரண்ட்... யு கோ, மிஸ்டர்' என்று உட்புறமாகக் கையைக் காட்டினான் ஹேன்ஸ்.

பின்புறத்திலிருந்த திறந்தவெளியில் டீன் அவனுக்காகக் காத்திருந்தான்.

'எல்.எஸ்.டி. இல்லை. சரஸ் தருகிறேன்' என்றான் டீன்.

சரஸைக் குடிக்க ஆரம்பித்து, முதல் புகையை இழுத்துவிட்டதும், உலகத்தின் மூன்று கனபரிமாணமும் காட்சி அளவில் தெரியத்

தொடங்கியது கஸ்தூரிக்கு. எதிரே உட்கார்ந்திருந்த டீனுக்கும் தனக்கும் இட ரீதியான வித்தியாசம் காலத்தளவாகத் தெரிந்தது. அவன் பேசிய ஒவ்வொரு சொல்லுக்கும் இடையே உள்ள காலத்து இடைவெளி தனித் தனி யுகமாகப் புலப்பட்டது. உலகிலுள்ள ஒவ்வொரு நுணுக்கமும், நிரந்தரத்துவத்தின் பொறி... இது தனக்கு ஏன் இதுவரை தெரியாமல் போயிற்று?

'எப்படி இருக்கிறது?' என்று கேட்டான் டீன். ஸ்லோ மோஷன் போட்டோகிராபியில் தெரியும் நிழற் படங்கள் போல், அவன் சொற்கள் ஒவ்வொன்றாகக் காலத்தின் விசுவரூபத்தைச் சுட்டிக் காட்டுவன போல், தனித்தனியே ஒலித்தன.

இதற்குப் பதில் கூறுவதும் இடைச்செருகலாகப்பட்டது கஸ்தூரிக்கு. கண்களை மூடிக் கொண்டு பேசாமலிருந்தான்.

'ஹி ஈஸ் அவுட்...' என்று ஹேன்ஸ் சொன்னதும் அவன் கண்களை திறந்தான். எல்லாம் புதுமையாகத் தெரிந்தது. எதிரே இன்னும் நான்கைந்து பேர் உட்கார்ந்து கொண்டிருந்தார்கள். ஒவ்வொரு முகமும் ஒளி சாகரத்தில் குளித்தெழுந்தது போல் பிரகாசித்தது.

'அர்த்தத்தின் அர்த்தம் இதுதான் தெரிந்ததா?' என்று கேட்டான் ஹேன்ஸ்.

'தெரிந்தது... அர்த்தத்தின் அர்த்தம் 'நான்' என்ற பாரம்பரியமான ஒரு நீண்ட நினைவு. இந்நினைவைக் காட்சியாக மாற்றும் பௌதிகம் ஒழிக...' என்றான் கஸ்தூரி.

'யூ ஆர் ஒன் அஃப் அஸ்... நாட் எ ப்ளடி ஸ்கொயர்!' என்றான் டீன்.

கஸ்தூரி சிரிக்கத் தொடங்கினான். இதுவே மன எரிச்சலின் விடுதலை!

# 19

கஸ்தூரி கண் விழித்தபோது, வெளியே பளிச் சென்றிருந்தது. அவன் கண்கள் மேஜையின் மீதிருந்த கடியாரத்தை நோக்கின. மணி 9.30. அவன் இடக் கையினால் கண்களை லேசாக அழுத்திக் கொண்டான். கண்களில் ஏற்பட்ட எரிச்சலுக்கு இவ்வாறு அழுத்தியது கொஞ்சம் இதமாக இருந்தது.

முதல் நாளிரவு நடந்த சம்பவங்கள் கனவுக் காட்சிகள் போல் அவன் மனத்தில் தோன்றின. யாரோ ஒரு பெண் புரியாத பாஷையில் பாடுகின்றாள். திடீர் திடீரென்று அவனுடைய வயிற்றில் குத்துகிறாள். டீன் மார்கனின் குரல் பலமாக ஒலிக்கிறது. 'வில் யூ ஸ்டாப் டீஸிங் தி கெஸ்ட்ஸ்...' 'ஹீ ஈஸ் நாட் எ கெஸ்ட் ஹீ ஈஸ் ஒன் அஃப் அஸ்...' இதை யார் சொன்னார்களென்று தெரியவில்லை. மெழுகுவர்த்தி எரி

கின்றது. அணைகின்றது. நெருப்பைப் போல்... முகம் கனன்று டீன் உறுமுகின்றான்: 'இந்தியா எனக்கு மிகவும் பிடித்திருக்கிறது. ஏன் தெரியுமா?'

'டெல் இட் அன்ட் ஷட் அப்...' என்று கத்துகிறான் இன்னொருவன். அவன் பேரென்ன? மறந்துபோய்விட்டது. அவன் கண்களில் ஓர் அமானுஷ்யமான கோபவெறி தெரிகிறது.

'இந்த உடம்பு அழுக்கு மயம். பூமி அழுக்கு மயம். இந்தியர்கள் அழுக்கை வணங்குகிறார்கள். அவர்கள் கோயில்களில் எவ்வளவு அழுக்கு! ஸயாமிலும் கம்போடியாவிலும் புத்த விஹாரத்தை... சே! எவ்வளவு பரிசுத்தமாக வைத்திருக்கிறார்கள். பரிசுத்தம் மரணத்தை நினைவூட்டுகிறது. அழுக்கு ஜீவசக்தி! வாழ்க அழுக்கு! வாழ்க இந்தியர்கள்!'

அப்பொழுது யாரோ ஒருவன் டீனின் தலையில் மணலைக் கொட்டுகிறான். 'கிஸ் யுவர் காட், மை பாய்.'

'இந்தியாவில் நீங்கள் விரும்புவது இன்னும் என்னென்ன?' என்று தான் அவனைக் கேட்டது கஸ்தூரியின் நினைவுக்கு வந்தது.

'எஸ். இன் டெல்லி ஐ கேன் பிஸ் எனிவேர். அப்ஸல்யூட் ஃப்ரீடம்' என்று யாரோ மூலையிலிருந்து, கீச்சுக் குரலில் கத்துவது கேட்டது.

'அமெரிக்காவில் சுதந்தரத்துடன் யாரை வேண்டுமானாலும் கொல்லலாம். இந்தியாவில்...' பாடிக் கொண்டிருந்த பெண், பாட்டை நிறுத்திவிட்டுச் சொன்னாள்.

'இரண்டும் ஒன்றுதான். மனித வாழ்க்கை புனிதமானது என்று யார் சொன்னார்கள்?' டீன் கோபத்துடன் கத்தினான்.

'மை காட்? வாட் எ நைட் இட் வாஸ்' என்று சொல்லிக் கொண்டே கட்டிலை விட்டு இறங்கினான் கஸ்தூரி.

மேஜையின் மீது ஒரு துண்டுக் காகிதம் இருந்தது. அதைப் படித்தபோது, அவன் திடுக்கிட்டு நின்றான்.

'யூ ஸ்லீப் லைக் எ லாக். ஐ ஆம் கோயிங். சியர்ஸ் எலினார்.'

அப்படியானால், நேற்றிரவு அவளும் தன்னுடன் வந்திருக்க வேண்டும். டாக்சியில் வரும்போது இன்னொருவர் தன் பக்கத்தில் உட்கார்ந்திருந்தது அவனுக்கு லேசாக ஞாபகத்துக்கு வந்தது.

அவள்தான் நேற்றிரவு பாடிக்கொண்டிருந்த பெண். அவன் சிறிது நேரம் யோசித்துக்கொண்டே நின்றான். அவள் எதற்காக வந்தாள்? எங்கே உறங்கியிருப்பாள்? அவனுக்கு ஒன்றுமே புரியவில்லை. நேற்றிரவு அவன் யாரையாவது கொலை கூடச் செய்திருக்கலாம். யார் கண்டார்கள்?

வாசற் கதவு வெறுமனே சாத்தியிருந்தது. அரசாங்க உத்தியோகம் கிடைத்த பிறகு அவன் இரண்டு அறைகளுடன் கூடிய வீட்டில் குடியிருந்தான். பக்கத்துப் பகுதியில் ஒரு வங்காளிக் குடும்பம். அவர்களுடைய வேலைக்காரன்தான் இவனுடைய வீட்டையும் பெருக்கித் துடைத்துவிட்டுச் செல்வது வழக்கம். அவன் காலையில் வந்திருப்பான். அப்படியானால்... கஸ்தூரி வாசல் வெராந்தாவில் போய் நின்றான். பக்கத்து வீட்டுக்காரர் - சாட்டர்ஜி - ஆபீஸ் செல்லுவதற்கான ஆயத்தங்களுடன் இருந்தார். ஷூவைத் துடைத்துக்கொண்டிருந்த அவர், தம் அறையிலிருந்த படியே கஸ்தூரியைத் திரும்பிப் பார்த்தார்.

'குட்மார்னிங்' என்றான் கஸ்தூரி.

'குட்மார்னிங்' அவர் குரல் இயல்பாக இருப்பதை உணர்ந்ததும், எலினாரை அவர் பார்க்கவில்லையென்று கஸ்தூரிக்குத் தோன்றியது.

'இன்று ஆபீஸ் போகவில்லையா?' என்று கேட்டார் சர்ட்டர்ஜி.

இதைப்பற்றி இத்தனை நேரம் யோசிக்கவில்லையே என்று அப்பொழுதுதான் கஸ்தூரிக்குப் பட்டது.

'போக வேண்டுந்தான்' என்றான் கஸ்தூரி. அவனை அறியாம லேயே அவன் குரலில் ஓர் அலுப்பு தொனித்தது.

'மிகவும் களைப்பாக இருக்கிறீர்கள்' என்றார் சாட்டர்ஜி. இதைச் சொல்லிவிட்டு அவர் உள்ளே போய்விட்டார்.

கஸ்தூரி வெராந்தாவினின்றும் உள்ளே வந்தான். தங்களுடைய எதிர்ப்பு உணர்ச்சியை இப்படித் தெரிவிக்கிறார்களோ - நேற்று தான் சந்தித்த அந்த ஹிப்பிகளின் நாணயம் தனக்கில்லை என்பது வாஸ்தவம்தான். சாட்டர்ஜி தன்னைப் பற்றி என்ன அபிப்பிராயம் கொண்டால் என்ன? எதற்காக வெராந்தாவில் போய் நிற்க வேண்டும்? எலினார் வந்தது அவருக்குத் தெரியுமா என்ற கவலைதான். அவனுக்குத் தன் மீதே அனுதாபம் ஏற்பட்டது.

முதல்முதலாக டில்லியில் வந்து இறங்கிய அந்த நாளில், எத்தகைய தன்னம்பிக்கையுடனும் உற்சாகத்துடனும் அவன் இருந்தான்.

மத்தியத் தரக் குடும்பத்தில், இந்தியாவில் ஏதோ ஒரு மூலையில், செல்வம் தரும் சலுகைகள் இல்லாமல், ஆனால் மிகுந்த கற்பனையுடன் பிறந்த அவனுக்கு வாழ்க்கையில், சமூக ஏணியின் உச்சியிலேறி, வெற்றி காணவேண்டுமென்ற வெறி. அவனுள் ஒரு பாதி வெற்றியை நோக்கி அசுரத்தனமாக முன்னேற, இன்னொரு பாதி எதனாலும் பாதிக்கப்படாமல், அவுட் சைடரைப் போல் ஒதுங்கி நின்றது. பணம், செல்வாக்கு ஆகிய இரண்டும் மிகச் சுலபமாக அவனை வந்தடைந்தன. சிறு வயதில் இவற்றைத்தாம் வாழ்க்கையின் சவால்கள் என்று நினைத்த அவனுக்கு, மிகச் சுலபமாக அவை கிட்டியபோது, ஏமாற்றமாக இருந்தது. தன் திறமைக்கு, வாழ்க்கை ஒரு சவாலல்ல. வாழ்க்கையைக் காட்டிலும் தான் பெரியவன்! தான் டாக்டர் கலிவர். சுற்றிலும் இருப்பவர்கள் லிலிப்புட் கூட்டம்! இந்த எண்ணத்தின் சுகத்தில் அவன் இளைப்பாறும்போதுதான், மீனா, கபூர் இறந்த அன்றிரவு, குரலில் கோபமோ அல்லது வெறுப்போ இல்லாமல் சொன்னாள்:

'நீங்கள் தவிர்க்க முடியாதவரல்ல.'

அவுட்சைடரைப்போல் ஒதுங்கி நின்ற அவனுடைய இன்னொரு பாதி இருக்கும் இடத்தில், இச்சொற்கள் விளக்கேற்றி வைத்தன. தன்னைப் பற்றிக் கணக்கெடுக்க அவன் ஆரம்பித்தது அன்று முதற் கொண்டுதான்.

முதல் நாள் இரவு அவன் டீனுடன் விவாதம் செய்தது அவன் நினைவுக்கு வந்தது. 'சரஸ்' அனுபவம் பௌதீக ரீதியில் அவனைச் செயலற்றுப் போகச் செய்ததேயொழிய, அவன் சிந்தனை ஒருமைப்பட்டு வேலை செய்தது ஆச்சரியந்தான்.

'வெற்றி என்றால் என்ன?' என்று கேட்டான் டீன்.

'படகுக் காரில் போகும் ஆபாசம்!' என்று யாரோ பதில் சொன் னார்கள்.

'குட். நம் நண்பர் கஸ்தூரி அரசாங்கத்தில் ஒரு பெரிய உத்தி யோகஸ்தர். அவர் வாழ்க்கையில் வெற்றி அடைந்த மனிதரா?' என்று தொடர்ந்தான் டீன்.

'ஈஸ் ஹீ ஸோ இன்டீஸன்ட் ஆஸ் ஆல் தட்?' என்று கேட்டான் ஒருவன்.

'ஐ ஹேட் மை ஜாப்' என்று தான் சொன்னது, கஸ்தூரியின் நினைவுக்கு வந்தது.

'நீங்கள் அந்தச் சமூகத்தைச் சார்ந்தவர். மூர்க்கத்தனமான எலிகளின் ஓட்டப் பந்தயத்தில் பரிசுக் கோப்பைக்காக ஓடிக்கொண்டிருப் பவர். நீங்கள் சொல்வதை நான் விரும்பவில்லை. பொய். பொய். பொய்.' என்றான் டீன்:

'வார்த்தைகளுக்குப் பொருள் கிடையாது. ரேடியோவும், திரைப் படங்களும், அரசியல் கட்சிகளும் வார்த்தைகளை நிர்வாணமாக்கி விட்டன! மவுனந்தான் சத்தியம், ஆல் அஃப் யூ ஷட் அப்...' என்று கத்தினான் சுவர்மீது சாய்ந்து கொண்டு, தலையை ஆட்டிக் கொண்டிருந்த ஒருவன்.

அந்தச் சூழ்நிலையில் தான் வேலையிலிருப்பதாகச் சொல்லிக் கொள்வது, அக்கூட்டத்துக்குச் செய்யும் மிகப் பெரிய துரோகமாகக் கஸ்தூரிக்குப் பட்டது. மகேஷை விட்டு நீங்கிய பிறகு, ஒரு பெண்ணின் தயவைக் கொண்டு, வேலை சம்பாதித்துக் கொண்டது எவ்வளவு அல்பமான காரியம்! டீன் கூறுவது போல், பொய்யின் மத்தியில் உட்கார்ந்து கொண்டு, 'எனக்கு இது பிடிக்கவில்லை!' என்று சொல்வது நாணயமற்ற காரியந்தான்.

'பொய்யின் மத்தியில் இருந்து கொண்டு' என்பது எவ்வளவு வாஸ்தவமான வார்த்தைகள்! கிருத்திகையன்று உபவாசம் இருக்கும் ராமனாதன் - தான் டில்லியில் சந்தித்த முதல் நபர்! அன்று அவர் சிகரெட் குடிப்பதில்லை. 'இரவு ராணியின் அந்தரங்கக் காதல்கள்' என்ற புத்தகத்தை ரசிக்கும் அதே அந்தரங்க சுத்தியுடன் 'வெங்கடேஸ்வர சுப்ரபாதம்' சொல்லும் விஜயன்! வட்டிக்கு வட்டி வாங்கிப் பல குடும்பங்களை நடுத்தெருவில் அலைய விட்டாலும் மத்தியத் தர வர்க்கத்தின் ஒழுக்கத்தைக் காப்பாற்ற உறுதிபூண்ட தன் முன்னாள் வீட்டுக்காரன் அந்த 'வெண்ணெய் மலை!' நெற்றியில் திலகமும் வாயில் மந்திரமுமாய் மாப் பிள்ளைகளுக்குச் சிகரெட் லைட்டரும், எஜமானரின் மனைவிக்கு ஹாங்காங்கிலிருந்து சானிடரி டவல்களும் வியாபார நிறுவனங் களிலிருந்து எதிர்பார்க்கும் சங்கர சுப்ரமணியன்! அபலைப் பெண்களுக்கு அடைக்கலமளிக்க வேண்டுமென்ற ஆர்யசமாஜக் கருணையினால், தமக்கு ஐம்பது வயசானாலும், இருபத்திரண்டு

வயதுப் பெண்ணை மணம் புரிந்து கொண்டு, அவளைக் கொலைக் குற்றத்தினின்றும் தப்புவித்த மிஸ்ரா!

அரசாங்க உத்தியோகஸ்தர்களைக் கரன்ஸி நோட்டுகளின் குறுகிய வரையறையில் சிறைப்படுத்தி, அவர்களின் பலவீனங்களைத் தம் பலமாகக் கொண்டு, விருப்பப்படி காரியத்தைச் சாதித்துக் கொள்ளும் மகேஷ், சுரஜித்... முகமூடியணிந்து ஒருவரையொருவர் ஏமாற்றி வருவதே நம் சமூக தர்மம்! இந்த முகமூடிக்குப் பண்பாடு, நாகரிகம் என்றெல்லாம் பெயர்! முதல் நாள் இரவு தனக்கு ஏற்பட்ட 'நான்' என்ற பாரம்பரிய நினைவுத் தொடரை எண்ணிப் பார்க்கும்போது, காலத்தின் கட்டுப்பாட்டில் அமைந்த வாழ்க்கை என்ற பௌதீகக் குறியீட்டு மயக்கத்தில் ஆழ்ந்து, உயர்வு, தாழ்வு என்ற வேறுபாட்டுச் சுகத்துக்காக, எத்தனை வேஷங்கள், எத்தனை பாவனைகள் மேற்கொள்கின்றோம் என்று நினைக்கும் போது... சே! பக்கத்து வீட்டு சாட்டர்ஜியின் அபிப்பிராயத்தில் தான் உயர வேண்டுமென்பது உலகில் எவ்வளவு பெரிய அல்பமான விஷயம்! அராபிய உடல்களை நீர்த் தொட்டியில் கண்டு, வியாபாரம் பேசுவதற்கா, இந்தியாவின் சரித்திரத்தில், தன்னை இந்த நிமிஷத்தில், காலம் தேர்ந்தெடுத்து இருக்கிறது?

'உலகத்தை உய்விக்க வேண்டியது அவசியந்தானா?' என்று தான் கேட்டபோது, டீன் பதில் சொன்னது அவன் நினைவுக்கு வந்தது. 'நீங்கள் சொல்வது வாஸ்தவந்தான். இப்பொழுது நீங்கள் இவ்வளவு பேர் இந்த ஹோட்டலில் சாப்பிடுகிறீர்கள். நான் வரும்போது, வாசலில் இரண்டு, மூன்று பிச்சைக்காரர்கள் நின்று கொண்டிருந்தார்கள். இப்பேர்ப்பட்ட உலகத்தை உய்விக்க வேண்டியது அவசியந்தானா?'

வாசலில் உள்ள பிச்சைக்காரர்களுக்காகப் பரிந்து, 'உலகத்தை உய்விக்கிறேன்!' என்று வரும் வேஷதாரிகள்தாம் உலகத்தின் நாட்டாண்மைக்காரர்கள். அதுவும் நமது நாட்டில் கேட்க வேண்டாம். கம்யூனிஸ்ட் தலைவராக இருந்தாலும், அவருடைய சஷ்டியப்தப் பூர்த்தியின்போது திருநீறு பூசிய மதத் தலைவர் வந்து ஆசீர்வதித்தால்தான் அவருக்குத் தனித் திருப்தி! கடவுட் கொள்கையை எதிர்த்த சார்வாகரையும் முனிவராகக் கண்ட நாடல்லவா இது! மதத் தலைவர்களையும், தெய்வங்களையும் ஒப்புக்கொள்ளாத புத்தரையும் அவதாரமாக்கிய தேசமல்லவா இது! ஒவ்வொரு சமயத்திலும் நமக்கென்று ஒரு பெரியவர் கிடைத்துவிடுகிறார். ஓராயிரம் வருடம் ஓய்ந்துகிடந்த பின்னர்

வாராது போல் வந்தார்! காந்தி. சும்மா விடுவோமா? ராஜ்காட்டிலே அவரையும் அவர் கொள்கைகளையும் ஆழமாகப் புதைத்துவிட்டு, நேற்று ஒருவன் சொன்னானே, அதுபோல், பொருளிழந்த வார்த்தைகளை நாடெங்கும் வாரியிறைக்கிறோம். இதுவே அவருக்கு நாம் செய்யும் புஷ்பாஞ்சலி. மறைந்துபோன அவர் கொள்கைகளுக்குச் செய்யும் மரியாதை! 'இந்த உலகை உய்விக்க வேண்டியது அவசியந்தானா?'

கஸ்தூரிக்கு எவ்வளவு நேரம் சிந்தித்துக் கொண்டிருந்தோம் என்று தெரியவில்லை. வாசல் கதவு தட்டப்படும் சத்தம் கேட்டது. எழுந்து போய்த் திறந்தான். ஓர் அயல்நாட்டுப் பெண் நின்று கொண்டிருந்தாள். இவள்தான் எலினாரோ?

'ஐ வென்ட் அவுட் அன்ட் ஹாட் எ பைட். ஹௌ ஆர் யூ கமிங் அலாங்?'

'ஓ.கே. தேங்க் யூ.'

அவள் வெளுத்த மஞ்சளில் ஜீன்ஸ் அணிந்திருந்தாள். மேலே போட்டுக்கொண்டிருந்த சட்டையில், இடப்பக்கம் தோளருகே சிறிது கிழிந்திருந்தது. குளித்துப் பல நாளாகியிருக்கும் போல் தோன்றியது.

அவள் சொந்த வீட்டில் நடமாடுவது போல் அவன் கட்டிலில் போய் உட்கார்ந்து, தலையணைகள் மீதும் சாய்ந்து கொண்டாள்.

'யூ அன்ட் டீன் டாக்ட் ஆல் கிராப் லாஸ்ட் நைட்' என்றாள் எலினார்.

அவன் பதில் கூறவில்லை.

'நேற்று நான் இங்குதான் உறங்கினேன், தெரியுமா?' என்று கேட்டாள் எலினார். அவள் ஆள்காட்டி விரலினால் கட்டிலைக் குத்திக் காட்டினாள்.

'தெரியும்' என்றான் கஸ்தூரி.

'தெரியுமா? அப்படியானால் நீ ஒரு பயந்தாங்கொள்ளி' என்று கூறிவிட்டு அவள் சிரித்தாள்.

கஸ்தூரிக்கு எரிச்சலாக வந்தது. சிரமப்பட்டு அடக்கிக் கொண்டான். 'என்ன வேண்டும் உனக்கு?' என்று கேட்டான் கஸ்தூரி.

'நேபால் போக வேண்டும். எனக்கு வேண்டியது பணம்' என்று சொல்லிக்கொண்டே அவள் தன் முழங்காலைப் பரிவுடன் தடவிக் கொண்டாள்.

கஸ்தூரிக்கு இது சிறிது அதிர்ச்சியைத் தந்தது. 'பணம் வேண்டு மென்ற' அவள் பதிலை அவன் எதிர்பார்க்கவில்லை.

'எவ்வளவு?'

'எவ்வளவு முடியுமோ அவ்வளவு.'

கஸ்தூரி மேஜையருகே சென்று டிராயரைத் திறந்து பர்ஸை எடுத்தான். நாற்பது ரூபாய் இருந்தது. பத்து ரூபாயைத் தான் எடுத்து வைத்துக்கொண்டு, மீதி முப்பது ரூபாயை அவளிடம் கொடுத்தான்.

'இதைத் தானமாக நீ எனக்குத் தர வேண்டாம்.'

'கடனாகவா?'

'நோ. இப்பொழுதே கடனைத் தீர்த்து விடுகிறேன்.'

'அப்படியானால் எதற்குப் பணம் கேட்டாய்?'

'யார் உனக்குப் பணமாகத் திருப்பித் தருகிறேன் என்றார்கள்?'

'என்ன சொல்லுகிறாய் நீ?'

'ஆர் யு எ சைல்ட் ஆர் வாட்?'

'டேக் தி மனி அன்ட் கெட் அவுட்' என்றான் கஸ்தூரி.

அவள் சிரித்தாள்.

'தயவு செய்து இந்த இடத்தை விட்டுப் போய்விடு' என்றான் கஸ்தூரி.

'டூ யூ திங்க் ஐ ஆம் ஏ சீப் பிராஸ்டிட்யூட்?'

'நான் ஒன்றும் நினைக்கவில்லை. இந்தப் பத்து ரூபாயை வேண்டுமானாலும் தருகிறேன். இந்த இடத்தை விட்டுப் போ.'

திடீரென்று அவள் முகம் சிவந்தது. அவள் கட்டிலிலிருந்து கீழே குதித்தாள்.

'யூ சீப் ப்ளடி ஸ்கொயர். ஐ டோன்ட் வான்ட் அன் எர்ன்ட் மனி' என்று சொல்லிக்கொண்டே பணத்தைக் கஸ்தூரியின் முகத்தில் வீசியெறிந்தாள் அவள்.

கஸ்தூரி அவளுடன் வழக்காட விரும்பவில்லை. பேசாமல் நின்று கொண்டிருந்தான்.

'ஹியர் ஐ கோ. ஃபஸ்ட் டெல் மீ வேர் ஈஸ் யுவர் ப்ளடி பாத்ரூம்?'

கஸ்தூரி சொன்னான். சிறிது நேரத்துக்குப் பிறகு வாசல் கதவு படீரென்று சாத்தப்படும் சத்தம் கேட்டது. எலினார் போய் விட்டாள்.

கீழே கிடந்த முப்பது ரூபாயை எடுத்து மீண்டும் பர்ஸில் வைத்தான் கஸ்தூரி.

குளித்துவிட்டு வெளியே புறப்படலாம் என்று நினைத்தபோது மணி ஒன்று. இன்னும் சாப்பிடவில்லை. கனாட் பிளேஸ் சென்று சாப்பிடலாம் என்று அவனுக்குத் தோன்றியது. அப்பொழுது டெலிபோன் ஒலித்தது.

'எஸ். கஸ்தூரி.'

'சுரஜித். உங்கள் ஆபீசுக்குப் போன் செய்தேன். வரவில்லை என்றார்கள். எனக்கு ஆச்சரியமாக இருந்தது.'

'ஏன்?'

'ராஜஸ்தானிலிருந்து இன்று மாலை அரசர் வந்து விடுவார். நீங்கள் அவரைப் பார்த்தாக வேண்டும்.'

கஸ்தூரி பேசாமலிருந்தான்.

'ஏன், உங்களுக்கு உடம்பு சரியில்லையா?'

'ஐ ஆம் ஆல் ரைட்.'

'நான் அங்கு வரட்டுமா? அல்லது (சிறிது நேரம் தயக்கம்)... ஆஷாவை அனுப்பட்டுமா?'

'நோ. தேங்க் யூ. நான் எந்த அரசரையும் பார்க்க விரும்பவில்லை. இதுதான் உண்மை.'

‘வாட் டு யூ மீன்?’

‘சொல்லவேண்டியதைச் சொல்லியாகி விட்டது.’

கஸ்தூரி ரிசீவரைக் கீழே வைத்தான்.

அவன் கனாட் ப்ளேஸ் போய், எந்த ஹோட்டலுக்குச் செல்லலாம் என்று யோசித்தபோது, மீனாவைப் பார்த்தால் என்ன என்று தோன்றியது. அன்று மாலைதான் சர்மா வரப் போகிறான்.

மீனா தூங்கிக் கொண்டிருந்தாள் போலிருக்கிறது. முகத்தைத் துடைத்துக்கொண்டே கதவைத் திறந்தாள்.

முதல்நாள் அவன் பார்த்த குழந்தை, வாயில் விரலைச் சுவைத்த வாறு, கீழே படுத்துக்கொண்டு, தூக்கத்தில் ஆழ்ந்திருந்தது.

‘யூ ஹேவ் கம்பெனி’ என்றான் கஸ்தூரி.

மீனா பதில் சொல்லவில்லை. புன்னகை செய்தாள்.

‘நான் இன்னும் சாப்பிடவில்லை. எனக்காகச் சமைக்க முடியுமா?’ என்று கேட்டான் கஸ்தூரி.

மீனா அவனை ஆச்சரியத்துடன் நோக்கினாள்.

குழந்தையின் பக்கத்தில் உட்கார்ந்து கொண்டான் கஸ்தூரி. நானும் இதே போல் கும்பகோணத்தில் சிம்னி விளக்கேற்றப்பட்ட கூடத்தில், கனவுகள் பல கண்டுகொண்டே, ஒரு காலத்தில் தூங்கியிருக்கலாம்.

குழந்தை தூக்கத்தில் சிரித்தது.

அப்பொழுது மீனா ஸ்டவ்வைப் பற்ற வைக்கும் சத்தம் அவ னுக்குக் கேட்டது.

www.ingramcontent.com/pod-product-compliance
Lightning Source LLC
LaVergne TN
LVHW100321181026
850499LV00039B/926